ஏகலைவன்

நா.கௌசிகன்

PEN BIRD™
PUBILCATIONS

+91 8220063246 | penbirdpublications@gmail.com | www.penbird.in

ஏகலைவன்
நா.கௌசிகன் ©

Egalaivan
N.Gowsihan ©

முதல் பதிப்பு	-	செப்டம்பர் 2022
இரண்டாம் பதிப்பு	-	ஜூன் 2024
PB #10	-	நாவல்
வடிவமைப்பு	-	நா.கௌசிகன்

ISBN: 978-81-969269-7-7

Rs. 250

Printed by: Real Impact Solutions, Chennai – 600 004.

இந்நூலின் எந்தவொரு பகுதியையும் ஆசிரியர் மற்றும் பதிப்பாளரின் எழுத்து பூர்வ அனுமதியின்றி அச்சு மற்றும் மின்னணு வழியே நகல் எடுப்பது, ஒலிப்பதிவு செய்து வெளியிடுவது, துண்டுப் பிரசுரமாக அச்சிட்டு வெளியிடுவது போன்ற செயல்கள் பதிப்புரிமைச் சட்டத்தின்படி தடை செய்யப்பட்டுள்ளது.

மறந்து மனிதர்களாகப்
பிறந்தவர்களுக்கு...

என்னுரை

அன்று, கல்லூரியில் வகுப்பிலிருந்த என்னை அழைத்துச்சென்ற பேராசிரியர் சோ.பிரசன்னகுமார், "ஏகலைவனைப் பற்றி எழுத வேண்டும்" என்றார். "எழுதுங்கள்" என்றேன். "நீ எழுத வேண்டும்" என்றார். ஏகலைவனை நான் மறந்திருந்தேன். அவர் நினைவுப்படுத்தவும் நினைவுக்கு வந்தான் ஏகலைவன். பின்னர், அவர் சொல்லச்சொல்ல நான் எழுதுவதாக ஒப்புக்கொண்டேன்.

'எழுத வேண்டும், எழுத வேண்டும்' என்று பேசியே பல பொழுதுகளைக் கழித்தோம். ஒருநாள் எழுதியே தீரவேண்டும் என்று அமர்ந்து முதல் அத்தியாயமாக ஒருசில வரிகளை எழுதத் துவங்கினோம். கொரோனாவின் வருகையால் ஏகலைவன் மறைந்துகொண்டான். காலம் காத்திராமல் சென்றது.

ஒருநாள் பேராசிரியர் அவர்களை அழைத்தேன், "நீயே எழுதிவிடு" என்றார். பல நிமிடங்களுக்குப்பின் ஒப்புக்கொண்டேன்.

ஏகலைவனைப் பற்றி நான் அறிந்தது - துரோணரிடம் பயிற்சி பெறவேண்டும் என்று விரும்பியவன் ஏகலைவன். அவரைச் சந்தித்து வில்வித்தை கற்பிக்குமாறு கேட்டபோது மறுத்து அனுப்பிவிடுகிறார். பின், மறைந்திருந்து அவர் கற்பிக்கும் முறைகளைக் கற்றுக்கொள்ள துவங்குகிறான். குருவின்மீது கொண்ட பற்றின் காரணமாக அவரை சிலைபோல் வடிவமைத்து, அவரே அவனுக்குப் பயிற்சியளிப்பதாக நினைத்துக்கொண்டு வில்வித்தையின் பல்வேறு நுணுக்கங்களைப் பயின்று வருகிறான்.

ஒருநாள் ஏகலைவனின் செயலால் அவனைத் தேடிச்சென்று சந்தித்த துரோணர், அவனது திறமையைக் கண்டு வியந்துபோகிறார். தன் தோற்றத்தைப் போலவே அங்கு அவன் வடிவமைத்து வைத்திருக்கும் சிலையைக் காண்கிறார். அவன், அவர்மீது வைத்திருக்கும் அன்பினையும் பற்றினையும் விவரிக்கிறான். 'தாங்களே எனக்கு மானசீகமாகப் பயிற்சி அளித்தீர்கள்' என்று கூறியவனிடம், குருதட்சணையாக அவனுடைய வலது கை கட்டைவிரலைக் கேட்கிறார். எவ்விதத் தயக்கமுமின்றி அவன் தனது கட்டைவிரலை வெட்டி அவரிடம் காணிக்கையாகத் தருகிறான்.

இதனைப் பலரும் அறிவர். இதைத் தவிர வேறென்ன புதிதாகக் கூறிவிட முடியும் என சிந்திக்கையில், ஏகலைவனை ஒரு கருவியாகப் பயன்படுத்தி ஒரு வரலாற்று வனம் சார்ந்த பகுதியில் வசித்தலில் உள்ள ஒருசில வாழ்வியல் முறைகளையும், வனத்தைப் பாதுகாக்க அவர்கள் செய்யும் செயல்களையும் எனது கற்பனைக்கு எட்டிய வரையில் எழுதியுள்ளேன். ஒருசில கதாபாத்திரங்களையும் இணைத்துள்ளேன். குறிப்பாக பதவன்.

பதவனை 'நீயா? நானா?' நிகழ்ச்சியில் (01.03.2020) எனக்கு அறிமுகம் செய்த திரு.மதிவண்ணன் (சிந்து சமவெளி ஆய்வாளர்) அவர்களுக்கு எனது நன்றிகள்.

03.12.2020இல் புதிதாக எழுதத் தொடங்கிய கதையை 16.09.2021 அன்று நிறைவு செய்தேன்.

என் எழுத்தில் நான் வாசித்த பலரும்;
நான் நேசிக்கும் பலரும்;
என்னை நேசிக்கும் பலரும் தெரிவர்.

எழுதி முடித்தபின் புத்தகமாக வெளியிட எனக்கு நேர்ந்த அனுபவங்கள் பல. அவ்வனுபவங்களில் கிடைத்தவர்கள்தான் பதிப்பாளர் மு.வேடியப்பன் அவர்களும், எழுத்தாளர் பொன்ஸீ அவர்களும். அவர்களுக்கு 'நன்றி' என்றுகூறி முடித்துவிட முடியவில்லை; இருப்பினும் நன்றி.

மேலும், நான் அழைத்தபோதெல்லாம் என்னுடன் புத்தகம் வாங்க வரும் சு.சஞ்சுராஜீக்கும், எவ்வித எதிர்பார்ப்புமின்றி இக்கதையை என்னுடன் சுமந்து அலைந்த க.அஸ்வினுக்கும், அண்ணன் பாலாஜிக்கும், அட்டைப்பட ஓவியம் வரைந்துகொடுத்த சி.சுஹநிதனுக்கும், என்றும் என் வாழ்வில் மறக்க முடியாத மனிதராகிய பேராசிரியர் சோ.பிரசன்னகுமார் அவர்களுக்கும், எழுத உதவியாக இருந்த என் எழுதுகோலுக்கும், என் எழுத்தை தன்னில் அச்சிட அனுமதியளித்த இக்காகிதங்களுக்கும் நன்றிகள்.

நினைவுகளை மட்டும் விட்டுச்சென்ற அண்ணன் நா.குகனுக்கும், சின்னக்குட்டி (ம.கிரகலெட்சுமி)க்கும் இக்காகிதங்கள்.

என்றும் நினைவுடன்,
நா.கௌசிகன்

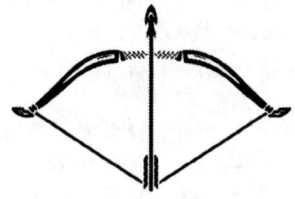

1

நீ ஏன் அழுகிறாய் மழையே? சபிக்கப்பட்டவன் நான்! நீ எதற்காக அழுகிறாய்? எப்பெருந்தீங்கு செய்த மனிதர்களுக்கும் தூய நீரைத் தரும் நீ ஏன் அழுகிறாய்? துன்பத்திற்கு உள்ளானவன் நான்! ஏமாற்றம் அடைந்தவன் நான்! எனது துன்பத்திற்காக நீயும் வருந்துகிறாயா அல்லது என்னைப்போல் உனக்கும் ஏதேனும் துன்பமா? நீ அழுகிறபோதெல்லாம் உன்னைப் பார்த்துச் சிரிப்பவர்களைப் போலவே, இன்று ஏமாற்றம் அடைந்து கலங்கி நின்றபோது என்னைப் பார்த்துச் சிரித்தார்கள். நீ வருகை தந்தால் வாழ்வு செழிக்கும் என்று சிரிப்பவர்கள் அவர்கள். ஆனால், என்னைப் பார்த்துச் சிரித்தவர்கள், நான் அடைந்த அவமானத்தையும் வேதனையையும் ரசித்துச் சிரித்தவர்கள்.

கடந்த நாட்கள் நீண்டுகொண்டே இருப்பதுபோல, இனி என் வாழ்நாள் முழுவதும் இந்நாள் நிரந்தரமாகிவிடும்.

மனம், பல நாட்களில் நடந்த நல்ல நினைவுகளை நினைக்க மறுத்துவிடுகிறது. அதற்குப் பதிலாக சில நாட்களில் நடந்த சில சோக நிகழ்வுகளைப் பல நாட்களாக நினைவுப்படுத்திக்கொண்டே இருக்கிறதே?

அதுபோல், என் வாழ்நாளில் இனி இந்த நிகழ்வை நினைத்து நினைத்து வருந்தப்போகிறேன்.

வாழ்வில் இன்ப துன்பத்தைத் தவிர அனுபவிக்க வேறென்ன இருக்கிறது. ஆனால், இன்ப காலத்தில் சிறிதுநேரம் இருந்துவிட்டுத் துன்ப காலத்தில் பயணிக்கும்போது, துன்பம் மட்டுமே என் வாழ்க்கையாகிவிட்டதே! என எண்ண வைத்துவிடுகிறதே.

'ஐயோ... துன்பம் எவ்வளவு கொடியது. இவ்வுலகில் துன்பத்தைப் போன்று துன்பம் அளிக்கக்கூடியது வேறொன்றுமில்லை' எனச் சிந்தித்துக்கொண்டே மழையில் நனைந்தபடி சென்று கொண்டிருந்தவனை நிலவு கார்மேகங்களின் பின்னே மறைந்து பார்த்துக்கொண்டிருந்தது.

வலிமையான தோள்களும், விரிந்த மார்பும், நிமிர்ந்த நடையும், நீளமான முடியும், கவலையேறிய கண்களில் கரைதட்டும் கண்ணீருமாக தோள்களில் முடி படர்ந்து நனைந்துகொண்டிருக்க அவன் கால்கள் தரையில் பிடிகொடுத்து நடந்துகொண்டிருந்தன. அவனது எண்ணங்களைப் போன்றே மேகங்கள் ஒன்றோடொன்று மோதி மின்னல் மின்ன அவனது கவலைகொண்ட முகம் கண்ணீருடன் தெளிவாகத் தெரிந்தது.

சிறிதுநேரம் கழித்து எவ்வித மறைவுமின்றி நிலவு அவனைப் பார்க்கத்தொடங்கியது. நிலவோடு சேர்ந்து நட்சத்திரங்களும் இருந்த இடத்தைவிட்டு அசையாமல் அவனையே பார்த்துக் கொண்டிருந்தன. ஆனால், அவன் அசைவுகளுக்கு இடம் கொடுத்து இடம்பெயர்ந்து கொண்டிருந்தான்.

தவளைகளும் பறவைகளும் மேகத்தின் கண்ணீரின் காரணமாகக் கத்திக்கொண்டிருந்தன. அவனது கால்களின் அதிர்வைக் கண்டு அவன் வருகிற வழியில் இருந்த சாரைப்பாம்பு குறுக்கே கடந்துசென்றது.

அவன், அவனது செவிகள் உணரும் ஒலிகள், கண்கள் காணும் காட்சிகள் என எதையும் பொருட்படுத்தாமல், அவனது மனதில் தோன்றி ஓடிக்கொண்டிருக்கும் காட்சிகளை மட்டுமே கவனத்தில் கொண்டு அப்பசுமை பொருந்திய இடத்தினைக் கடந்து சென்றுகொண்டிருந்தான்.

மழை நின்ற பிறகும் புல்களின் காரணமாக அவனது பாதங்கள் நனைந்துகொண்டேயிருந்தது. அவனது பாதங்கள் ஒரு கணத்தில் மண்ணின் மணத்தை உணர்ந்தன. பாதங்கள் மண்ணில் பதிந்த மறுகணமே அவன் மனதில் தோன்றிய காட்சிகள் அனைத்தும்

மறைந்து அவனை இடதுபுறம் திரும்பச் செய்தது. கலங்கிய கண்களோடும் துடிக்கும் உதடுகளோடும், இவை எதையுமே பாராததுபோல் நின்றுகொண்டிருந்த ஆலமரத்தை நோக்கிப் பார்வையைச் செலுத்தினான்.

அப்போதுதான், அவன் எங்கு, எதைத்தேடி சென்று கொண்டிருந்தானோ அது அவன் கண்ணெதிரே இருப்பதை உணர்ந்தான்.

பாதங்களுக்கும் நம் மனதை உணரக்கூடிய தன்மை உண்டென்று அக்கணம் அவனுக்குப் புரிந்தது. எவ்வித உணர்ச்சியையும் தாங்கிக்கொள்ளக்கூடிய அந்த ஆலமரத்தை நோக்கி நடக்கலானான். அவன் வருகையறிந்து காற்றில் சற்று அசைந்துகொடுத்தது மரம். பல ஆண்டுகளாக வேரூன்றி விழுதூன்றி நின்றுகொண்டிருக்கும் மரம் என்பதால் அசைவு என்பது இலைகளிலும் சிறு கிளைகளிலும் மட்டுமே.

மரத்தின் அருகில் வரவர அவனது கண்களிலிருந்து நீர் தாரைத்தாரையாக வழிந்துகொண்டிருந்தது. ஒரு கணத்திற்குப் பின்பு, மரத்தின் அருகில் வந்தவன் மண்டியிட்டுக் கைகளை ஊன்றி அழத்தொடங்கினான்.

அவனை அவ்விடத்திலிருந்த அனைத்துப் பறவைகளும் பார்த்துக்கொண்டிருந்தன. அவனது கண்ணீர்த்துளிகள் மண்ணில் விழுந்து மறைந்துகொண்டிருக்க, பறவைகளும் பூச்சிகளும் ஓசை எழுப்பிக்கொண்டிருந்தன.

அவன் கைகளைத் தரையில் ஊன்றியபோது தோளில் மாட்டியிருந்த வில்லானது மெல்ல நழுவி அவனது கைகளைச் சென்றடைந்தது. எதையும் பொருட்படுத்தாமல் கண்கள் கலங்கிக் கொண்டிருந்தவன் ஒரு கணத்தில் வில்லைப் பற்றி முதுகில் மாட்டியிருந்த அம்பறாத்தூணியிலிருந்து அம்பை எடுத்து நாணேற்றித் தொடுத்தான்.

அது இருளைக் கிழித்துக்கொண்டு சென்று அம்மரத்தின் பெருங்கிளையில் மறைந்து அமர்ந்திருந்த மரங்கொத்தியின் அலகில் பட்டு அம்மரங்கொத்தியை அம்மரத்தைவிட்டு விரட்டியடித்து தூரத்தில் சென்று விழுந்தது. அது மழுங்கிய முனை அம்பென்பதால் அதன் வீச்சு அப்பறவையை எப்பெரும் காயத்திற்கும் உள்ளாக்கவில்லை.

அப்பொழுதுதான் அப்பெருங்கவலைக்கு உள்ளானவன் 'ஏகலைவன்' என்று அவ்விடத்தில் இருந்த பறவைகள் அனைத்துக்கும் தெரியவந்ததுபோல் தன் ஆறுதலை குரல்களால் தெரிவிக்கத்தொடங்கின.

சிறு பறவையும் அம்மரத்தைக் காயப்படுத்திவிடக்கூடாது என்று எப்பெரும் கவலையில் இருக்கையிலும் எண்ணுவதற்கு அம்மரத்தின் வேர்களும் விழுதுகளும்தான் காரணம்.

அம்மரம் தோன்றியபின்தான் அவனது முன்னோர்கள் தோன்றினர். அன்றிலிருந்து இன்றுவரை இம்மரத்தின் வேரும் விழுதும்தான் 'தோன்றிமலை' மக்களின் உயிர். இம்மரம் இல்லாத மனம் அம்மக்களின் மனதில் இல்லை. ஒவ்வொரு குழந்தையையும் தூக்கிவளர்த்த தாயைப் போன்ற உரிமை இம்மரத்திற்கு உண்டு. எப்பெரும் கவலையையும் கதறி அழுது சொல்லி ஆறுதல் அடைய அனைவரும் தேடிவரும் இடம். இன்பத்தில், துன்பத்தில், பயிற்சிகளில், விளையாட்டுகளில், வேட்டையாடுவதில் என அனைத்துக்கும் நிலைநிறுத்தியாக நிலைநிறுத்தி வைக்கப்பட்ட ஒன்றுதான் இம்மரம்.

இம்மரத்தின் மடியில்தான் ஏகலைவனின் வாழ்க்கைத் தொடங்கியது...

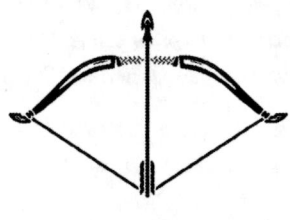

2

மரத்தின் கிளைகளில் இலைகளைவிட அதிகமாக சிட்டுக் குருவிகள் அமர்ந்தும் அலைந்தும் அன்பைப் பரிமாறிக்கொண்டு தனது மெல்லிய மிருதுவான குரலில் ஒலிகளை ஏற்படுத்தி விளையாடிக்கொண்டிருக்க, அம்மரத்தின் நிழலில் வந்து மெல்ல அமர்ந்தாள் காந்தள்.

அவளது கவலைகளைக் குறைக்க அவளது தனிமையைப் போக்க ஆறுதலாய் அன்பாய் அவளுக்கென உரித்தவன் அவளுள் இருந்து வெளிவரக் காத்துக்கொண்டிருப்பதால் எந்நிலையிலும் அவனுக்குத் துன்பம் நேர்ந்துவிடக்கூடாது என அஞ்சிஅஞ்சி அமர்ந்தாள் காந்தள்.

அவளுள் இருப்பது அவனோ அவளோ என்ற சந்தேகம் அவளுக்கு எப்போதும் எழுந்ததே கிடையாது. அப்படி எழாமல் இருப்பதற்கு அவளுள் ஒரு பெரும் நம்பிக்கை அன்பினால் ஏற்பட்டு நிலைத்திருந்தது.

அவளது நம்பிக்கை எந்தவொரு கணத்திலும் வீணாகவில்லை என்பது ஏகலைவனைச் சந்தித்த நமக்குத் தெரியும். இன்னும் சற்று நேரத்தில் அது காந்தளுக்கும் தெரியவரும்.

மரத்தின்மீது சாய்ந்து அமர்ந்துகொண்டு கிளையில் அமர்ந்திருக்கும் சிட்டுக்குருவிகளின் 'கீச்' குரல்களையும் அவற்றின் குறும்புத்தனங்களையும் பார்த்து சிறு மகிழ்ச்சியடைந்த காந்தள், மனதினுள் 'இக்குருவிகளைப் போன்றே என் மகனும் உன்னிடம் வந்து அன்பையும் ஆறுதலையும் பெறும் நாள் நெருங்கிக்

கொண்டுதான் இருக்கிறது. என்னிடம் நீ அளித்த ஆறுதலையும் அன்பையும் அவனுக்கும் அளிப்பாய் என்பதில் எனக்கு எவ்வித சந்தேகமும் இல்லை. அவனும் உன்னிடம் அன்பைக் கொண்டிருப்பான் என்றுதான் நினைக்கிறேன்..?'

'அட! இதிலென்ன எனக்குச் சந்தேகம். அவன் என் மகன் மட்டுமா? உன் மகனும்தானே? உன்னிடம் அன்பு இல்லாமலா?' என்று மனதால் மரத்தினிடம் கேள்விகளை எழுப்ப, அது காற்றின் உதவியினால் அசைந்து விடையளிப்பது போன்றிருந்தது.

அவள் மேலும் தொடர்ந்தாள், 'உன்னிடம் எனக்கு ஒரேயொரு வேண்டுகோள்தான். என் மகன் அகிலமும் போற்றும் வீரனாக வலம் வரவேண்டாம். அனைவரிடமும் அன்பு செலுத்தக்கூடிய ஒரு மனிதனாக வலம் வரவேண்டும். விலங்குகளை வேட்டையாடுவதில் வல்லவன் என பெயர் கொள்ளவேண்டாம். நன்றியினை அளிக்கக்கூடிய விலங்கினங்களிடத்தும் நன்றி மறவாதவனாய் இருக்க வேண்டும்' என்று அவள் நினைத்துக் கொண்டிருக்கையில் மூன்று நான்கு சிட்டுக்குருவிகள் அவள் அமர்ந்திருந்த இடத்திற்கு மிக அருகில் வந்தமர்ந்து இறக்கைகளை லேசாக உயர்த்தி தங்கள் குரல்களின் மூலம் குழலிசைத்தன.

அதனைப் பார்த்து ரசித்த காந்தள் தன்னருகில் கிடந்த காய்ந்த இலையினைக் கையில் எடுத்துப் பார்த்தாள். காலைக் கதிரவனை மறைத்து நிழல் அளித்த மரத்தினடியில் அமர்ந்திருந்ததனால் இலையின் ரேகை அவளுக்குத் தெரியவில்லை. பின் இலையைக் கையிலிருந்து காற்றில் உலாவவிட்டு மெல்ல எழுந்தாள்.

அவள் எழ, கீழிருந்த குருவிகள் கிளைகளை நோக்கிப் பறக்க, மேலே சென்ற இலை தரையினை நோக்கி விழுந்தது.

அவள் மெல்ல எழுந்து மரத்தினைப் பார்த்துவிட்டுத் திரும்பி நடந்தாள். இரண்டடி எடுத்து வைத்ததும் உள்ளூர ஓர் உணர்ச்சி வந்து அவளைத் திரும்பிப் பார்க்கச் செய்தது. பரந்து விரிந்து பரவசமூட்டும் விதத்தில் நின்ற மரத்தினைப் பார்த்ததும். அவளுள், கைகளை விரித்துக்கொண்டு அணைத்துக்கொள்ள அவள் (மரம்) அழைப்பதைப் போன்று உணர்ந்தாள். பின், புன்னகைத்துவிட்டுத் திரும்பி நடந்தாள்.

நடக்கையில் அவளுள் ஒருவித வலியுணர்ச்சி தோன்றியது. வலி அதிகரிக்கத் தொடங்கியதும் அவளால் அடுத்த அடி எடுத்துவைக்க முடியவில்லை. நீண்டதூரம் ஓடியதைப் போன்ற

களைப்பு அவளுள் ஏற்பட்டது. அவ்விடத்திலேயே மண்டியிட்டு கைகளை ஊன்றினாள், நிழலில் இருந்தாலும் குளிர்ந்த காற்று அவள்மீது வீசினாலும் அவள் உள்ளத்தில் ஏற்பட்ட உணர்ச்சியாலும் வலியினாலும் அவளது மேனி வியர்க்கத் துவங்கியது.

கண்கள், காட்சிகளைக் கண்டுகொண்டே இருந்த களைப்பின் காரணமாக இளைப்பாற ஏங்கியது. அவளுக்கு அவள் மட்டுமே அருகில் துணையாக இருந்தாள்.

சுற்றிலும், உதிர்ந்து காய்ந்த இலைகளுமாகவும் முறிந்து காய்ந்த கிளைகளாகவுமே இருந்தன. செய்வதறியாது திகைத்திருந்த அவள் மனம் செய்தற்கரிய செயல்களைச் செய்யத் துவங்கியது.

பலருக்கும் பல சூழ்நிலையில் இந்நிலை ஏற்பட்டபோது அருகில் இருந்து உதவிய காந்தள் அச்சூழ்நிலையை உணர்ந்தாள். உதவ யாருமில்லை என்ற உணர்ச்சி அவளுள் இல்லை. மெல்ல நகர்ந்து நகர்ந்து தனது அருகில் நிலைகொண்டு நிற்பவளிடம் சென்றாள்.

வலி தாங்க முடியாததால் தரையோடு தரையாகப் படுத்து, தான் அணிந்திருந்த உடையினை நன்கு மேலே உயர்த்திக்கொண்டு மயங்கினாள். முழு மயக்கநிலையை அவள் மனம் அவளை அடைந்துவிட விடாமல் அவ்வப்போது அவளை எழுப்பிக் கொண்டிருந்தது.

மிகவும் வருத்தி கால்களை மெல்ல விரித்து இருகைகளாலும் வயிற்றில் மேலிருந்து கீழாக முழு வலிமையுடன் அழுத்தினாள். அவளுள் இருந்த அவன் வெளிவருவதற்குப் பதில் குருதித் துளிகளே வெளியாயின. இருந்தும் அவளது மனதினுள் இருந்த உணர்ச்சி அவளுக்கு நம்பிக்கை ஊட்டிக்கொண்டிருந்தது.

மேலும் மயக்கத்தின் திரை அவளது கண்களை மெல்ல மூடியது. மயக்கத்தில் நிறைந்திருந்தவள் ஏதோ ஒரு உணர்ச்சியின் காரணமாக அச்சம் ஏற்பட்டு அழத்தொடங்கினாள். கண்களைத் திறப்பதற்கும் சக்தியின்றி இருந்ததனால் மூடிய கண்களில் இருந்து நீர் மட்டும் கசிந்துகொண்டிருந்தது. குழந்தையைப் பற்றிய எண்ணம் உதயமானதும் தன் உடலிலும் மனதிலும் இருந்த முழு சக்தியையும் நம்பிக்கையையும் வரவழைத்துக்கொண்டுப் போராடினாள். சிறிது நேரத்திற்குப்பின், குழந்தையின் தலை வெளிவந்தது. சக்தியிழந்த கரங்களை வைத்து குழந்தையின் தலையைப் பற்றி வெளியே இழுத்தாள்.

குழந்தை வெளிவந்தது.

அவளது கைகளிலேயே பிறந்த குழந்தை குருதியினால் கவரப்பட்டிருந்தது. தொப்புள்கொடி இருவரின் உறவையும் உணர்ச்சியையும் வெளிப்படுத்தியது. பலருக்கும் பிரசவம் பார்த்த காந்தளுக்குத் தெரிந்த முக்கியமான ஒன்று தொப்புள்கொடியை அறுப்பது. கூரிய பொருளைக்கொண்டு அறுக்கப்பட வேண்டிய ஒன்று. ஆனால், அவளருகில் கூரியபொருள் என்று எதுவும் அகப்படவில்லை.

காலம் கடந்துகொண்டே இருந்தது.

இறுதியாக ஒரு முடிவுக்கு வந்தவளாய், அருகில் கிடந்த காய்ந்த மரக்கிளையினைப் பலம் கொண்டு உடைத்து அதனைக்கொண்டு தொப்புள்கொடியை அறுத்தாள்.

அதுவரை எவ்வித ஒலியையும் உணராத அவளது செவிகள் அவனின் அழுகுரலைக்கேட்டு இன்புற்றது. சக்தியற்றிருந்தவள் அக்குரல் கேட்டு மெல்லமெல்ல நகர்ந்து மரத்தின் மீது சாய்ந்து, ஒரு கையினால் தரையினைச் சுத்தம் செய்து குழந்தையை அவ்விடத்தில் வைத்துவிட்டு மயக்கமுற்றாள்.

குழந்தை அழுதுகொண்டிருந்தும் அதனை அவளது செவிகள் உணர்ந்தும் அவளால், அவளது மனம்போல் எதுவும் செய்துவிட இயலவில்லை. சோர்வின் காரணமாக அவளது செவிகள் ஒலியை உள்வாங்க மறுத்தது. விழிகள் காட்சிகளை மறுத்து மயக்கமுற்றது.

தான் பிறந்ததை உணர்த்திக் கொண்டிருந்தவனைப் பார்த்துவிட்டு மரத்தைவிட்டு பறந்து சென்றது ஒரு பறவை. பாதையற்று பறவை மேலே செல்ல கீழே பாதையில் ஒருவள் வந்துகொண்டிருந்தாள்.

◉

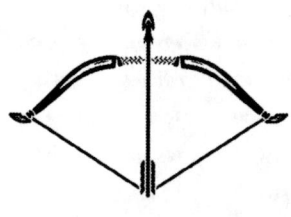

3

குருதி கசிந்து காய்ந்து போயினும் குழந்தையின் கதறல் குறையவில்லை. அவ்வழியே சென்ற பெண் ஒருத்தி, குழந்தையின் அழுகுரல் கேட்டு அம்மரத்தினருகில் வந்தாள். அக்கணம் குழந்தையின் குரலை மறந்து கண்ணில் கண்ட காட்சிக்கு முக்கியத்துவம் கொடுத்து கையில் வைத்திருந்த இலைகளை அப்படியே போட்டுவிட்டு ஓடிவந்து காந்தளின் கரத்தைப் பற்றினாள்.

பின், இன்னது செய்ய வேண்டும் என்று நன்கு தெரிந்தவள்போல் காந்தளுக்கும் அவள் பெற்றெடுத்த குழந்தைக்கும் வேண்டியவற்றைச் செய்தாள்.

'ஈன்றவளுக்குத்தான் தெரியும் ஈன்றவளின் மனம்'

தனது உடையினைக் கிழித்து குழந்தையின்மேல் இருந்த குருதித் துளிகளைத் துடைத்தெடுத்தாள். ஒருசில இடங்களில் படிந்த குருதிக்கரைகளின் கனம், கணங்கள் அதிகரித்த காரணத்தினால் துடைக்க முடியாமல் போயின.

அதன்பின் விழுதுகளின் விரல்களை வெட்டி, கோர்த்து அதன்மேல் இலைகளைப் போட்டு அருகிலிருந்த நீரோடையில் தண்ணீர் கொண்டுவர முயன்றாள். அது, போதுமான அளவு நீரைக் கொண்டுவர போதுமானதாக இல்லை. ஓடையில், நீரை நிரப்பி வெளியில் எடுக்கும்போதே நீர் வழிந்துகொண்டு போய்விடுகிற படியால் அவசரத்தில் இருந்த அவள் கோபமுற்று அதை ஓடையில் எறிந்தாள்.

பின், நீரைச் சேமித்துக் கொண்டுபோக அருகில் ஏதேனும் கிடைக்குமா எனத் தேடினாள். ஒருசில கணங்கள் தேடி அலைந்தும் ஏதும் கிடைக்கவில்லை என்றபோது, அவள் மனதில், 'ஐயோ, இப்போது என்ன செய்வது? எங்கே போவது? போவதா! இவ்வளவு நீர் இங்கிருந்தும் என்ன பயன்? அதைக் கொண்டுபோக வழி வேண்டுமே? ஏதேனும் ஒரு மூங்கில் மரம் கிட்டாதா! மரம் இருந்தாலும்கூட அதனை முறிக்க நம்மிடம் தெம்பு இருக்கிறதா? நான் என்ன செய்வேன்? யார் இந்தப் பெண்? ஏன் இச்சமயத்தில் இங்கு வந்தாள்? அதுவும் இப்படிப்பட்ட நிலையில். அய்யோ! பொழுது வேறு போய்க்கொண்டிருக்கிறதே?' என அவள் மனம் ஒரு நிலையற்ற காற்றைப்போல அங்குமிங்கும் அலைந்து கொண்டிருந்தது.

'ஆ! இது என்ன? ஏதோ மூங்கில் மரம்போலக் கிடக்கிறதே?' எனச் சொல்லிக்கொண்டே அது கிடந்த திசை நோக்கி ஓடினாள்.

ஆனால், அது மூங்கில் மரம் அல்ல. உபயோகப்படுத்தப்பட்டு, உபயோகத்தில் இல்லாத 'அம்பறாத்தூணி' எனக் கண்டதும் கடல் நீராவது கிடைத்தால் போதும் என்று அலைந்தவளுக்கு மழைநீர் கிடைத்ததைப்போல ஆனந்தத்தில் மூழ்கினாள்.

அடுத்த கணமே அதைக் கையில் எடுத்துக்கொண்டு ஓடையை நோக்கி ஓடி தண்ணீரில் மூழ்கடித்து அம்பறாத்தூணியை நிரப்பினாள். நிரப்பி மேலே எடுக்க அதன் அடிப்பகுதியில் இருந்த துளை வழியாக நீர் வழிந்தது. அதைக் கண்டதும் அவளது கரம் அத்துளையை அடைத்தது.

மெலிதாகத் திறந்திருந்த காந்தளின் கண்கள் அவள் செய்யும் செயல்களைப் பார்த்துக்கொண்டிருந்தது.

நீரை எடுத்துக்கொண்டு வந்து காந்தளின் வாயினுள் மெல்ல ஊற்றினாள். பின், நீரினைக்கொண்டு குழந்தையின் மீதும் காந்தளின் மீதும் இருந்த குருதிக் கறைகளைக் கூடுமானவரை சுத்தப்படுத்தினாள்.

மயக்கம் தெளிந்தவளாய் காந்தள் காணப்பட்டவுடன் தன் கையில் இருந்த குழந்தையை காந்தளின் கையில் ஒப்படைத்தாள். தன் உயிருக்கு இணையான உயிரைக் கையில் ஏந்தியபின் காந்தளின் மனம், நீரினை அடைந்த வேரினைப்போல பல மடங்கு மகிழ்ச்சி அடைந்தது.

மயக்கத்தில் இருந்த நிலையில் தன் குழந்தையைக் கையில் ஏந்தியிருந்தவளை நிமிர்ந்து பார்த்தாள் காந்தள். அவளைப் பார்த்துக் கண்களில் கண்ணீர் வழிய உதட்டில் புன்னகை நிரம்ப மனதினால் நன்றி செலுத்தினாள். ஏனோ காந்தளின் கண்களில் கண்ணீரைப் கண்டதும் அவளின் கண்களிலும் கண்ணீர் துளிர்த்தது.

அதுவரை அமைதியாய் இருந்த காற்று அப்போது அவ்விடத்தைக் கடந்துசென்றது. பொழுதும் அக்காற்றோடு கடந்து போய்க்கொண்டே இருந்தது.

காந்தள் சிறிது தெம்பினை வரவழைத்துக்கொண்டு "அம்மா தாங்கள் யார்? உங்கள் பெயர் என்ன?"

"சிரமம் ஏதும் எடுத்துக்கொள்ளாதே தாயே, என் பெயர் 'பூங்கோதை'. சற்று ஓய்வெடு, பிறகு எல்லாம் விவரமாய்ச் சொல்கிறேன்" என்று கூறியதும் காந்தளின் செவியில் அவள் தாய் என்று கூறிய வார்த்தை ஏதோ ஒருவித உணர்ச்சியை அவளுள் ஏற்படுத்தியது.

பொழுது போய்க்கொண்டே இருந்த காரணத்தால் எப்படியாவது அவ்விடத்தைவிட்டுச் செல்லவேண்டிய கட்டாயம் இருவருக்கும் ஏற்பட்டுவிட்டது.

மூவருக்கும்.

◉

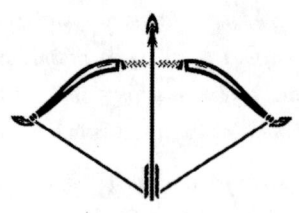

4

காந்தளின் மடியில் தவழும் குழந்தையைப் பார்த்துக்கொண்டே பூங்கோதை, "தாயே பொழுது போய்க்கொண்டிருக்கிறது இவ்விடத்தைவிட்டுச் செல்லவேண்டும். இன்னும் சற்றுநேரத்தில் சூரியன் மறைந்துவிடுவான். ஆகையால், இப்போதே இவ்விடத்தைவிட்டுச் செல்லுதல் நன்று. உன் குடிசை எங்கிருக்கிறது என்று கூறு. அருகில் இருக்கிறதா? அல்லது அருகாமையில் இருக்கிறதா..? சொல்ல முடியவில்லையென்றால் உன் குடிசை இருக்கும் திசையினையாவது காட்டு. நான் யாரையேனும் போய் அழைத்துக்கொண்டு வருகிறேன். அதுவரை இங்கு நீ தனியாக இருப்பாய்தானே? உனக்கு ஐயம் ஒன்று இல்லையே?" என்று கோதை கேட்கவும் காந்தள் மெல்லிய புன்னகை ஒன்றைப் புரிந்துவிட்டு கையில் தவழ்ந்த குழந்தையுடன் எழுந்து நின்று, "என் குடிசைக்கு நானே உங்களை அழைத்துச்செல்கிறேன், முதலில் எழுந்திரியுங்கள்" என்று கூறியதும், 'இங்கிருந்து எப்படி இவளை அழைத்துச் செல்லப்போகிறோம்? நாம் எப்படி நம் குடிசைக்குச் செல்லப் போகிறோம்? பொழுது வேறு போய்க்கொண்டிருக்கிறதே?' என எண்ணிக்கொண்டிருந்த பூங்கோதைக்கு விடை கிடைத்தது.

"இன்னும் என்ன யோசித்துக்கொண்டு இருக்கிறீர்கள்?" என்று காந்தள் கேட்க கோதை எழுந்து, "எங்கே இருக்கிறது உன் குடிசை..?"

இருவரும் நடக்கத் தொடங்கினர்.

கோதை சற்றுநேர மௌனத்திற்குப் பின் காந்தளிடம், "குழந்தையை என்னிடம் கொடுத்துவிட்டுச் சற்று நீ சௌகரியமாய் நடந்து வரலாமே?"

"ஏன்?"

"சுமையாய் இருக்குமே என்றுதான்?" என கோதை முடித்தபின் காந்தள் கம்பீரக் குரலில், "நீங்கள் சுமை எனக் குறிப்பிட்ட என் குழந்தையைச் சுமந்துகொண்டுதான் இவ்வளவு காலம் இப்பாதையில் வந்துபோய்க்கொண்டிருந்தேன். இவனை இப்பொழுதே நான் சுமையாகக் கருதினால் பின் எப்பொழுதும் இவன் எனக்குச் சுமையாகிவிடுவான்" என்றுகூறி அமைதியானாள். அம்மாலைப் பொழுதில் சுற்றிலும் இருந்த மரங்களின் அடர்த்தியைப்போல் காந்தளின் பதில் இருக்க, சென்றுகொண்டிருக்கும் ஒற்றையடிப் பாதையாய்ச் சுருங்கினாள் கோதை.

காந்தளுக்கு தன்மீது தவறான அபிப்பிராயம் ஏற்பட்டு விட்டதோ என எண்ணி, "அம்மா நான் பிள்ளையைச் சுமை என்று எண்ணி ஒருபோதும் கூறவில்லை. அப்படி கூறுவேனேயானால் 'வெளிமான்மலை'யில் உள்ள ஒரு குழந்தையைக்கூட நான் கையில் ஏந்தியிருக்க முடியாது. நான் சுமை என்று கூறியதன் நோக்கம், பிள்ளையைப் பெற்றவளாதலால் உன் உடல் ஓய்வு தேடும் அதனால் கணநேரம் கனத்தைக் குறைக்கலாமே என்னும் எண்ணத்தில்தான் கூறினேனே தவிர வேறு எவ்வித எண்ணமும் இல்லை தாயே."

"என் உடல் சோர்வுற்று ஓய்வு தேடுமேயானால் தோன்றிமலைத்தாய் 'செல்லி'யிடம் என் செல்வப் புதல்வனை ஒப்படைத்துவிட்டு அவ்விடத்திலேயே மாண்டுபோவேனே ஒழிய சோர்ந்து ஓய்வுபெற மாட்டேன்" என்று காந்தள் கூற, கோதை அமைதியானாள்.

பின் காந்தள், "அம்மா நான் இவ்வாறு பேசுகிறேன் என்று தவறாக எண்ணிக்கொள்ள வேண்டாம். நீங்கள் சுமை என்று கூறிய சொல்லைத்தவிர வேறு எந்தச் சொல்லையும் என் செவிகள் கேட்கவில்லை. அதனால்தான் என் மதி மழுங்கிப் பேசிவிட்டேன். என்னை மன்னித்துவிடுங்கள்."

"ஐயோ, பிள்ளைமீது பெற்றவளுக்கு இல்லாத உரிமையா? நான் சுமை என்று குறிப்பிட்டது ஏதோ ஒருவிதத்தில்

பிசகாகிவிட்டது. என் மீதுதான் தவறு. என்னைத்தான் நீங்கள் மன்னிக்க வேண்டும்."

"இதனை இதனோடு விட்டுவிடுங்கள். நீங்கள் அங்கேயே நிற்பது, எனக்கு உங்களைவிட்டு நான் விலகியிருப்பதாகவே தோன்றுகிறது. ஆகையால், நீங்கள் வேறு எதையும் யோசிக்காமல் முன்பு வரவும்" என காந்தள் கூறியதும் தேனைக் குடிக்கவரும் தேனீயைப்போல் சீறி வந்தாள் கோதை.

பின், இருவர் நடக்கத் தொடங்கி மூவர் சென்றனர்.

சூரியன் சோர்ந்து இமை மூடிக்கொண்டிருக்கும் வேளையில் கூட்டினை அடைந்த பறவைகள் 'க்குக்கூ... க்குக்கூ... கீ... கீ... கீச்... கீச்...' என்று ஓசை எழுப்பி உல்லாசமாய் இருந்தன.

நிழல்களால் மூடியிருந்த பாதையில், மௌனமாய்ச் சென்று கொண்டிருந்த கோதை, "தாயே உன் புதல்வனை ஏந்த என் கரங்கள் ஏனோ தவிக்கின்றன. அதற்கான வாய்ப்பை அளிப்பாயா?"

"நீங்கள் இவனை என் புதல்வன் என்றும் என்னை காந்தள் என்றும் உரிமையோடு அழைத்தாள் நிச்சயமாக அளிப்பேன்" என காந்தள் கூறியதும் கோதையின் கண்களிலும் மனத்திலும் கண்ணீர் கனத்தது.

பின், "என் புதல்வனை என்னிடம் சற்றுக்கொடு காந்தள்" எனக்கூறிய கணம் காந்தள் தன் புதல்வனை கோதையிடம் ஒப்படைத்தாள். ஏந்திய கணம் முதல் கோதையின் உள்ளம் மகிழ்ச்சியால் நிறைந்தது. மகிழ்ச்சியின் காரணமாக மனம் சற்று தூரம்வரை அமைதிகொண்டு பின் காந்தளிடம், "இன்னும் எவ்வளவு தொலைவு இருக்கிறது?" எனக் கேட்டாள்.

"அதெப்படி இடத்தினை அடைந்தபிறகு சரியாகக் கேட்கிறீர்கள்?" என்று கையை நீட்டி "அதோ தெரிகிறதே அதுதான்" என்று கூறினாள்.

அவள் கை நீட்டி காட்டிய திசையில் குடிசைகள் ஏதும் தெரியாத காரணத்தால் கோதை காந்தளைச் சற்று ஏறிட்டுப் பார்த்துவிட்டு அவளோடு தொடர்ந்து நடந்தாள்.

◎

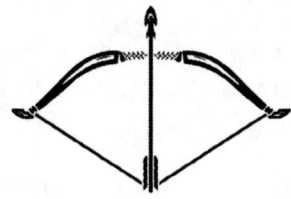

5

காந்தள் வந்துவிட்டோம் எனக் குறிப்பிட்ட பிறகு, எதிரே குடிசைகள் ஏதும் இல்லாததைப் பார்த்துத் திகைத்த கோதை நடந்துகொண்டே, 'குடிசைகளே இல்லாத பகுதியைக் காட்டிவிட்டு வந்துவிட்டோம் என்கிறாளே ஒருவேளை நாம் சோர்ந்துவிட்டோம் என நினைத்துக் கூறுகிறாளா?'

'ஆ! இதென்ன இவ்வளவு குடிசைகள். எப்படி இவ்விடத்தில் தோன்றின. நாம் எப்பாதையின் வழியே இவ்விடத்துக்கு வந்தோம். நடந்துவந்த ஒற்றையடிப் பாதையும் முன்பே முடிவடைந்திருந்ததே' என கோதை சிந்தித்துத் திகைத்தாள்.

"அதோ இருக்கிறதே, அங்குள்ள மூன்றாவது குடிசைதான்" எனக் காந்தள் கூறினாள். அந்தக் குடிசைகள் அமைந்திருந்த இடத்திற்கு அருகாமையில் ஒரு குறுகிய ஓடை மெல்லிய ஓசையுடன் ஓடிக் கொண்டிருந்தது. அவ்வோடையின் அருகில் தென்னைமரங்களும் பனைமரங்களும் வாழைமரங்களும் மா மரங்களும் குடியிருந்தன.

பூங்கோதை இவையனைத்தையும் கவனித்துத் திரும்பி காந்தளிடம், "சரியம்மா நீ உன் குடிசைக்குச் சென்றுவிடு நான் என் குடிசைக்குச் செல்கிறேன்" என்று கூறியதும் அதிர்ச்சியும் அன்பும் கலந்தவளாய் காந்தள், "எங்கே புறப்படுகிறீர்கள்? அதுவும் இப்பொழுதில்? இனிமேல் வெளிமான்மலைக்குச் செல்வது

உங்களால் இயன்றாலும்கூட என்னால் உங்களை வழியனுப்பி வைக்க முடியாது."

"அப்படியில்லை காந்தள், நான் அவசியம் சென்றுதான் ஆக வேண்டும். இல்லையேல் பலர் மனதில் துன்பங்களை அளித்த பாவம் என் மனதில் ஏற்பட்டுவிடும்."

"நீங்கள் அவசியம் செல்லலாம். இப்பொழுதல்ல; நாளை. இப்பொழுதே நீங்கள் செல்வீர்களானால் வாழ்நாள் முழுவதும் என் மனதில் துன்பம் குடியேறும். என் மனதில் மட்டுமல்லாமல் நீங்கள் உங்கள் கரங்களில் ஏந்தியிருக்கும் என் புதல்வன் மனதிலும்தான்."

"அய்யோ, நான் சொல்வதைக் கேள். உன்னைப்போன்றே என் தோழியும் குழந்தையை ஏந்தக் காத்திருக்கிறாள். அவளின் குழந்தையையும் நான் என் கரங்களில் ஏந்தக் காத்திருக்கிறேன். இந்த நிலையில் அவளை விட்டுவிட்டு நான் இங்கு வந்ததே பிசகு. அவள் தனிமையில் தவித்துக்கொண்டிருப்பாள்."

"அப்போது, நான் உன் தோழி இல்லையா? என்னைத் தனிமையில் விட்டுவிட்டுச் செல்லலாமா? ஆகட்டும் உனக்கு விருப்பம் இல்லையேல் என்னையும் இவனையும் தனியாக விட்டுவிட்டுச் செல். நீ செல்லவேண்டிய திசை எதுவென்று உனக்கு நான் கூறுகிறேன்."

"தனிமையில் இருக்கின்றாயா? ஏன் இங்கு வேறு யாரும் இல்லையா?"

"இருக்கிறார்கள். ஆனால், இப்போது இங்கு இல்லை."

"உன் கணவன்?"

"அனைத்தும் கூறுகிறேன் நீ என்னுடன் இருப்பாய் எனில்?"

"நீ தனிமையில் இருக்கிறாய் என்று அறிந்த பிறகு உன்னைவிட்டு நான் செல்வது என்பது துரோகம். என் தோழி, நான் வருவேன் எனக் காத்திருக்கவாவது ஒரு எண்ணம் இருக்கும். அவ்வெண்ணமே ஒரு பெரிய துணையாகும். ஆனால், உனக்கு அப்படியொரு எண்ணத்தை அளிப்பதாக அளித்து அதனைப் பறித்துக்கொள்வது நம்பிக்கைத் துரோகம். அதனை ஒருபோதும் என் மனம் செய்யத் துணியாது" என்று கோதை கூறியதும், "இப்பொழுது எனக்கு ஏனோ மிகவும் ஆனந்தமாய் இருக்கிறது. வாருங்கள். குடிசைக்குள் செல்வோம்."

மூவரும் குடிசையில் நுழைந்து அமர்ந்தார்கள்.

குழந்தைக்கு முதல்முறையாகப் பால் கொடுத்தாள் காந்தாள்.

குழந்தை பசியாறி உறக்கத்தில் மூழ்கியபின். தான் தாயாகிவிட்ட நிலையை உணர்ந்த காந்தள், தன் பசி மறந்து மகிழ்ச்சியடைந்தாள். தாய் - மகன் இருவருக்கும் நடந்த மௌன சம்பாஷனையைக் கண்டு மகிழ்ச்சியடைந்தாள் பூங்கோதை.

அமைதி குடிகொண்டிருந்த இடத்தில் பூங்கோதை, "உன் கணவன் எங்கே?" என்று கேள்வி எழுப்பினாள்.

"இந்நேரம் வந்துகொண்டு இருப்பார்"

"எங்கிருந்து?"

"ஆரிமலையிலிருந்து"

"ஆரிமலையிலிருந்தா! எதற்காக அங்கு அவ்வளவு உயரமான இடத்திற்குச் செல்லவேண்டும்?"

"நான் மயக்கத்தில் இருந்தபோது நீங்கள் எனக்குத் தண்ணீர் கொண்டுவந்து கொடுத்தீர்கள் அல்லவா, அத்தண்ணீர் இங்கும் வரவேண்டும் என்பதற்காகத்தான். இதோ குடிசைக்கு அருகில் ஓடும் ஓடையிலும்கூட அதே நீர்தான் ஓடுகிறது."

"அங்கு சென்றால் தண்ணீர் எப்படி எங்கும் வரும்? எனக்குப் புரியவில்லையே?"

"அங்கிருந்து நீர் பிரியும் பாதை ஒன்றில் பாறை உருண்டுவந்து அடைத்துக்கொண்டுவிட்டது. அதனை அகற்றினால்தான் அருவியில் கொட்டும் நீர் இப்பகுதியை வந்தடையும். அதனை அகற்றவே அனைவரும் சென்றிருக்கிறார்கள். நீங்கள் தண்ணீர் கொடுத்ததும்தான் உணர்ந்தேன், அவர்கள் திரும்பியிருப்பார்கள் என்று. அதனைக் குறிப்பிட்டுத்தான் வந்துகொண்டிருப்பார்கள் என்று கூறினேன்" எனக் கூறியதும் கோதை ஆச்சரியத்துடன் காந்தளைப் பார்த்தாள்.

"அவர் எந்நேரமும் இங்கு வந்துவிடக்கூடும் என்ற எண்ணத்தில்தான் செல்லியிடம் இருந்து நானும் நீங்களும் இவனைத் தூக்கிக்கொண்டு வந்தோம்" என்று காந்தள் கூறியதும் கோதையின் மனதினுள், 'செல்லி என்பவள் யார்? அவளைப் பற்றி இவள் கூறிக்கொண்டே இருக்கிறாளே? ஆனால், அங்கு யாரும் என் கண்களுக்குத் தென்படவில்லையே? அப்படி அங்கு அவள்

இருப்பாளாயின் அவள் தனியாக இருக்க நேரிடுமே? இவள் தனியாக இருக்கிறாள் என்றுதானே நாம் இங்குவந்தோம். செல்லி என்று ஒருவள் இருக்கையில் இவள் ஏன் தனியாக இருக்கிறேன் என்று கூறவேண்டும்? ஒன்றும் விளங்கவில்லையே? அவளிடமே கேட்டுவிடுவோம்.'

"காந்தள் 'செல்லி' என்று யாரையுமே நான் அங்கு பார்க்கவில்லையே? யார் அவள்? உன் தோழியா? உன் அருகில் நான் வந்து பார்த்தபோது குழந்தையும் நீயும்தானே இருந்தீர்கள். அப்படியே வேறு யாராவது இருந்தாலும் அவளை நாம் அங்கேயே விட்டுவிட்டு வந்திருப்பது நியாயமா? தனிமை மிகவும் கொடியது காந்தள். அவள் எங்கே இருக்கிறாள் என்று சொல். நான் சென்று அழைத்துவருகிறேன்" என்று பூங்கோதை கூறியதும் காந்தள் சிரித்தாள்.

"ஏன் சிரிக்கிறாய் காந்தள்? செல்லியை விட்டுவிட்டு வந்ததைப் பற்றி உனக்கு வருத்தம் இல்லையா?"

"வருத்தம்தான். ஆனால், அவளை என்னால் சமாதானப் படுத்திவிட முடியும். மேலும், அவள் தனிமையில் இருந்து என் வாழ்நாளில் நான் பார்த்ததேயில்லை. நீ இல்லை, யார் சென்று அழைத்தாலும் அவளால் வர இயலாது. அவள் எனக்கு மட்டும் தோழியல்ல தோன்றிமலையில் தோன்றிய அனைத்து உயிர்களுக்கும் அவள் தோழியாய், தாயாய், தமக்கையாய், பல பரிமாணங்களைக் கொண்டவள். அவள் தோன்றிமலையின் தெய்வம். அங்குதான் நீங்கள் என்னைப் பார்த்தீர்கள். அவள் மீதுதான் நான் சாய்ந்திருந்தேன். அவள் மடியில்தான் இவன் படுத்திருந்தான். அவளை அழைத்துவரவும் முடியாது, அவளிடம் அழைப்பை எதிர்பார்த்தும் வர முடியாது. அழையா விருந்தாளியாய்ப் போய் பார்த்துவிட்டு வாருங்கள் அள்ளி அணைத்துக்கொள்வாள்.

அவளை மரம் என்று எண்ணுபவர்களுக்கு நிழல் தருவாள். ஆனால், அவள் எங்களுள் ஒருவள் என்பதால் எங்களுக்கு எல்லாம் தருவாள். படைக்கும் கடவுளை நாங்கள் யாரும் பார்த்ததில்லை. ஆனால், பறவைகளுக்கும் ஒருசில விலங்குகளுக்கும் உணவளித்து அவற்றின் மூலம் விதைக்கும் கடவுளை நாங்கள் பார்த்திருக்கிறோம், அவள்தான் 'செல்லி'. அவளை எண்ணி நாம் கவலைப்பட வேண்டியதில்லை நம்மை எண்ணி அவள் மகிழ்ச்சியடைவாள்" என்று காந்தள் முடித்தாள்.

மறைந்த சூரியனைப் போன்றே செல்வி யாரென்ற சந்தேகம் கோதைக்கு மறைந்துபோனது. பின் இருவரும் பேசிக் கொண்டிருந்துவிட்டு உறங்கிப்போனார்கள்.

இடையிடையே எழுந்து அழுதுகொண்டிருந்தவனை அரவணைத்துக் கொஞ்சி கெஞ்சி உறங்கவைத்து உறங்கினர்.

இவையனைத்தையும் ஏதோ ஓர் வேரின் மூலம் அறிந்துகொண்டவளாய் நிலவொளியில் மெல்ல அசைந்து கொண்டிருந்தாள் செல்வி.

அவள் அருகே அம்பறாத்தூணி நீர்த்துளிகளைச் சுமந்து கிடந்தது.

◎

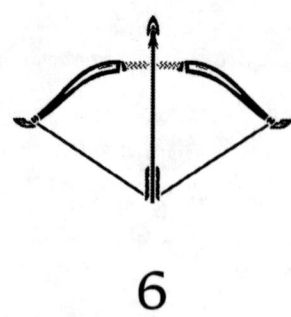

6

கதிரவன் கண்விழித்து சோம்பல் முறித்துக்கொண்டிருந்தான். அவனுக்கு இணையாக பறவைகளும் சோம்பல் முறித்துக் காற்றின் ஊடே பறந்து விளையாடிக்கொண்டிருக்க, எப்பொழுதும்போல் எறும்புகள் உணவு சேகரிப்பதில் மும்முரமாக ஈடுபட்டுக் கொண்டிருந்தன. எல்லோருக்கும் பயன்பட்டும் எவ்வித ஆர்ப்பரிப்புமின்றி ஓடை ஓடிக்கொண்டிருந்தது.

அவ்வோடையின் அருகே இருந்த குடிசைக்கு வெளியே அவசரத்துடனும் பரபரப்புடனும் பூங்கோதை நின்றுகொண்டிருக்க அவள் எதிரே கையில் குழந்தையுடன் காந்தள், "அவசியம் நீங்கள் செல்லத்தான் வேண்டுமா? இன்னும் சற்றுநேரம் காத்திருக்கக் கூடாதா? என் கணவன் வந்து கேட்டால் நான் என்ன பதில் கூறுவேன்?"

"ஏன் இப்படியெல்லாம் கூறுகிறாய்? அவசியம் நான் அவசரமாகச் செல்லத்தான் வேண்டும். இன்றில்லை எனில் என்றாவது ஒருநாள் கட்டாயம் உன்னைத்தேடி நான் வருவேன். உன்னைப்போலவே என் தோழியும் தவியாய்த் தவித்துக் கொண்டிருப்பாள். நீ உன் கணவனுக்காகத் தவித்துக் கொண்டிருக்கிறாய். என் தோழி எனக்காக நிச்சயம் தவித்துக் கொண்டிருப்பாள்" எனக் கோதை கூற காந்தள் சற்று அமைதியாய் இருந்துவிட்டு, "என் புதல்வனை ஏந்திய கரங்கள் எங்கே? என்று என் கணவன் கேட்டால் நான் என்ன பதில் கூறுவது?"

"அவ்வாறு உன் கணவன் கேட்டால் அவை, வெளிமான்மலையில் உள்ள பூங்கோதையின் கரங்கள் என்றும்

அவை எப்போதும் அங்குதான் இருக்குமென்றும் கூறு. மேலும், உன் புதல்வனின் தந்தையிடம் நன்றி தெரிவித்தேன் எனக் கட்டாயம் கூறு."

"அவர் அல்லவா தங்களுக்கு நன்றி செலுத்த வேண்டும். நீங்கள் ஏன் நன்றி செலுத்துகிறீர்கள்?"

"வெளிமான்மலையில் கடந்த ஒருசில காலங்களாக ஓடை வறண்டு போயிருந்த காரணத்தால், தாவரங்கள் வாடி வதங்கிபோயிருந்தன. அதன்பொருட்டே, நான் ஒருசில மூலிகை இலைகளைப் பறித்துக்கொண்டு செல்வதற்காக தோன்றிமலைக்கு வந்தேன். வந்தடைந்த சிறிது நேரத்துக்கெல்லாம் இங்கும் ஓடையில் நீரற்றுக் கிடப்பது தெரிந்தது. ஆனால், வெளிமான்மலையுடன் ஒப்பிடும்பொழுது தோன்றிமலையின் வறட்சி குறைவுதான். அதன் பொருட்டு மனதில் ஒருவித நம்பிக்கையுடன் மூலிகை இலைகளைத் தேடிச்சென்று பறித்துவந்தேன். வரும் சமயத்தில் ஓடையில் மெல்லமெல்ல நீர் பெருகத்தொடங்கியது. முதலில் காய்ந்து காணப்பட்ட ஓடை மெல்லமெல்ல மண்ணின் வாசனையோடு செழிக்கத் தொடங்கியதைக் கண்டு மகிழ்ந்தேன்.

யாரிடமும் சொல்லிக்கொள்ளாமல் அதிகாலையிலே கிளம்பிவந்து மாலைக்குள் திரும்பிவிடலாம் என்று எண்ணியிருந்தேன். ஆனால், ஓடையில் முட்களும், கற்களும், கட்டைகளும் வேகமாக அலைமோதி சென்றுகொண்டிருந்ததன் காரணமாக வேறு பாதை ஏதேனும் தென்படுகிறதா என்று தேடிக்கொண்டு வந்த பொழுதுதான், நீ மயக்கமுற்று இருப்பதைக் கண்டேன். அதன்பின் என் கையில் வைத்திருந்த மூலிகை இலைகளையும் மாலைக்குள் திரும்பிவிட முடியும் என்ற எண்ணத்தையும் கைவிட்டேன். இப்போது நான் உன் கணவருக்கு நன்றி செலுத்தக் காரணம், வறண்டுபோன ஓடையின் வாழ்வை செழிக்க வைத்ததற்காகவும், அதைக்கொண்டு செழிக்கவிருக்கும் தாவரங்களுக்காகவும் என் நன்றியைத் தெரிவிக்கிறேன்."

"இந்நன்றியை ஒருநாளும் தோன்றிமலைவாழ் மக்கள் ஏற்றுக் கொள்ளமாட்டார்கள். ஆரிமலை அளிக்கும் இவ்வமிழ்தத்தை ஒரு சிறு பாறை தடுத்து நிறுத்திவிடுமேயானால் இயற்கையின் பிள்ளைகளாகிய யாவரும் அதனைத் தகர்த்து எறியவே முயற்சிப்பர். இயற்கைத்தாய் அளித்த வளத்தை செல்லித்தாய் பிள்ளைகள் என்றும் காத்துக்கொண்டுதானிருப்போம். இதற்கு 'நன்றி' என்னும்

மூன்றெழுத்து சொல் பிறரால் அளிக்கப்படுமேயானால் அதனை செல்லி மக்கள் ஒருபோதும் ஏற்றுக்கொள்ளமாட்டோம்."

"நீங்கள் ஏற்றுக்கொண்டாலும் ஏற்றுக்கொள்ளாவிட்டாலும் நன்றி செலுத்துவது மனித இயல்பு. மேலும், காலம் கடந்துகொண்டே இருக்கிறது. இப்பொழுது நான் கிளம்பினால்கூட எப்பொழுது நான் என் குடிசையை அடைவேன் எனத் தெரியாது. ஆகையால் எனக்கு விடையளித்து அனுப்பி வைப்பாயாக."

"என் மகனையும் என்னையும் பிரிந்து செல்வது தங்களுக்கு மகிழ்ச்சி அளிக்கும் எனில் போய்வாருங்கள்."

"அவன் என் மகனும்கூட, அவனை மீண்டும் காண நிச்சயம் வருவேன். நான் உங்களைத் தற்சமயம் பிரிந்து சென்றாலும் என் மனம் எனும் ஓடையின் கரையில் நீங்கள் இருவரும் அமர்ந்து கொண்டுதான் இருப்பீர்கள்" எனக்கூறி பிரிய மனமின்றி பிரிந்து சென்றாள் கோதை.

◎

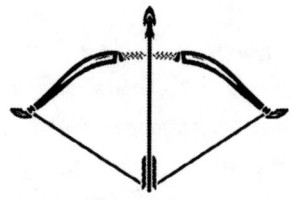

7

"என்ன உசிதன் அவர்களே, அமைதியாய் வருகிறீர்கள்?" என்று காந்தளின் கணவன் இளங்கீரன், தன் அருகில் மௌனமாய் வந்துகொண்டிருந்த உசிதனிடம் கேள்வி எழுப்பினார்.

"அமைதியாய் வருகிறேனா? மகிழ்ச்சி வெள்ளத்தில் தவழ்ந்து கொண்டல்லவா வருகிறேன்."

"வாயை மூடும். வெள்ளம் எடுத்தால், நாம் பாடுபட்டு செய்த வேலைக்கு நாம் பாடாய்பட வேண்டிவரும்" என்று அவர்கள் அருகில் வந்த மலையன் தெரிவிக்க அங்கிருந்த அனைவரும் சிரித்தார்கள்.

மிகவும் மகிழ்ச்சியுடனேயே அனைவரும் தோன்றிமலையினை நோக்கிச் சென்றுகொண்டிருந்தார்கள்.

இளங்கீரன் முகத்தில் மகிழ்ச்சியின் சாயல் இருந்தாலும், அவரது மனம் காந்தளை எண்ணிக்கொண்டிருந்தது. இருப்பினும் அருகில் வந்துகொண்டிருப்பவர்களின் சம்பாஷணையின் காரணமாக அவரது எண்ணம் கண்கள் காணும் காட்சிகளைப்போல் மாறிக்கொண்டேயிருந்தது.

பலரும் பலவிதமான சம்பாஷணைகளில் ஈடுபட்டுக்கொண்டு, ஒவ்வொரு தலைப்பாக மாறிமாறிக் கடைசியில் இளங்கீரனின் பிள்ளையின் தலைப்பிற்கு வந்தார்கள். அப்போது கூட்டத்தில் இருந்து ஒரு குரல், "ஆண் சிங்கம் பிறக்குமா? அல்ல பெண் மயில்

பிறக்குமா? ஒருவேளை பிறந்திருந்தாலும் ஆச்சரியப் படுவதிற்கில்லை."

"ஆண்புலிதான் பிறக்கும். புலிக்கு" எனப் பலரும் பலவிதமாக ஒரே நேரத்தில் கூறியதும் இளங்கீரனின் மனம் ஆனந்தத்தின் எல்லையை அடைந்தது. ஆனால், மனதின் ஓர் இடத்தில் 'பிள்ளை பிறந்திருக்குமோ? அய்யோ! அப்படிப் பிறந்திருக்கமேயானால், அவ்வேளையில் அவள் அருகில் நாம் இல்லாமல் போய்விட்டோமே. அவள் மனம் அதை எண்ணி எப்படிப் பாடுபட்டிருக்கும். இருப்பினும் அவளை நாம் சமாதானப்படுத்தித்தான் ஆக வேண்டும்' என இளங்கீரனின் மனம் சிந்தித்துக்கொண்டிருக்க, அவருடன் வந்த கூட்டத்தில் பலரும் 'ஆண் பிள்ளையா? பெண் பிள்ளையா?' என்று வாக்குவாதத்தில் ஈடுபட்டனர்.

அதிலும் 'ஆண்புலியா? பெண்மயிலா?' என்று குரல் கேட்டதும் அமைதியுடன் வந்துகொண்டிருந்த மலையன் கூட்டத்தினரைப் பார்த்து "ஆண்புலியா அல்லது பெண்புலியா என்று குறிப்பிடுங்கள். ஒருபோதும் புலிக்குப் பிறந்தது பூனையாகாது" என்றுகூறி நிறுத்தியதும் அனைவரும் ஆராவரித்தனர்.

பின், ஓய்வு எடுப்பதற்காக அனைவரும் நீரோடையின் ஓரமாக அமர்ந்து பழங்களையும் காய்கறிகளையும் பறித்துத் தின்றுகொண்டிருந்தனர். கூட்டத்தினரைவிட்டு இளங்கீரன், மலையன், உசிதன், நவிரன் நால்வர் மட்டும் சற்று விலகி ஒரு புங்கைமர நிழலில் அமர்ந்திருந்தனர்.

மலையன், "'பாறையைத் தகர்த்து, ஓடையில் நீர் ஓடத்தொடங்கிவிட்டது. இனிவரும் காலங்களிலாவது செழுமை செழித்து ஓங்கட்டும்."

"இனிவரும் காலங்களில் என்று ஏன் குறிப்படுகிறீர்கள்? இக்கணம் முதலே செழிக்கத் தொடங்கட்டும்" என்று உசிதன் கூறினார்.

"இனிவரும் காலம் என்பது இனிவரும் கணங்களையும் சேர்த்துத்தான் குறிப்பிடுகிறது."

"போதும். அனைவரும் இனிவரும் காலத்தை நோக்கி காத்திருக்காமல் இக்கணம் முதலே செயல்படுதல் நல்லது" என்று தோன்றிமலையின் வைத்தியரான நவிரன் கூறினார்.

"எதற்கு நாம் செயல்பட வேண்டும்?" என்று உசிதன் கேள்வி எழுப்பினார்.

"இன்னும் சில காலங்களில் மழைக்காலம் தொடங்கவுள்ளது. அதற்கு நாம் இப்பொழுதே செயல்பட்டு நமது குடிசைகளையும் உணவுப்பொருள்களையும் தயார்படுத்திக்கொள்ள வேண்டும். அதுமட்டுமல்லாமல் சேகரித்து வைத்திருக்கும் மூலிகை விதைகளையும் விதைத்துவிட வேண்டும். மழைக்காலத்தில் யார் யாருக்கு எவ்வித உடல்நிலை குறை ஏற்படும் என்பதைச் சொல்லமுடியாதல்லவா?" என்று நவிரன் குறிப்பிட்டுக் கூறினார்.

அதற்கு இளங்கீரன், "எப்பேர்பட்ட நோயாயினும் தாங்கள் இருக்கும்பட்சத்தில் கவலைக்கு என்ன வேலை?" என்று பெருமிதம் ததும்பும் குரலில் கூறினார்.

நவிரன், "இப்போது இப்படிச் சொல்பவர்களில் பலரும் நோய்வாய்ப்பட்டவுடன்... என்னிடம், 'உங்களால் என்னைக் காப்பாற்றிவிட முடியுமா?' என்று உயிர்மீது ஆசை வந்து கேள்வி கேட்கத் தொடங்கிவிடுகிறார்கள்" என்று மலையன் முகத்தைப் பார்த்தும் பாராததுமாய்க் கூறினார்.

ஆம், முன்பு மலையன் நோய்வாய்பட்டிருந்த போது இப்படிப்பட்ட கேள்விகளைக் கேட்டு நவிரனை ஒரு வழியாக்கிவிட்டார். அதுமட்டுமல்லாமல் தோன்றிமலையில் பிறந்த குழந்தைகளுக்கு வேட்டையாடவும் காட்டினை அறிந்துகொள்ளவும் பயிற்சியளிப்பது மலையன்தான். அப்படிப் பயற்சியளிக்கும்போது, பலருக்குக் காயங்களும் கை கால்களில் முறிவும் ஏற்படும். அதனைச் சரி செய்ய நவிரனிடம் அழைத்துச்சென்று வெகுசீக்கிரம் குணமாக்கும்படி கட்டளையிட்டு நவிரனைக் கோபமுறச் செய்து, அதில் சிறு மகிழ்ச்சி அடைவதை வழக்கமாகக் கொண்டிருந்தமையால், நவிரன் மலையனிடம் அவ்வாறு நகைக்கும் தொனியில் பதிலளித்தார்.

அதற்கு மறுமொழி எதுவும் கூறாமல் பேச்சைத் திசைமாற்றினார் மலையன். "இளங்கீரா, எனக்கு உன் குழந்தையை எப்போது பார்க்கப் போகிறோம் என்ற ஆசை உண்டாகி என்னைப் படுத்தி எடுக்கிறது. ஆனால், நாம் இங்கு உட்கார்ந்து வீணாக பொழுதைக் கழித்துக்கொண்டிருக்கிறோம்" என்று கூறியதும், இளங்கீரன் அனைவரிடமும் புறப்படும்படி சமிக்ஞை செய்து எழுந்தார். பின் குடிசையை நோக்கி அனைவரும் புறப்பட்டார்கள்.

நவிரன் மனதினுள் 'இளங்கீரன் குழந்தையை இவனுக்குப் பார்க்க ஆவல் உண்டாயிற்றாம். இவனுக்கு 'மலையன்' என்று பெயர் வைத்ததிற்குப் பதில் 'மடையன்' என்று வைத்திருக்கலாம். மனைவியைப் பார்க்கவேண்டும் என்ற ஆர்வத்தில் அனைவரின் ஓய்வையும் களைத்துவிட்டானே. இருக்கட்டும் ஏதேனும் உடலில் கோளாறு என்று வருவானல்லவா அப்போது கவனித்துக் கொள்கிறேன்' என்று எண்ணியபடியே தன் வேலினைத் தரையில் குத்திக்குத்தி நடந்து வந்தார்.

அடங்கா ஆவலுடன் விரைவாகச் சென்றுகொண்டிருந்தார் இளங்கீரன்.

அவ்வப்போது நவிரனைப் பார்த்து நகைத்துக்கொண்டே வந்தார் மலையன்.

◉

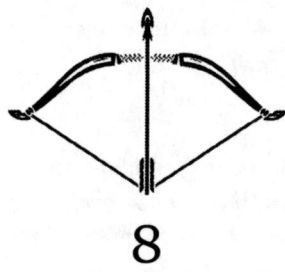

8

பூங்கோதை விடைபெற்றுச் சென்றபின் அவளுக்கு வழிசொல்லி வழியனுப்பியதைப் பற்றியே எண்ணிக்கொண்டிருந்தாள் காந்தள்.

கோதை சென்ற பின்பும், வாசலில் அவள் சென்ற திசையையே பார்த்தவாறு கையில் குழந்தையுடன் நின்றுகொண்டிருந்த காந்தளின் செவிகளுக்குத் தன் மகனின் அழுகுரல் கேட்க, அனைத்தையும் மறந்தவளாய் அள்ளி அணைத்து அவனுக்கு முத்தம் கொடுத்துப் பசியாறத் தனது மார்பினை அளித்தாள்.

பின் அவள் மனதில், 'ஏன் எனக்கு பூங்கோதையின் மீது அளவிட முடியா அன்பு உருவானது? அவளை எனக்கு முன்பின்கூட தெரியாது. இருப்பினும் எதற்காக என் மனம் அவளைத் தோழியாக எண்ணியது. அவளுடன் இருக்குமாறு ஏன் என்னை ஏங்க வைத்தது? அவளைப் பிரியும்போது ஏன் ஏதோ பல காலமாகப் பழகிய ஒருவரைப் பிரிவது போன்ற ஏக்கம் உண்டாயிற்று?' என எண்ணிக்கொண்டிருக்க திடீரென்று அவள் மனதில் இதற்கு நேர்மாறாக எண்ணங்கள் உதயமாகின, 'இது என்ன தோழியாகவோ தோழனாகவோ இருப்பதற்கு அவகாசமோ அத்தியாவசியமோ ஒன்றும் தேவைப்படுவதில்லை. மனதுதான் அனைத்துக்கும் காரணம். ஒருவளைத் தோழியாய்க் கொள்வதற்கோ அல்லது எண்ணுவதற்கோ எவ்விதத் தகுதியும் காரணமும் தேவையில்லை. அவளிடம் ஏதோ ஓர் ஈர்ப்புவிசை என்னை அவள்பால் ஈர்த்துக்கொண்டே இருக்கிறது. மேலும், பிறந்து கறைபடிந்து கிடந்த என் புதல்வனை என்னால் தூய்மைப்படுத்த முடியாமல் போனபோது தோன்றிய கரங்கள், மயக்கத்தில் மூர்ச்சையடைந்திருந்து நீரைத் தேடிக்கொண்டிருந்த என் உடலுக்கு உயிர் ஊட்டியவள். அவளைத் தோழியாய் நினைப்பதைவிட என் மகனுக்கு மறு-தாயாய் நினைப்பதே சரி' என்று எண்ணற்ற, ஒன்றுக்கொன்று தொடர்பில்லாத

சிந்தனைகளை எல்லாம் சிந்தித்துக்கொண்டே மடியில் ஒருவித மயக்கத்தில் இருக்கும் மகனின் முகத்தைப் பார்த்து மலர்ந்துகொண்டிருந்தாள்.

❋

இளங்கீரன் தன்னுடன் வரும் எவரையும் பொருட்படுத்தாமல் ஒருவித பரபரப்புடன் வேகமாக குடிசையை நோக்கி விரைந்து கொண்டிருந்தான். இளங்கீரன் விரைந்து சென்று கொண்டிருப்பதைப் பார்த்துக்கொண்டே பின்னே வந்த உசிதன் தன் முன்னால் சென்றுகொண்டிருந்த மலையனிடம், “இவ்வளவு விரைவாகவும் பரபரப்புடனும் செல்லவேண்டிய சூழல் உண்டாகலாம் என்று எண்ணியதால்தானே இவரை வரவேண்டாம் என்று மறுத்தோம். சொல்வதைக் கேட்டிருந்தால் இப்போது இவ்வளவு பரபரப்புடன் செல்ல வேண்டியதில்லை அல்லவா?” என்று தன் முன்யோசனையை எண்ணிப் பெருமைகொண்டார் உசிதன்.

“இளங்கீரனை அழைத்துச் செல்லவில்லை என்றால் நாம் திரும்புவதற்கு குறைந்தது இரண்டு நாட்களாவது ஆகியிருக்கும். இப்போதும் பாருங்கள் அவன் நமக்கு முன்பாகச் சென்றுகொண்டிருக்கிறான். நாம் அவனுக்குப் பின்னே சென்று கொண்டிருக்கிறோம். யோசனையை யார் வேண்டுமானாலும் கூறலாம். திறமை உள்ளவர்களே அதனைச் சிறப்பாகச் செய்து முடிப்பர். உன்னோடு பேசிக்கொண்டிருந்தால் நானும் பின்தங்கிவிடுவேன். நீ உன் அருகில் அசைந்து வந்து கொண்டிருக்கும். அம்முதியவரோடு சேர்ந்துகொள், அவர்தான் உனக்கு ஏற்றவர்” என்று நவிரனைக் குறிப்பிட்டுச் சொல்லி இரண்டடி முன்னே சென்றார் மலையன்.

நவிரன் கடுகடுத்த முகத்துடன் மலையனைப் பார்த்துவிட்டு அருகில் அமைதியாக ஓடிக்கொண்டிருக்கும் ஓடையைப் பார்த்தார்.

பின் உசிதனிடம், “ஓடையைப்போல் சீராக ஓடவேண்டும். இல்லையேல் உடைப்பு எடுத்து அல்லோல்லகல்லோலப்பட வேண்டியதுதான்” என்று மலையனின் காதில் விழும்படி கூறினார்.

இதனைக் கேட்டுவிட்டு மலையன் நடையை நிறுத்தாமலே “பாதை சீராக இருப்பின் ஓட்டம் எப்படியிருந்தால் என்ன. செல்லும் வழி சிறப்பாக இருப்பின் சீறிப் பாய வேண்டியதுதானே” என்று மலையன் கூறி முடித்ததும் உசிதனும் நவிரனும் நின்றுபோனார்கள். அவர்கள் அருகே ஓடை ஓடிக்கொண்டிருந்தது.

◎

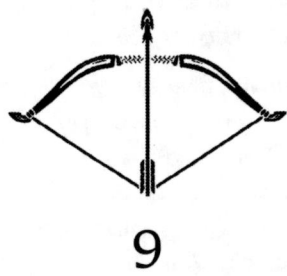

9

குடிசையை நெருங்கநெருங்க இளங்கீரனின் மனதில் படபடப்பு அதிகரிக்கத் தொடங்கியது.

கோதை சென்றதை எண்ணி சோர்ந்துபோயிருந்தாள் காந்தள். ஆனால், மனதின் ஓர் எல்லையில் கீரனின் முகம் அவ்வப்போது வந்துபோய்க்கொண்டிருந்தது.

குடிசையின் வாசலை அடைந்தான் இளங்கீரன்.

அவனது உடலில் சொல்லமுடியாத ஒருவித பதட்டம் ஏற்பட்டு உள்ளே நுழைந்தான். மடியில் குழந்தையுடன் அமர்ந்திருந்த காந்தளைக் கண்டதும் இளங்கீரன் எல்லையற்ற மகிழ்ச்சி அடைந்தான். இருப்பினும் மனதில் பதட்டம் குறையவில்லை.

காந்தளின் கரங்கள் ஏந்தியிருந்த குழந்தையை இளங்கீரனின் கரங்கள் ஏந்தின. ஏந்திய கணம் இளங்கீரனின் உடல் சிலிர்த்து மனம் களிப்படைந்தது. அதன்பின் மலையன், உசிதன், நவிரன் அனைவரும் குடிசையை அடைந்தனர்.

பின், ஒவ்வொரு கரங்களிலும் தவழ்ந்துகொண்டிருந்தான் ஒரு நாளினை வயதாகக் கொண்டவன். மலையன் மகிழ்ச்சியில், “ஆகா ஆண் மயில் அல்லவா பிறந்திருக்கிறது” எனக் கூறியது அனைவரின் மனதிலும் ‘புலி எனக் குறிப்படுங்கள்’ என்றுகூறிய மலையனின் வாயிலிருந்தே மயில் என வந்துவிட்டதே என்று எண்ணினர்.

“எங்களைப் புலி எனக் குறிப்பிடும்படி சொல்லிவிட்டு நீங்கள் மயில் எனக் குறிப்பிடுவது என்ன நியாயம்? புலிக்குப் பிறந்தது எப்படி மயிலாகும்?” என்றான் உசிதன்.

“புலிக்கும் மயிலுக்கும் பெரிதொன்றும் வித்தியாசம் இல்லையே” என்றார் மலையன்.

“புலியால்தான் வேட்டையாட முடியும். மயிலினால் ஆடத்தானே முடியும்” என்றார் உசிதன்.

“புலியோ ‘மான்’, ‘குதிரை’ போன்ற விலங்குகளை வேட்டையாடும். மயில் எவ்வுயிரனம் தனது பசிக்குப் போதுமானதாக இருக்கிறதோ அவ்வுயிரினை உணவாக உட்கொள்ளும். ஆகையினால்தான் புலியின் தோற்றத்தையுடைய மயிலின் மனதினையொத்த இளங்கீரனைப் போன்றே இவனும் இவ்வனத்தில் உலாவ வேண்டும்” என மலையன் கூறிய வார்த்தைகளால் வாயடைத்துப் போனார் உசிதன்.

“செய்த தவறை மறைக்க மிகவும் அற்புதமாக மயில், புலி எனக் கூறாதீர்கள் மலையனே. மயில் புலியைவிட வலிமை குன்றியதே, வீரத்தில் புலியே சிறந்தது” என நவிரன் கூற,

“இவ்வளவு நேரம் உறக்கத்தில்தானே இருந்தீர். இப்போது எப்படி விழித்தீர். புலி உங்களைக் கீறிவிட்டதா? வீரத்தில் சிறந்திருந்தாலும் தனது தேவைக்கேற்ப வேட்டையாட வேண்டுமென்றுதான் மயில் எனக் குறிப்பிட்டேன். புலியாகக் கொண்டால், மற்ற உயிர்களின் சேதம் இவ்வுயிர்க்கு எப்படித் தெரியும்? புலியின் வீரத்தினைக் கொண்டு மயிலின் மனதை உடையவனாய் இருக்க வேண்டும்” என்றுகூறி பல கரங்களில் தவழ்ந்து மீண்டும் தன்னை ஈன்ற கரத்தினிடம் இருந்தவனைத் தன் கரத்தால் ஈர்த்துக்கொண்ட மலையன், “செல்லியின் விழுதுகள் பெருகிக்கொண்டே இருக்கட்டும். செல்லியின் மடியிலே வைத்து இவனுக்கானப் பெயரைச் சூட்டுவோம்” என்றார்.

“முதலில் உடலில் கொஞ்சம் தெம்பைக் கூட்டுவோம். பின் பெயரைச் சூட்டுவோம்” என்றார் நவிரன்.

“அப்படியே ஆகட்டும் நாளை காலையே செல்லியிடம் செல்வோம்” என்றார் இளங்கீரன்.

“இன்றோ நாளையோ என்று தன் நாட்களை எண்ணிக்கொண்டிருக்கும் முதியவர்களை வைத்துக்கொண்டு இப்போது நாம் செல்லியைச் சந்திப்பது கடினம்தான். ஆகையால் நாளையே செல்லியிடம் செல்வோம்” என்று மலையன் நவிரனை நகைத்துக் கூறிக்கொண்டிருக்கையில் ஓடையில் நீரை வரவேற்று வணங்கிவரச் சென்ற பெண்கள் குடிசையை அடைந்தனர்.

பின் மீண்டும் பல கரங்களில் பலர் அரவணைப்பினில் தவழ்ந்துகொண்டிருந்தான்; ஒரு நாளினை வயதாகக் கொண்டவன்.

◎

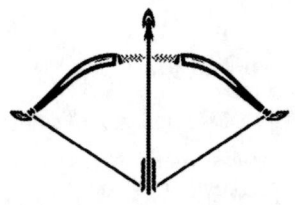

10

பொழுது புலர்ந்தது.

விடியலை வரவேற்றுப் பல கீதங்கள் காற்றில் கலந்து உலாவிக்கொண்டிருந்தது. நேரம் செல்லச்செல்ல கதிரவன் தன் ஒளிக்கிளைகளை விரிக்கத் தொடங்கினான். இயற்கை அழகினை மூடியிருந்த இருளை விலக்கி அதன் அழகை ரசிக்கச் செய்தான். 'இருளின் அழகினை அறியாதவனே' என்று கூறிக்கொண்டே மெல்ல மறைந்தது நிலவு.

நிலவு சென்றபின் அனைவரும் செல்லியிடம் சென்றார்கள். அவள்மடி அவளின் பிள்ளைகளால் நிறைந்து காணப்பட்டது. தன் மக்களைக் கண்டு நீரை அடைந்த வேராய் மகிழ்ச்சியடைந்தாள் செல்லி.

காந்தளின் மகனைச் செல்லியின் மடியில் கிடத்தி மண்ணினால் திலகமிட்டுக் கைகூப்பிச் செல்லியை வணங்கினர். வணங்கிவிட்டு விழித்ததும் காந்தளின் கண்களில் தாகம் தணித்த அம்பறாத்தூணி தென்பட்டது. அதன்மேல் பனியின் படலம் படர்ந்திருந்தது. அனைவரும் அவ்வம்பறாத்தூணியை விட்டு விலகி நின்றுகொண்டிருப்பது காந்தளின் மனதில் ஏதோ ஒருவிதமான உணர்ச்சியை உண்டுபண்ணியது. அதன் விளைவாக, அனைவரும் செல்லியைப் பார்த்தவண்ணம் நின்றுகொண்டிருக்க, காந்தள் அவள் கண்ணெதிரே கிடந்த அம்பறாத்தூணியை எடுத்துவந்து தன் கையில் வைத்துக்கொண்டாள். இதனைப் பார்த்த இளங்கீரன், "ஏன் இதை எடுத்துக்கொண்டு வந்தாய்?"

"இது எங்கள் தாகத்தைத் தணித்து உயிரை நீட்டித்தது."

"எப்போது?"

"என் மகனை ஈன்றபோது..."

அப்போதுதான் இளங்கீரனுக்குத் தோன்றியது 'மகனைக் கண்ட மகிழ்ச்சியில் மற்ற எல்லாவற்றையும் மறந்துவிட்டோமே.' அதன்பின் அவனது மனதில் ஓர் பெருங்குற்றவுணர்ச்சி உதித்து உலாவத் தொடங்கியது. அதை உணர்ந்த காந்தள் எவ்வித உணர்ச்சியையும் வெளிக்காட்டாமல் மௌனமாய் நின்றாள்.

மலையன் காந்தளின் அருகில் வந்து, "தங்கள் அனுமதி வேண்டுமே?" என்று கேட்க காந்தள் ஒன்றும் புரியாதவளாய் "என்னிடம் நீங்கள் அனுமதி கேட்பதற்கு என்ன இருக்கிறது?" என்றாள்.

"உன் மகனுக்குப் பெயரைச் சூட்டுவதற்கு" என்று மலையன் கேட்க... யோசிக்காமல், "அவன் என் மகன் அல்ல செல்லியின் மகன். அவள்தான் அவனை ஈன்றவள். அவளிடம் அனுமதி பெற்றுக்கொள்ளுங்கள். மேலும் அவளின் மடியிலேயே பிறந்தவன் என்பதால் அவளது அனுமதியும் இங்கு அவசியமில்லாமல் போகிறது" எனக்கூறி மலையனின் மனதில் இருந்த தடையைத் தகர்த்தாள்.

பின் அனைவருக்கும் கேட்கும்படி மலையன் கூறியதாவது: "செல்லியின் மடியில் கிடக்கும் இவனுக்கு வரும் காலத்தில் ஏற்ற கலையினை நன்முறையில் கற்பித்து சிறந்த மனிதனாக்குவது என் பொறுப்பு. மயிலின் மனதையும் புலியின் வீரத்தையும் கொண்டு விளங்கவேண்டும் என்றுகூறக் காரணம் அன்பும் வீரமும் ஒருவனை நல்ல மனிதனாக்கும் என்ற நோக்கம் மட்டுமே. அன்பும் வீரமும் கொண்டு இவனுக்கான கலையில் கற்றுத்தேர செல்லியின் உத்தரவோடு இன்றுமுதல் 'ஏகலைவன்' என்று அழைக்கப்படுவான்" என்று மலையன் முடித்ததும் பெண்கள் குரலில் இருந்து குழவை ஓசை பெருகியது.

பின் செல்லியின் மடியில் இருந்து ஏகலைவனைத் தூக்கி காந்தளிடம் கொடுத்தார் மலையன். அவள் தன் கையில் வைத்திருந்த அம்பறாத்தூணியைத் தோளிலே மாட்டிக்கொண்டு ஏகலைவனை ஏந்திக் குடிசையை நோக்கி நடக்கலானாள்.

குற்றம் குடிகொண்ட மனதினைக்கொண்டே இளங்கீரனும் குடிசையை நோக்கி நடந்தான். குடிசையை அடைவதற்குள் இளங்கீரனின் மனதினுள் பலவிதமான சிந்தனைகள் தோன்றி அவனின் இன்பத்தைக் குழைத்தன.

"காந்தள் குடிசையில் தனியாக இருந்திருக்கிறாள். ஏன் ஒருவரும் இவளுடன் இருக்கவில்லை? பிள்ளை பெறும்போது துணையாக எவரேனும் இருப்பது அவசியம்தானே?

அப்படியிருக்க ஏன் இவளுடன் யாரும் இருக்கவில்லை? துணைவன் நானும் இருக்கவில்லை, துணையாகவும் யாரும் இருக்கவில்லை? அம்பறாத்தூணியைப் பற்றிக் கேட்டபோது தாகம் தணித்து உயிரை நீட்டித்தது என்று கூறுகிறாள்? அதெப்படி செல்லியிருக்குமிடத்தில் கிடந்தது? அவளிடமே கேட்டுவிடுவோம்' என முடிவு செய்தவனாய்க் குடிசையினுள் நுழைந்தான்.

காந்தள் தன்தோளில் மாட்டிக்கொண்டு வந்திருந்த அம்பறாத்தூணியைக் குடிசை மூங்கிலில் தொங்க விட்டுவிட்டு ஏகலைவனைத் தோளில் போட்டுக்கொண்டு அங்கும் இங்கும் நடந்துகொண்டிருந்தாள். எப்போதாவது நடையை நிறுத்தினால், ஏகலைவன் தன் கூக்குரலினால் கூச்சலிட்டு அவளை மேலும் நடக்க வற்புறுத்தினான்.

இளங்கீரன் நுழைந்ததை அறிந்த காந்தள் ஒருவிதத் தயக்கத்துடன் அவரைப் பார்த்துவிட்டு நின்றாள். ஏகலைவன் கூக்குரலிட, செல்ல மொழிகளைப் பொழிந்து மேலும் நடக்கலானாள்.

இளங்கீரன், "என்ன நடந்தது?" என்று தொங்கிக்கொண்டிருந்த அம்பாத்தூணியைப் பார்த்த வண்ணம் கேட்டார்.

குரல் வந்ததும் நடையை நிறுத்தி அமைதியாக இளங்கீரனைப் பார்த்துவிட்டு மேலும் நடந்தாள்.

"எங்கு? இங்குதான் நடந்ததா?" என்று நடந்துகொண்டிருந்த காந்தளிடம் கேட்டார் கீரன்.

"நீங்கள் என்ன கேட்கிறீர்கள் என்பது எனக்கு விளங்கவில்லையே?"

"என் மகன் எங்கு எப்போது பிறந்தான்? அவன் பிறக்கும்போது உன்னுடன் யார் இருந்தார்கள்?" என இளங்கீரன் அழுத்திக்கேட்டதும் நடைகளைத் தளர்த்தி, காந்தள் பதில் கூறினாள்.

"உடன் இருக்க வேண்டிய தாங்கள்தான் உடனே வருகிறேன் என்று கிளம்பிப் போய்விட்டீர்களே. பின், உடன் யார் இருந்தால் என்ன?"

"நான் ஏற்கெனவே மனதளவில் நொந்துபோய் இருக்கிறேன். என்னிடம் ஏன் இப்படிப் பேசுகிறாய்?"

"நீங்கள் என்னிடம், எதுவும் கேட்கவில்லையே? என்ற கவலை ஒருபுறம் இருந்தாலும் கேட்டுவிடுவீர்களோ என்ற ஐயம் ஒருபுறம் என்னை உறுத்திக்கொண்டிருந்தது" என்று அவள் கூறி முடிக்கும் முன்பே "ஏன்?" என்றான் இளங்கீரன்.

"எப்படிச் சமாளிப்பது என்று எண்ணிக்கொண்டிருந்தேன். தாங்கள் இப்படிக் கேட்க நான் என்ன செய்வது"

"......"

"அன்று இரவு நீங்கள் அனைவரும் சென்றதும் தனிமை என்றால் என்ன என்பதை உணர்ந்தேன். தோழிகள் பலர் அருகில் இருந்தும் நீங்கள் அருகில் இல்லாத இரவில், வானில் நட்சத்திரங்கள் பல இருந்தும் நிலவு இல்லாததாக இருந்தது. மறுநாள் காலையில் தோழிகளிடம் சொல்லிவிட்டு செல்லியைக் காண்பதற்காகச் சென்றேன். அங்கு சென்று அமர்ந்திருந்த சிறிது நேரத்துக்கெல்லாம் வலி எடுக்கத் தொடங்கியது. பின் இவன் பிறந்தான்" எனத் தோளில் கிடந்த ஏகலைவனின் சிரத்தைத் தடவி கூறினாள்.

"அப்போது உன்னுடன் யாரும் இருக்கவில்லையா?"

"அதை எப்படிக் கூறுவது என்றுதான் சிந்தித்துக் கொண்டிருக்கிறேன்."

"நீ எப்படி வேண்டுமானாலும் கூறு."

"வலியை நான் உணர்ந்து செய்வதறியாது தவித்தபோது, யார் எவரென்றும் தெரியாதவள் நம் பிள்ளையைக் கைகளில் ஏந்தி எனக்கு மறுவாழ்வு அளித்தாள்."

"அவளா? யார் அவள்?"

"வெளிமான்மலையைச் சேர்ந்தவள். பெயர் பூங்கோதை."

"வெளிமான்மலையா? அவள் எப்படி இங்கு? ஏன் உன் தோழிகள் உன்னுடன் வரவில்லையா?"

“செல்லியைத் தனியாகச் சந்தித்துவிட்டு வருவதாகக் கூறினேன். முதலில் மறுத்தார்கள் பின் இசைந்தார்கள். ஓடையில் நீர் வந்ததும், வணங்குவதற்கு நானும் குன்றுக்கு வந்துவிடுவேன் என எண்ணி எல்லோரும் சென்றிருப்பார்கள். ஆனால், நான் கோதையுடனும் செல்லியுடனும் இருந்தேன். பொழுது சாயவும் அவளை வற்புறுத்திக் குடிசைக்கு அழைத்துவந்தேன். விடிந்ததும் அவசியம் செல்ல வேண்டும் எனக் கூறிக்கொண்டிருந்தாள். நான் எவ்வளவு கூறியும் அவள் அதற்குமேல் தங்கவில்லை. அதன்பின் நீங்கள் அனைவரும் வந்து சேர்ந்தீர்கள். வழிபாட்டை முடித்துவிட்டு தோழிகளும் உங்கள் பின் வந்துசேர்ந்தார்கள்” என்று காந்தள் அவளுக்கு நிகழ்ந்த நிகழ்வைக் கூறினாள்.

“ஓடையில் நீர் வந்ததை நீ எப்படி அறிந்தாய்?”

“செல்லியின் அருகில்தானே ஓடை இருக்கிறது. மயக்கத்தில் என் உடல் நீர் வற்றிப்போய் இருந்ததை அறிந்த கோதை நீரைக் கொண்டுவர முயன்றாள். அப்போது இவ்வம்பறாத்தூணியில்தான் நீரை எடுத்துக்கொண்டுவந்து என் உயிரை நீட்டித்தாள். நீரின் சுவை உணர்ந்தேன். உணர்ந்துதான் ஓடையில் நீர்வரத்துத் தொடங்கிவிட்டது என அறிந்தேன்” எனக் காந்தள் கூறினாள்.

“நான் என்னவெல்லாமோ எண்ணியிருந்தேன்” என்றுகூறி பெருமூச்சுவிட்டுவிட்டு “எங்கே அந்தப் பெண்?” என்றார்.

“ஏன் அந்தப் பெண்ணைத் தேடுகிறீர்?”

“நன்றி தெரிவிக்க வேண்டுமல்லவா?”

“நன்றி தெரிவிக்க வந்துதான் என் கரம் பிடித்தீர்கள். இப்போது மீண்டும் நன்றி தெரிவிக்கவேண்டுமா?”

“பின் என்ன செய்யச் சொல்கிறாய்? உன்னுடனே வாழ்ந்துகொண்டிருக்க முடியுமா?”

“நீங்கள் என்னுடன் வாழவும் வேண்டாம், என்னை வாழ வைக்கவும் வேண்டாம். என் மகன் இருக்கின்றான். அவன் என்னைக் காலம் முழுவதும் காப்பாற்றுவான்.”

“யார் இவனா?” என்று காந்தளின் தோளில் கிடந்த ஏகலைவனைப் பார்த்துவிட்டு, “இவன் உன்னைக் காப்பாற்ற மாட்டான். இவனையடுத்து உனக்குப் பிறக்கும் பதினைந்தாவது குழந்தைதான் உன்னைக் காப்பாற்றும்” என்றுகூறி மெல்ல காந்தளின் அருகில் வந்தார் இளங்கீரன்.

"அதற்கு நான் ஒத்துழைத்தால்தானே? ஒத்துழைக்காவிட்டால்?"

"ஒத்துழைக்காவிட்டால்... ஒத்துழைக்க வைக்க வேண்டியது தான்" எனக்கூறி அவள் அருகில் நெருங்க நடையை நிறுத்தி இளங்கீரனின் கண்களைப் பார்த்தாள் காந்தள்.

காந்தளின் கன்னத்தை மெல்ல வருடி, கண்களைப் பார்த்தார் கீரன். நடை தளர்ந்ததை உணர்ந்து கூக்குரலில் கூச்சலிட்டான் ஏகலைவன்.

"என்னவளை நான் நெருங்கினால் உனக்கு என்ன வந்தது?" எனக் கூச்சலிட்ட ஏகலைவனிடம் கேட்டார்.

கூக்குரலில் இருந்து சத்தம் வந்துகொண்டேயிருக்க, "இப்பொழுதே உன் தாய்க்குத் துணையாக நிற்கிறாயா? இவள் எனக்கானவள். எனக்கு உரிமையானவள். இவளை நான் கொஞ்சினாள் உனக்கு என்ன வந்தது?" அப்போதும் குரல் நின்ற பாடாய் இல்லை.

பின் காந்தளிடம் இருந்து ஏகலைவனைப் பெற்றுத் தன் கரங்களில் உயர்த்திப் பிடித்து "இப்பொழுதே உன் சேட்டைகளைத் தொடங்கிவிட்டாய் இன்னும் என்னவெல்லாம் இருக்கின்றதோ" எனச் சொல்லி ஏகலைனை காற்றில் வீசி விளையாடத் தொடங்கினார் இளங்கீரன்.

◉

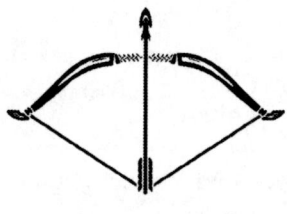

11

காலமும் பருவமும் காத்திருக்காமல் சென்றன.

சூரியன் உதிப்பதும் மறைவதுமாகவே இருந்தான். நிலவோ மெல்லமெல்ல வந்துபோய்க்கொண்டேயிருந்தது. மரங்களுக்கும் இலையுதிர்காலம், வசந்தகாலம் என தன் நிலைகளை மாற்றிக்கொள்ள பருவநிலை மாற்றம் பெரும் உதவியாக இருந்தது. செல்லியின் பிராயம் உட்பட அனைவருக்கும் பிராயம் பதினான்கு உயர்ந்தது.

தோன்றிமலையில் தோன்றிய அனைத்து உயிர்களும் மரம், செடி, கொடிகளை விதைத்துக்கொண்டு இருக்கின்றது. அதேபோல் செல்லியின் மக்களும் விதைத்தாக வேண்டும்.

தோன்றிமலையில் மனிதர்கள் தோன்றிய காலத்திலிருந்து பின்பற்றப்படும் வழக்கம். தனது பதினான்கு அல்லது பதினைந்தாவது பிராயத்தில் தன்னால் தேர்ந்தெடுக்கப்பட்ட மரக்கன்றை ஊன்றிப் பராமரித்து வரவேண்டும். அதேபோல், தனது முப்பதாவது பிராயத்திலும் அறுபதாவது பிராயத்திலும் தங்களுக்கான அடுத்த கன்றைத் தேர்ந்தெடுக்க வேண்டும். ஒவ்வொரு முறையும் மரங்களின் வகை வேறுபடும்.

முதல்முறை கன்றைத் தேர்வு செய்தபின் தோன்றிமலை குருவின் தலைமையில் நடப்பட்டு அந்தப் பிராயத்தில் உள்ள அனைவரையும் காடறிய கூட்டிச்செல்வது வழக்கம். இந்த வழக்கமானது ஏகலைவனுக்கு மட்டும் விதிவிலக்காக எப்படி அமையும்? அவனுக்கான ஒன்றை அவன் தேர்த்தெடுத்தாக வேண்டும்.

ஏகலைவனுக்கு அளிக்கப்பட்டது 'மா', 'கொய்யா', 'பலா' கன்றுகள்.

மலையன், "இதில் ஏதேனும் ஒன்றைத் தேர்ந்தெடு" என்று ஏகலைவனிடம் கூறிவிட்டு அவனுக்குப் பின்னால் நின்ற மற்றவர்களைப் பார்த்தார்.

"ஐயா, எனக்கு ஏன் இம்மரக்கன்றுகளைத் தேர்வு செய்தீர்கள்?" என்று கேட்க அவர் எதிரே இருந்த மரக்கன்றுகளைப் பார்த்துவிட்டு, "உனக்கு மட்டுமல்ல அனைவருக்கும் முதல்முறை கனி மரங்களை அளிப்பதுதான் வழக்கம். இரண்டாவது, மூன்றாவது முறை அது மாறும். உன் இளம்பிராயத்தில் நீ இதை நட்டால்தான் முதுமையில் கனி தரும். அதுமட்டுமில்லாமல் இளம்பிராயத்தில் வாழ்வில் சுவையாக இருக்க வேண்டும் என்பதனை நோக்கமாகக் கொண்டும் கொடுக்கப்படுகிறது" என மலையன் விளக்கமளிக்க... மூன்று கன்றுகளையும் பார்த்துவிட்டு "நான் மாங்கன்றைத் தேர்வு செய்துகொள்கிறேன் ஐயா."

"நன்று" என்று புன்னகைத்த மலையன், "உனக்கான ஒன்றைத் தேர்வு செய்துவிட்டாய். விலகு, பின்வருபவர்கள் தேர்வு செய்துகொள்ளட்டும்" எனக்கூறி அவனது தோழர்களாகிய அகவன், கயிலன், காரி ஆகியோரையும் தேர்வு செய்ய வைத்து கன்றுகள் நடுவதற்கான இடத்திற்கு அழைத்துச் சென்றார்.

வனம் எப்படி உருவாகியது மற்றும் உருவாகிறது என்பதை அறிந்தவர்கள் செல்லி மக்கள். தோன்றிமலையில், மரங்களும் விலங்குகளும் பறவைகளும்தான் செல்லி மக்களுக்கு உணவையும் உயிரையும் அளித்துவருகிறது. அதன் பொருட்டே அவற்றிற்கு நன்றி செலுத்தும் வகையில் மூன்றுமுறை செல்லியின் மக்கள் மரக்கன்றுகளை நடுகின்றனர். தேவையை மீறி வேட்டையாடப் படுவதைக் குறைப்பதற்கும் விலங்குகளின் உறைவிடத்தை அதிகரிப்பதற்காகவும் தோன்றிமலையில் மரங்கள் நடப்படுகின்றன. குடியிருக்கும் பகுதி, வனத்தைவிட்டு தொலைவில் இருந்தால்தான் விலங்குகளுக்கு எவ்விதத் தொந்தரவுமின்றி இருக்கும்.

முதல்முறை தேர்வு செய்யப்பட்ட மரக்கன்றுகளைக் கையில் எடுத்துக்கொண்டு அனைவரும் மலையனைப் பின்தொடர்ந்து வனமாகிக்கொண்டிருக்கும் பகுதியை வந்தடைந்தனர்.

அவ்விடத்தில் மனிதர்கள் இல்லையெனினும் அவர்களின் நினைவுகளைச் சுமந்துகொண்டு அவர்களால் நடப்பட்ட மரங்கள்

நின்றுகொண்டிருப்பதால், அவ்விடம் பலரும் வாழ்ந்து கொண்டிருக்கின்ற இடமாகவே தோன்றியது.

அங்குள்ள ஒவ்வொரு மரங்களின் வரிசையின் அழகு வனத்தின்மீது ஆசையை ஏற்படுத்தியது. ஒரே நேர்கோட்டில் அவை அற்புதமாக வளர்ந்திருந்தன.

அங்குள்ள மரங்களின் வகைகளையும் அமைப்பையும் பார்த்துக்கொண்டே கயிலன், "மரங்கள் ஏன் நிழலைத் தருகிறது ஐயா?" என்று மலையனிடம் கேட்டான்.

கேள்வியைக் கவனித்த மலையன், "உனது பாதங்களின் சூட்டை அறியக்கூடியவன் யார்?" எனக் கேட்டார்.

கயிலன் அமைதியாக இருக்க, அகவன் "நான்தான்" என விடையளித்தான்.

"அதேபோல் மரங்களுக்குப் பாதங்களாக இருப்பது வேர்கள்தான். அவற்றின் சூட்டை அவைதான் அறிந்துகொள்ள முடியும். அதனால் அவை, பாதங்களின் சூட்டினைத் தணிக்கவும் தாகத்தைத் தணிக்கவும் வேரின் மூலம் நீரினைத் தேடுகின்றன. அதனை அருந்த முற்படும்போது அது வெந்நீராக இருக்குமேயானால் பாதங்கள் பாழடைந்துவிடும். நீர் வெந்நீராவதைத் தடுப்பதற்காகக் கிளைகளை விரித்து நிலத்தில் நிழலைப் பரப்புகின்றன. நிழல் நிலத்திற்குக் குளிர்ச்சியை அளிக்கிறது. அக்குளுமை நீரையும் வேரையும் குளர்ச்சியடைய வைத்து மரத்தை உறுதியாக உயிரோடு நீண்டகாலம் வைத்திருக்கிறது" என்றார் மலையன்.

அகவன், ஏகலைவன் எனப் பலரும் மலையனின் பதிலை வியந்து கேட்டுக்கொண்டிருக்க கயிலன் மீண்டும், "அப்போது மரக்கன்றுகளுக்குக் குளுமையை உணர பல காலம் ஆகுமே? அதற்குள்ளே அவற்றின் பாதம் வெந்துபோய் விடாதா?"

மலையன் புன்னகை புரிந்தவண்ணம், "அதற்காகத்தான் அக்குழந்தைகளை, குழந்தைகளாகிய உங்களது கையில் ஒப்படைக்கிறோம். அவற்றின் பாதங்களை வெந்துவிடாமல் பார்த்துக்கொள்ள வேண்டியது உங்கள் பொறுப்பு" எனக்கூறி மண்வெட்டியை கயிலனிடம் கொடுத்துவிட்டு, 'நன்மை நடக்க ஒருசிலப் பொய்களும் அவசியம்தான்' என எண்ணி மகிழ்ந்து கொண்டார்.

'ஒவ்வொருவரும் ஒவ்வொரு இடத்தில் நட வேண்டும்' எனக் கூறியிருந்த மலையனின் சொல்லுக்கு மாறாக ஏகலைவன், கயிலன், காரி, அகவன் நால்வர் மட்டும் அருகருகே நான்கு குழிகளை வெட்டி வைத்திருந்தனர். அதனைப் பார்த்த மலையன் அவர்களின் அருகில் வந்து "நான் உங்களிடம் என்ன கூறினேன், நீங்கள் என்ன செய்து கொண்டிருக்கிறீர்கள்?" எனக் கேட்டார்.

நால்வரும் விழித்தனர். பின் அகவன், "நாங்கள் நால்வரும் நண்பர்கள். ஆகவே எங்கள் மரங்களும் எங்களைப் போன்று பிரியாமல் இருக்க அருகருகே குழியை வெட்டினோம்" எனக்கூறி தன் தோழர்களைப் பார்த்தான். அனைவரும் மலையனைப் பார்த்தனர்.

"நண்பர்களை யாராலும் பிரித்துவைக்க முடியாது. ஆகையால் நீங்கள் நான் சொன்னபடி இடைவெளிவிட்டு நடுங்கள் அவை வேர்களின் மூலம் பிண்ணிப் பிணைந்துகொள்ளும்" என்று கூறியும் அமைதியாக நின்ற நால்வரைப் பார்த்து, "நட்டுவிட்டு வேகமாக வாருங்கள் செல்லியிடம் விடைபெற்று விரைவாகச் செல்லவேண்டும்" எனக்கூறி உள்ளுக்குள் சிரித்துக்கொண்டார்.

அவரவர் தேர்ந்தெடுத்த மரங்களை, மலையன் குறிப்பிட்ட இடைவெளியுடன் நட்டுவைத்து நீர் ஊற்றிவிட்டு, செல்லியிடம் சென்றனர்.

◉

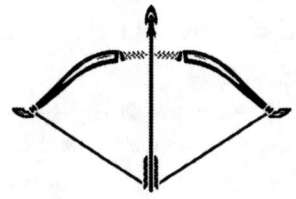

12

செல்லி அவர்களை எதிர்பார்த்துக் காத்துக்கொண்டிருந்தவளாய் அவர்கள் வந்ததும் மகிழ்வை அசைவின் மூலம் தெரியப்படுத்தினாள்.

பின் செல்லியிடம் விடைபெற்று தோன்றிமலையின் வைத்தியர் நவிரனிடம் அழைத்துச்சென்றார் மலையன். அங்கு மரங்கள் அடர்ந்து நிழல் நிரம்பி, குளுமையையும் செழுமையையும் உணர்த்தியது.

நவிரனின் அருகில் சென்று, "என்ன கிழவரே உன் உடல் இருக்கும் நிலையில் எழுந்து வரவே எட்டு நாழிகை ஆகும்போல் இருக்கிறதே? காடறிய அனைவரையும் அழைத்துச்செல்லப் போகிறேன், விரைவாக அனுப்பும்" என மரத்தினடியில் அமைதியாய் பதினான்கு வருட தேக மாற்றம் பெற்று அமர்ந்திருந்த நவிரனைப் பார்த்து மலையன் குறிப்பிட்டதும், "காடறிய நீங்கள் அனைவரும் செல்வது மகிழ்ச்சி. ஆனால், காட்டைப் பற்றி அறியாதவனோடு சென்று எப்படி நீங்கள் காட்டை அறிந்துகொள்ள முடியும்? எப்படியோ இருக்கட்டும். எதற்கும், ஒன்றுக்கு மூன்றுமுறை யோசித்து இவரோடு செல்லுங்கள். இல்லையேல் நீங்கள் திரும்பி வருவதற்குள் அடுத்த மரக்கன்றுகள் தயாராக இருக்கும்" எனக் கூறிக்கொண்டே எழுந்து அருகில் நைந்துபோன தென்னங்கீற்றுகளால் ஆன குடிசையினுள் நுழைந்து, சிறிய மூங்கில் குடுவையை எடுத்துவந்தார்.

அது முழுவதும் விழுதின் மூலம் சுற்றி இறுக கட்டப்பட்டிருந்ததோடு மேலே மரக்கட்டையை வைத்து அழுத்தி மூடப்பட்டிருந்தது. பின் அம்மரக்கட்டையைக் கைகளால் பிடுங்கி கீழே போட்டுவிட்டு அதனுள் இரு விரல்களைவிட்டு சேகரித்து வைத்திருந்த வேரினை எடுத்து ஒவ்வொருவர் கைகளிலும் கட்டிவிட்டு, "உங்களது கைகளில் கட்டப்பட்டிருக்கும் வேர் மருத்துவ குணம் நிறைந்த விஷ முறிவை ஏற்படுத்தும் சிறியா நங்கையின் வேர். உங்களில் யாருக்கேனும் ஏதேனும் விஷப்பூச்சிகளிடமிருந்தோ அல்லது விஷம் உள்ள உயிரினங்களிடமிருந்தோ ஏதேனும் அபாயம் ஏற்பட்டால் இவ்வேரினைக் கடித்துக்கொள்ளுங்கள். இல்லையேல் சிறியா நங்கை எங்காயாவது தென்பட்டால் யாரேனும் ஒருவர் மட்டும் சென்று அதன் இலைகளைப் பறித்துவந்து உட்கொள்ளுங்கள். சிறியா நங்கையைப் பற்றி அறியாதவர்கள், காடறிந்ததாகக் கூறிக்கொண்டு உங்களையும் காடறியக் கூட்டிச்செல்லும் இக்கிழவனிடம் கேட்டுத் தெரிந்துகொள்ளுங்கள்" எனக்கூறி முடித்தார்.

பின் நவிரனைத் தவிர அனைவரையும் ஓடையின் அருகில் அழைத்துச்சென்றார் மலையன். செல்லும் வழியில் அனைவரும் அவரவர் கைகளில் கட்டப்பட்டிருக்கும் வேரினைக் குறித்தே பேசிக்கொண்டு வந்தனர்.

அகவன், "இவ்வேரும் இலையும் மருத்துவ குணம் நிறைந்தது என்றும் விஷத்தை முறிக்கும் என்றும் அவருக்கு எப்படித் தெரிந்திருக்கும்" எனக் கயிலனிடம் கேட்டான்.

"அது தெரிந்திருப்பதால்தான் அவர் வைத்தியராக இருக்கிறார்" என்றான் ஏகலைவன்.

காரி, "காடறிய அழைத்துச் செல்வதாகக் கூறிவிட்டு மரம் நடவும் வைத்தியரிடமும் சென்று வருகிறோம். இப்போது எங்கு அழைத்துச் செல்கிறார் என்று தெரியவில்லையே?" எனக்கூறி அலுத்துக்கொண்டான். இப்படியே ஒவ்வொருவரும் பலவாறு பேசிக்கொண்டு ஓடையை வந்தடைந்தனர்.

ஓடையை வந்தடைந்ததும் மலையன், "நீங்கள் கொண்டு வந்திருக்கும் ஆயுதங்கள், நீர் சேமிப்புக் குடுவைகள் என அனைத்தையும் இங்கேயே வைத்துவிட்டுத் தேவையான அளவு நீரைக் குடித்துவிட்டு விரும்புவோர் குளித்துவிட்டு விரைவாக

வாருங்கள்" எனக்கூறியதும் அங்கு நிலவிய நிசப்தத்தை ஓடையின் ஓட்டம் குலைத்தது.

பிறகு...

எவ்வித ஆயுதமும், நீரைச் சேமித்து வைத்துக்கொள்ள எந்த உபகரணமும் இன்றி காட்டைப்பற்றி தெரியப்படுத்துவதற்காக மலையன் முன்னே செல்ல அனைவரும் அவரைப் பின்தொடர்ந்தனர்.

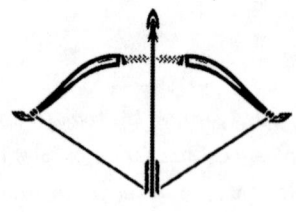

13

'வெளியே இருந்து பார்ப்பதற்கு அழகாக இருக்கும் வனம்தான் உள்ளே மிகவும் ஆபத்துக்களை மறைத்து வைத்துக்கொண்டிருக்கும்' என அறிந்த மலையன் அனைத்தையும் கவனித்த வண்ணமே முன்னே சென்றுகொண்டிருந்தார். அவருக்குப் பின்னே எவ்வித ஐயமும் இன்றி அனைவரும் வந்துகொண்டிருந்தனர்.

சென்றுகொண்டிருக்கையில் காரி, "காலையிலிருந்தே மரம் நடவும் மரத்தினைச் சுற்றியேவும் நடந்துகொண்டிருக்கிறோமே ஒழிய, பசிக்கு எவ்வித முயற்சியும் எடுக்கவில்லையே? எனக்கோ பசி வயிற்றைப் பிடுங்கி எடுக்கிறது" என சற்றே கவலை நிறைந்த குரலில் மூவரிடமும் கூறினான்.

"அதற்குத்தான் என்னைப்போன்று ஏதேனும் மறைத்து வைத்து எடுத்துக்கொண்டு வரவேண்டும்" என்று கூறிக்கொண்டே அகவன், தான் மறைத்து வைத்திருந்த கொய்யாவை எடுத்து உட்கொள்ள ஆரம்பித்தான்.

"எனக்கும் கொஞ்சம் கொடு" என்றான் ஏகலைவன்.

"எனக்கும்..." என்றான் கயிலன்.

காரி எவ்வித கேள்வியும் இன்றி, அகவனின் கையிலிருந்த கொய்யாவைப் பிடுங்கி இரண்டு மூன்று கடிகடித்து மென்று தின்றான். ஒருவர் பின் ஒருவராக ஒரு கொய்யாவைத் தின்று முடித்த பின்பு மகிழ்ச்சியாக நால்வரும் மலையனைப் பின்தொடர்ந்தனர். தன் பின்னால் கொய்யாவின் வாசனை வந்ததை அறிந்தும், அறியாததுபோல் முன்னால் சென்றுகொண்டிருந்தார் மலையன்.

மாலைப்பொழுது நெருங்கநெருங்க மெல்ல தன் இமைகளை மூடத்தொடங்கினான் கதிரவன். சோர்ந்துபோனது கதிரவன் மட்டுமன்று அங்கிருந்த பறவைகளும் விலங்குகளும்தான் என்பதை அவற்றின் குரல்களின் மூலம் உணர முடிந்தது.

பொழுது சென்றதை உணர்ந்த மலையன், திரும்பி நின்று அனைவரையும் பார்த்தார். காலையில் வரும்போது இருந்த மகிழ்ச்சியோ ஆர்வமோ ஒருதுளிகூட அவர்களது முகத்தில் இல்லையென்பதை உணர்ந்து, சைகை செய்து அமரச் சொன்னார்.

அமரும்போது அவர்களது முகத்தில் ஆனந்தத்தைக் கண்ட மலையன் சிறிய புன்னகையொன்றைப் புரிந்துவாறு அமர்ந்தார். அமர்ந்த அனைவரும் மலையனையே பார்க்க, பெருமூச்சு விட்டுவிட்டு அனைவரிடமும், "இங்குள்ள பறவைகளைப் பார்த்தால் உங்களுக்கு என்ன தோன்றுகிறது?" எனக் கேட்டார்.

"பிடித்து வறுத்துவிடலாமா என்று தோன்றுகிறது" என்று காரி மெல்லக் கூறியதும் அனைவரும் நகைத்தனர்.

அப்படி நடந்தால் நன்றாக இருக்குமேயென்று எண்ணி மரக்கிளைகளில் அமர்ந்திருந்த பறவைகளை அனைவரும் பார்க்க. மலையன், "அப்படித்தானே இங்குள்ள விலங்குகளுக்கும் நம்மை பார்த்தால் கொன்று தின்றுவிடலாம் என்று தோன்றும்" எனக்கூற அனைவரும் விழி பிதுங்கியபடி ஒருவரையொருவர் பார்த்துக்கொண்டனர்.

"உண்பதை விட்டுவிடுங்கள். இப்பறவைகளைப் பார்த்தால் வேறு என்ன தோன்றுகிறது?" என மீண்டும் கேட்டார்.

எவரும் பதில் சொல்லாமல் விழிக்க, "ஏன் இவை மாலையில் மட்டும் கூட்டை அடைகின்றது?" என மலையன் கேட்டதும் பதில்கள் எழுந்தன.

"உணவிற்காக..."

"தன் பிள்ளைகளுக்கு உணவளிப்பதற்காக..."

"உறங்குவதற்காக..." எனப் பலரும் கூறி ஓய்ந்தபின் கயிலன், "உணவைத் தேடியலைந்து இறக்கைகளுக்கு ஓய்வு தேவைப் படும்படியால் கூட்டை அடைந்திருக்கும்" எனச் சற்றே தெம்பான குரலில் கூறினான். 'நமது அருகில் அமர்ந்துகொண்டு பதில் கூறுகிறானே' என்று ஏகலைவன், காரி, அகவன் மூன்று பேரும் ஒருவரையொருவர் பார்த்துக்கொண்டனர்.

அதன்பின் மலையன், "ஆகவே, அனைவரும் பறவைகள் உணவிற்காக மட்டும்தான் அலைந்துவிட்டு மாலையில் கூட்டை அடைகின்றது என்கிறீர்கள்" என்றதும் அனைவரும் மௌனமாக 'ஆமாம்' என்று தலையசைத்தனர்.

பின் மலையன் "அப்போது காலையிலிருந்து நாம் உணவிற்காகவா அலைந்துகொண்டிருக்கிறோம்?" எனக் கேட்டதும் அடுத்து அவர் கூற வருவதை ஆர்வத்தோடு கவனித்தனர்.

ஒரு சிலர் அவர் கேட்ட கேள்விக்கு 'ஆமாம்' என்று அங்குள்ள எறும்புகளுக்கு மட்டும் கேட்கும் வகையில் சத்தம் இல்லாமல் கூறினர்.

மலையன் தொடர்ந்தார், "கூடு என்பது அடைவதற்குத்தானே ஒழிய, அடைந்து கிடப்பதற்காக அல்ல. மனிதனைப் போன்று உயிருள்ள அனைத்தையும் உட்கொள்பவை அல்ல பறவைகள். அவற்றின் வயிறோ சிறியது. ஒரு கொய்யா போதும், ஒரு பறவையின் பசியாற. ஆனால், ஒரு பறவையானது ஒரு கொய்யாவை முழுவதும் உட்கொள்வதில்லை. அதேசமயம் அதனை மரத்திலிருந்து பறித்துக்கொள்வதுமில்லை. சிறிய அளவு உட்கொண்டுவிட்டு அடுத்தக் கனியைத் தேடிச்செல்லத் தொடங்கிவிடும்.

இப்படி ஒரு நாளைக்குப் பலவிதமான கனிகளின் சுவைகளைத் தேடி அலைந்து திரிந்து உண்டு, பலபல இடங்களுக்கும் சென்று ரசித்து விளையாடிவிட்டு எவ்வித அழிவையும் ஏற்படுத்தாமல் பல இடங்களில் ஓய்வெடுத்து, தன் அலகால் பல மரங்களின் கிளைகளை உரசி அவற்றைக் கொஞ்சுவதுபோல் கொஞ்சிவிட்டு, மரங்கள் உதிர்த்து இருக்கும் கிளைகளையும் இலைக்காம்புகளையும் மீண்டும் மரத்திலேயே கொண்டுசேர்க்கும் விதமாக மரத்தில் கூட்டினை அமைத்து அழகாக வாழ்ந்து கொண்டிருப்பதுதான் பறவைகள்" என மலையன் முடித்தார்.

அதன்பின் அனைவருக்கும் அங்குள்ள ஒவ்வொரு பறவையையும் பார்த்தபோது அப்பார்வையின் கோணம் வேறுவிதமாக இருந்தது.

காரி 'வறுத்துவிடலாமா' என்று எப்பறவையை எண்ணிக் கூறினானோ, அப்பறவையை மீண்டும் மனதினுள் எண்ணி 'நாளை எங்கெல்லாம் செல்லவேண்டும் என எண்ணிக் கொண்டிருந்தாயோ?' என்று நினைத்தபோது அவன் பசி பறந்துபோனது.

எதையோ சிந்தித்தவராய் எல்லோரையும் பார்த்து, "மனிதன் உயிர்வாழ நான்கு காலங்களுக்கேற்ப நான்கு மரங்கள் போதும். ஆனால், அவன் நினைத்தபடி அல்லது வாழ்வை ரசித்தபடி வாழ அவை போதாது. ஓடும் மேகங்களைத் துரத்த அவன் ஓட வேண்டும். நதியினிலே குதித்து மீன்களைத் துரத்த அவன் நீந்த வேண்டும். அவன் கவலைகளை மறக்க நல்ல துணை வேண்டும்" எனக் கூறிவிட்டு எதையோ நினைத்துக்கொண்டார்.

பின், அனைவரையும் எழுந்திருக்க செய்து சற்று தூரம் அழைத்துச்சென்று அங்குள்ள கனிகளை உட்கொள்ள அனுமதி கொடுத்தார். அனைவரும் ஒவ்வொரு கனியாக உண்டுவிட்டு அடுத்தக் கனியைப் பறித்தனர்.

ஒருசிலர் மரத்தில் தொங்கிக்கொண்டிருக்கும் கனியைப் பறவையைப் போன்றே உட்கொள்ள முயற்சித்துக் கொண்டிருந்தனர். இவையனைத்தையும் பார்த்து ரசித்து புன்னகை புரிந்தவாறு நின்றுகொண்டிருந்த மலையனின் அருகில் ஏகலைவனும் கயிலனும் வந்து நின்றனர்.

அவர்களைத் திரும்பிப் பார்த்தார் மலையன்.

அவர்கள் கைகளில் கனிகளை நீட்டிக்கொண்டு நின்றனர். அக்கனிகளைத் தன் கைகளில் ஏந்தியதும் மலையன் மனதினுள் நீர் பெருகிற்று.

அவர்களிடம், "இவைகளை எங்கு மறைத்து வைத்திருந்தீர்கள்?" என்று கேட்டதும் ஓடிப்போனார்கள். அதனைப் பார்த்துச் சிரித்துவிட்டு கனிகளை உட்கொண்டார்.

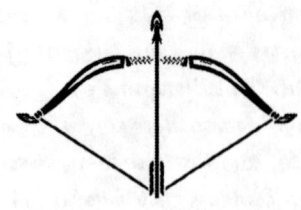

14

கனிகளை உட்கொண்டுவிட்டு அனைவரும் தனித்தனியாகவும் இரண்டு அல்லது மூன்று பெயராகவும் மரத்தினடியில் அமர்ந்து பேசிக்கொண்டிருந்தனர்.

ஏகலைவன், "நாம் அவருக்குத் தெரியாமல் செய்தோம் எனச் செய்தது அவருக்குத் தெரிந்திருக்கிறதே" எனச் சற்றே குழம்பிய வண்ணம் கேட்க, "முடிந்துபோன ஒன்றைப் பற்றிப் பேசாதே ஏகலைவா" என்றான் அகவன்.

"உனக்கென்ன? மாட்டிக்கொண்டது நாங்கள் அல்லவா?" என்றான் கயிலன்.

"இப்போது உங்களுக்கு என்ன செய்ய வேண்டும்? நான்தான் கொய்யாவை மறைத்து எடுத்துவந்தேன் எனச் சொல்லவேண்டும். அவ்வளவுதானே. அவர் அதைப்பற்றி கேட்டால் நான் அதை ஏற்றுக்கொண்டு தண்டனையையும் பெற்றுக்கொள்கிறேன். இப்போது மகிழ்ச்சிதானே?" என்று அலுத்துக்கொண்டான் அகவன்.

"அப்படியில்லை அகவா..." என கயிலன் கூற வரும்போது மலையன் அனைவரையும் அருகில் அழைத்தார். பேச்சை நிறுத்திவிட்டு அனைவரும் எழுந்து அவர் அருகில் சென்றனர்.

மலையன் அங்கிருந்த பெரிய புங்கைமர நிழலில், மரத்தில் சாய்ந்தபடி அமர்ந்திருந்தார். அனைவரும் அமர அம்மரநிழல்

போதுமானதாக இருந்தது. அனைவரும் ஏதோ ஓர் ஆர்வத்தில் அமர்ந்திருக்க, நால்வர் மட்டும் ஒருவித பதட்டத்துடன் அமர்ந்திருந்தனர்.

சிறு சலசலப்புக்குப் பின் அங்கு வந்தமர்ந்த மௌனத்தை எழுந்திருக்கும்படி பேசத்தொடங்கினார் மலையன்.

"முதன்முதலாக எல்லோரும் காட்டிற்குள் வந்திருப்பதால் மகிழ்ச்சியாகத்தான் இருக்கும். அதைத் தவறென்று கூறவில்லை. இருந்தாலும் நீங்கள் முன்னெச்சரிக்கையாக இருக்கவேண்டும். ஏனெனில் நாம் இங்குதான் இன்றைய இரவைக் கழிக்கப்போகிறோம்" என்றதும் அதுவரை அங்கிருந்த மௌனம் ஓடும்படி ஒருவருக்கொருவர் பேசத்தொடங்கினர்.

பேசி ஓய்ந்த பின், "இது வனம். இங்கு நீங்கள் மட்டும் இல்லை என்பதை நினைவில் கொள்ளுங்கள். இன்றிரவு இங்கிருந்துதான் நிலவைக் காண்போம். அதேபோல் சூரியனையும் இங்கிருந்துதான் காண்போம். அதற்கு முன்பு வெட்டவெளியாய் இருக்கும் இடத்தில் தீயை மூட்ட நமக்குக் காய்ந்த விறகுகளும், இலைகளும் தேவை. அதோடு விலங்குகளிடமிருந்து நம்மைத் தற்காத்துக்கொள்ள ஆயுதங்களும் தேவை" என்று கூறி மலையன் எழுந்ததும் அமர்ந்திருந்த அனைவரும் எழுந்தனர்.

பின் ஒவ்வொருவரும் தங்களுக்குக் கிடைத்தவற்றை எடுத்துக்கொண்டு வந்தனர். ஒருசிலர் இரவு உணவிற்குப் போதுமானதாகத் தோன்றும் அளவிற்குப் பழங்களைப் பறித்துக்கொண்டுவந்தனர். சிலர் கற்களை ஆயுதமாகப் பயன்படுத்த கற்களைச் சேமித்துக்கொண்டிருந்தனர். அகவனும் ஏகலைவனும் அலைந்து திரிந்து மூங்கில் கம்புகளை முறித்து எடுத்துக்கொண்டு வந்தனர்.

சூரியனின் மீது கோபம் கொண்ட நிலவு, அவன் மறைந்ததும் வெளிவந்தது. இருள், ஒளியை மூடிச்சென்றதனால் எடுத்துவந்த இலைகளையும் காய்ந்த குச்சிகளையும் தீ மூட்டத் தயாராயினர்.

குச்சிகளையும் இலைகளையும் குவியலாக வைத்து கற்களைப் பயன்படுத்தி தீ மூட்ட அவர்கள் அரும்பாடுப்பட்டதைப் பார்த்த மலையன் தலைமுடியைக் கோதியவாறே சிரித்துக்கொண்டு நின்றார்.

ஒருவழியாகப் பற்றவைத்து அனைவரும் அந்நெருப்பினைச் சுற்றி அமர்ந்துகொண்டனர்.

மலையன் நன்கு நிமிர்ந்து அமர்ந்து அனைவரின் முகத்தையும் தீயின் வெளிச்சத்தில் பார்த்தார். அனைவரும் அமைதியாக அமர்ந்திருந்தனர்.

மலையன், "ஏன் இப்படி அமைதியாக அமர்ந்து கொண்டிருக்கிறீர்கள்? உங்களுக்குத் தெரிந்த அல்லது நீங்கள் அறிந்த எதையேனும் பற்றிக் கூறுங்கள் கேட்போம்" என்று சொல்லிவிட்டு அமைதியானார்.

அகவன் ஏகலைவனிடம், "உறக்கம் வரும் நேரத்தில் எதற்கு இப்படி நம்மைப் போட்டு வதைக்கிறார்" என்று அலுத்துக்கொண்டு கூறியபோது கயிலன், "இவ்வனத்தில் கூடி நிலைத்திருக்கும் அமைதியை நீங்கள் தனிமையில் ரசித்தது உண்டா?" என்று கேட்டதும் மலையன் மனம் குழம்பிப் போனார்.

பின், "தனிமையை ரசித்திருக்கிறேன். ஆனால், நீ இவ்வனத்தைத் தனிமையில் ரசித்தது உண்டா என்று கேட்டாயல்லவா? இவ்வனத்தில் பல உயிரினங்களோடு நான் பேசித்திரிந்து விளையாடியிருக்கிறேன். அதனால், இவ்வனத்தில் தனிமையை நான் இதுவரை உணர்ந்ததே கிடையாது. இதோ நம் அருகில் இருக்கும் புங்கைமரம்கூட ஓர் உயிர்தானே? அப்படியிருக்க நான் எப்படித் தனிமையை உணர்வேன்? ஆனால், இன்பத்தில் தனிமை மிகவும் அழகானது. துன்பத்தில் தனிமை மிகவும் கொடியது" எனக்கூறி தன் முன்னே கதகதத்து எரிந்துகொண்டிருக்கும் மரக்கட்டைகளைப் பார்த்தார்.

"ஏன் துன்பத்தில் கொடியதாக இருக்கும் தனிமை?" என யோசிக்காமல் கேட்டான் கயிலன்.

"இன்பத்தைத் தனிமையில் இருக்கும்பொழுது நினைக்க நினைக்க அது பெருகி மகிழ்ச்சி ஏற்பட்டு முடிவடைந்துவிடும். துன்பத்தின் போது பெருகிக்கொண்டே சென்று முடிவடைய அல்லது பகிர்ந்துகொள்ள மனம் தேடும். அப்போது மனதால் உணரப்படும் தனிமை மிகவும் கொடியதாக இருக்கும்.

அதுபோன்ற தனிமையை நீங்கள் அனுபவிக்க நேராமல் தடுக்கும் பொருட்டுதான், நீங்கள் இன்று உங்களுக்குத் தோழனாக அல்லது தோழியாய் இருப்பவரை நட்டுவிட்டு வந்திருக்கின்றீர்கள்.

உங்களது இன்பத்துன்பக் கதைகளை அவர்களிடம் பகிர்ந்துகொள்ளுங்கள். அவை ஒருபோதும் உங்களை நிராகரித்துவிடாது. அதேபோல் எப்படிப்பட்ட நிலையிலும் செல்லி நம்மைக் கைவிட்டுவிட மாட்டாள்" என்று முடித்து பெருமூச்சுவிட்டார்.

கயிலன் மீண்டும் சந்தேகம் உதித்தவனாய் மலையனிடம், "நாம் இப்போது ஓடையைவிட்டுச் சற்றுத் தொலைவில் இருக்கின்றோம். நீர்த் தேவை ஏற்பட்டால் என்ன செய்வது?" என்று கேட்டான்.

மலையன் புன்னகைத்துவிட்டு, "அதைப்பற்றி நான் பிறகு கூறுகிறேன். கவலை வேண்டாம், நமது நீர்த்தேவையை இம்மரங்களின் கனிகளே போக்கிவிடும்" என்றுகூறி கயிலனை நன்கு கவனித்தார் மலையன்.

அகவன் சற்று தைரியம் வரவழைத்துக்கொண்டு, "ஐயா, இங்கே நாம் எப்போது ஓய்வெடுக்கப்போகிறோம். எனக்கு மிகவும் களைப்பாக இருக்கிறது" என்றுகூறி அஞ்சினான்.

அதைக்கேட்டுச் சற்றே சினம் கொண்டாலும், அவனின் நிலையை உணர்ந்தவராய், "சரி போதும் அனைவரும் உறங்குங்கள். காலையில் பேசிக்கொள்வோம்" எனக் கூறியதும் முதலில் தரையில் தலையைச் சாய்த்த ஏகலைவனைப் பார்த்தார்.

பின் ஒருவர்பின் ஒருவராக உறங்கிப் போனார்கள். சிறிது நேரத்திற்குப்பின் கயிலன் கண் அசராமல் எழுந்து பார்த்தான்.

மலையன், அதே இடத்தில் எரியும் நெருப்பிற்கு அருகில் அமர்ந்து எதையோ சிந்தித்துக்கொண்டிருந்தார். மெல்ல அவர் அருகில் சென்று, அவனும் அவரோடு அமர்ந்து நெருப்பை ரசிக்கத் தொடங்கினான். ரசித்த வண்ணமே மலையனிடம், "என்ன சிந்தித்துக் கொண்டிருக்கிறீர்கள் ஐயா?"

மெல்ல நெருப்பினைப் பார்த்துப் புன்னகை புரிந்தவண்ணம், "வாழ்க்கை எவ்வளவு விசித்திரமானது என்று சிந்தித்துக் கொண்டிருக்கிறேன்"

"......"

"வாழ்க்கை, ஒரு நிகழ்வைப் பலவாறு நிகழ்த்தி விளையாடி விடுகிறது."

நா.கௌசிகன் | 57

"எப்படி?" என்றான்.

"உங்கள் பிராயத்தில் இருக்கும்பொழுது, எனது குரு எங்களை அழைத்துக்கொண்டு வந்திருந்தார். அப்போது இதேபோல்தான் நானும் உறங்கிக்கொண்டிருந்தேன். இப்போது, நான் அவர் இருந்த இடத்தில் இருந்து, அவர் எங்கு இருக்கிறார் என்று தேடிக்கொண்டிருக்கிறேன். அப்போது அவர் எதாவது கூறிக்கொண்டிருக்கையில் நான் விளையாடிக் கொண்டிருந்தேன். அதே நிகழ்வு, ஆனால் காலம் வேறு மனிதர்களும் வேறு" என்று அவர் எதையெதையோ நினைத்துக் கூறியபின்தான் கயிலனுக்குப் புரிந்தது 'தனிமை மிகவும் அழகானது' என்று.

தனிமை நம்மை எதையெல்லாம் சிந்திக்க வைக்கிறது 'தனிமையும் ஒரு துணைதான்' என்று எண்ணி பெருமூச்சுவிட்டு தன்முன் எரியும் நெருப்பினை முன்னங்கால்களைக் கட்டிக்கொண்டு ரசித்துக்கொண்டே உறங்கிப்போனான் கயிலன். மலையன் விழித்துக்கொண்டே உறங்கினார்.

◎

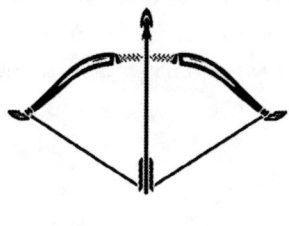

15

பொழுது விடிந்து கதிரவன் தன் கதிர்களை அனுப்பி அனைவரையும் எழுப்பினான். ஒருவர்பின் ஒருவராக எழுந்து எரிந்து கிடக்கும் சாம்பலை எடுத்து பல் துலக்கிவிட்டு புங்கைமரத்தடிக்கு வந்தனர்.

அனைவரையும் அழைத்துக்கொண்டு வனத்தினுள் சென்றார் மலையன்.

செல்லும் வழியெங்கும் இலைகள் உதிர்ந்தும் உதிர்ந்துகொண்டும் காலில் மிதிப்பட்டு 'கர்க்... கர்' என்று ஒலியெழுப்பி விலங்குகளை எச்சரித்துக்கொண்டிருந்தது. ஆங்காங்கே சிலந்திகள், வலைகளைப் பின்னி அதனுள் இரை வருவதற்காகக் காத்துக்கிடந்தன. எறும்புகள் பலவும் நடந்து செல்பவர்களின் காலில் மிதிப்பட்டு இறந்துகொண்டும், அணில்கள் ஆங்காங்கே தாவி ஓடி 'கீச்... கீச்... கீச்...' என்று சத்தமிட்டுக்கொண்டும், தேனீக்களும் வண்டுகளும் மரங்களின் கிளைகளில் பூத்திருக்கும் பூக்களில் தேனை ருசித்து ரீங்காரமிட்டுக்கொண்டும் இருந்தன. பறவைகள், சிறகினை அடித்துப் பறந்தும் இறக்கைகளை மடித்து கிளைகளில் அமர்ந்தும் வனத்திற்கு அழகினை ஏற்படுத்திக்கொண்டிருந்தன.

அவ்வப்போது நிலவும் அமைதியைக் குலைக்கும் வண்ணம் காற்று, தன் கரங்களினால் மரங்களை அசைத்துவிட்டுச் சென்று கொண்டிருந்தது. கதிரவனும் அவ்வப்போது உள்ளே என்ன நடக்கிறது என்பதை, இலைகள் மூட மறுத்திருக்கும் துவாரங்களினூடே எட்டிப் பார்த்துக்கொண்டிருந்தான்.

இவையனைத்தையும் பலமுறை பார்த்துப் பழகிய மலையனிற்கு மலைப்பாக இல்லை. மற்ற அனைவருக்கும் மனதினுள் பலவித அனுபவங்களாய் உதித்துக்கொண்டிருந்தன. அனைவரிடமும், "நீங்கள் பார்த்துக்கொண்டிருக்கும் காட்சிகள் அனைத்தும் மர்மங்கள் நிறைந்தவையே. அழகும் அற்புதமும் நிறைந்த இதே வனத்தில்தான் ஆச்சரியங்களும் சூழ்ச்சிகளும் நிறைந்திருக்கும். நம்மிடம் அன்பு செலுத்தும் விலங்குகளும், நம்மை தாக்கிக் கொல்லக்கூடிய விலங்குகளும், விஷத்தைக் கக்கும் விலங்குகளும் இதே வனத்தில்தான் வசித்துவருகின்றன" என்று மலையன் கூறுவதை அவர்களோடு அருகிலிருக்கும் மரங்களும் விலங்குகளும்கூட கேட்டுக்கொண்டிருந்தன.

இரவு, அகவனும் ஏகலைவனும் எடுத்துக்கொண்டு வந்திருந்த மூங்கில் கம்புகளில் இருந்து ஒரு கம்பை கையில் வைத்திருந்த காரி, அதைச் சுழற்றியவாறே வந்துகொண்டிருந்தான். மற்ற அனைவரும் ஆயுதமின்றி வந்துகொண்டிருந்தனர்.

ஒரு குரங்கு, மரம்விட்டு மரம் தாவி சென்றுகொண்டிருக்க ஒவ்வொரு மரத்தில் இருந்த பறவைகளும் தன் வீட்டில் நுழைந்த குரங்கினை விரட்டும் பொருட்டு கூச்சலிடத்தொடங்கின. அக்குரங்கின் காரணமாக அக்கணம் அவ்வனமே அல்லோல்லகல்லோலப்பட்டுப்போனது. அதனைக் கவனித்து அனைவரும் சென்றுகொண்டிருக்க, மரக்கிளையில் இருந்து 'தொப்'பென்று ஒரு சர்ப்பம் விழுந்து அவர்களின் முன்னே சீறியது. திடீரென ஏற்பட்ட இந்த நிகழ்வால் அனைவரும் பதறிப்போய்ச் செய்வதறியாமல் திகைத்து நின்றனர்.

பின் நிலைமையை உணர்ந்த காரி, தன் கையில் உள்ள கம்பினைக்கொண்டு சர்ப்பத்தைத் தாக்க ஓங்கினான். அதைக் கண்ட மலையன், காரியை அவன் கையில் வைத்திருந்த கம்போடு சேர்த்துப் பின்னே இழுக்க, செய்வதறியாது தவித்த சர்ப்பம் அவர்களுக்கு நடுவே சென்று அருகில் அடர்ந்து மண்டியிருந்த புல்வெளினுள் நுழைந்து மறைந்தது.

சர்ப்பம் நடுவில் செல்லும்போது குதித்து அலறிய அனைவரும் சர்ப்பம் மறைந்ததும் அமைதியாயினர்.

பின் மலையனிடம் காரி, "என்னை ஏன் தடுத்தீர்கள்? சர்ப்பம் யாரையெனும் தீண்டியிருந்தால் நிலைமை என்னவாகியிருக்கும்?" என்று அச்சத்தில் கேள்வி எழுப்பினான்.

அவனது அச்சத்தை உணர்ந்த மலையன், "இது வனம். விலங்குகளின் இருப்பிடம். அவற்றின் இடத்திற்குள் நாம் நுழைவதே தவறு. நுழைந்து அவற்றை எவ்வித காரணமுமின்றி கொல்வது மிகப்பெரிய தவறு. மேலும் விலங்குகளின் இருப்பிடத்தை அழித்துத்தான் நமது முன்னோர்கள் நமது இருப்பிடத்தை அமைத்திருக்கக்கூடும். அப்படி அமைத்திருந்தும், அவை மனிதர்களைப் போன்று பழிவாங்கும் நோக்கத்தோடு மீண்டும் தாக்கவோ நம்மை தொல்லை செய்யவோ இல்லை. நம்மை அவை நிம்மதியாக வாழவிடுவதைப் போன்றே நாமும் அவைகளை நிம்மதியாக வாழ வழி செய்யவேண்டும். ஆனால், அதற்கு நேர்மாறாக அவை வாழ்ந்து வரும் வனத்தில் அலைந்து தொந்தரவு செய்துகொண்டிருக்கிறோம்" என்று மலையன் கூறியதும் தன் கையில் வைத்திருந்த கம்பினைக் கீழே போட்டான் காரி.

அதுவரை எந்த விலங்கினை எப்படிக் கொல்வது என்று எண்ணிக் கொண்டிருந்தவர்கள் அவற்றுக்கும் வாழ்க்கை என்று ஒன்று உண்டென்பதை உணர்ந்தவர்களாய், 'எவ்வித தொந்தரவும் அவற்றுக்கு இனி நாம் அளிக்கக்கூடாது' என மனதில் எண்ணிக்கொண்டனர்.

பின் அனைவரும் ஒவ்வொன்றை யோசித்தவாறு மலையனைப் பின்தொடர்ந்தனர். ஏகலைவன் மனதிலோ, 'வேட்டையாடும் முறைகளைப் பற்றித் தெரியப்படுத்துவதாக அல்லவா நம்மை அழைத்துக்கொண்டு வந்தார். ஆனால், விலங்குகளைக் கொல்வதே தவறென்று கூறுகிறாரே?' என யோசித்துக்கொண்டிருந்தான்.

ஏகலைவனுக்கு மட்டுமில்லாமல் அனைவருக்குமே அந்தச் சந்தேகம் எழுந்தது. கயிலன் மலையனிடமே, "ஐயா மற்ற உயிர்களைக் கொல்லுதலே தவறு என்று கூறுகிறீர். வேட்டையாடுவது தவறென்றால் வேட்டையாடுவதைக் கற்பித்தலும் தவறுதானே?" என்று கேட்கவும் அவர்களுக்குப் பின்னால் வந்த காரி, "என்னை, கொல்லக்கூடாது என்று தடுத்துவிட்டு, எப்படிக் கொல்வது என்று கற்பிக்க நம்மை இவர் அழைத்துச்செல்வது மட்டும் நியாயமா?" என்று அகவனிடம் கூறிக்கொண்டு வந்தான்.

பின் கயிலனிடம், "இந்த கேள்விக்கு விடையறிய நாம் ஆரிமலையின் உச்சியை அடைய வேண்டும்" என்று மலையன் கூறியதும் கயிலன் அதிர்ச்சியில் நின்றுவிட்டான். மலையன் சென்று கொண்டிருந்தார்.

◉

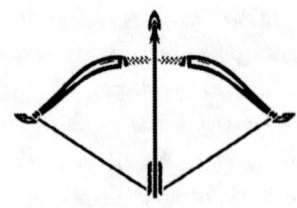

16

ஆரிமலை ஆச்சரியத்தின் உச்சம். அற்புத வனம். திரும்பிய பக்கமெல்லாம் வளமும் செழுமையும் நிறைந்து காணப்படும் மலை என அனைவரும் அறிந்திருந்த போதிலும் அம்மலைக்குச் செல்வதற்கான பாதை அம்மலையின் வளத்திற்கேற்ப இல்லை என்பதை, மலையன் அழைத்துச்செல்லும் பாதை உணர்த்தியது.

நீரின் ஊற்றாகிய ஆரிமலைக்கு, செல்லும்பாதை எங்கும் நீர் நிரம்பிப் போய்க்கொண்டிருக்கும். ஆனால், இங்கோ நீரினைத் தேடி அலைய வேண்டியதாக உள்ளது. இப்படி இருக்க, மலையன் 'ஆரிமலையின் உச்சியை அடையவேண்டும்' எனக் கூறியது கயிலனுக்கு வியப்பாக இருந்தது.

கயிலன் மீண்டும் நினைத்துப்பார்த்து, 'அப்போது நாம் ஆரிமலையின் மீதுதான் நடந்துபோய்க் கொண்டிருக்கிறோமா? நாம் எம் மரத்தினடியில் தங்கியிருந்தோம்? அம் மரத்தடி ஆரிமலைக்கானதா?' என சிந்தனைகளில் கேள்விகளை எழுப்பிக்கொண்டே நின்றும், நடந்தும் சென்றுகொண்டிருந்தான்.

நீரின்றி நடந்துகொண்டிருந்தவர்களுக்கு நீரின் தேவை அதிகரிக்கத் தொடங்கியது. வனத்தில்தான் இருக்கிறோம் என்பதை மறந்துபோகின்ற அளவுக்குத் தாகம் அதிகரிக்கத் தொடங்கியது. மரங்களைப் போன்று அவர்களுக்கும் வேர் இருந்திருந்தால் மண்ணினுள் நீரைத் தேடியிருப்பார்கள்.

ஆனால், 'மலையனும் நீர் பருகாமல்தானே நடந்துவருகிறார். அவருக்கு மட்டும் தாகம் எடுக்காமலா இருக்கும்?' என எண்ணி தாகத்தை மலையனிடம் தெரிவிக்காமலேயே அனைவரும் நடந்துகொண்டிருந்தனர். நடக்கவே சக்தியற்றுப் போனவர்களானதால் மௌனமே அனைவருக்கும் மொழியாக இருந்தது. ஆங்காங்கே பறவைகளும் விலங்குகளும் ஒலிகளை எழுப்பி அவர்களைப் பார்த்துப் பரிதாபப்பட்டுக் கொண்டிருந்தன.

இவை எதையும் கவனிக்காமல் அவர்கள் சென்றுகொண்டிருக்க, தூரத்தில் 'சலசல' என்று ஓடையில் நீரோடும் ஓசை அவர்களுக்கு உற்சாகத்தை ஏற்படுத்தி நடையில் வேகத்தைக் கூட்டியது. மரங்கள் நிறைந்திருந்ததால் ஓடையை முழுமையாகக் காண, பாதை எங்கிருக்கிறது என்று தெரியாமல் தவித்தனர்.

இவர்கள் தவித்துக்கொண்டிருக்க தவிப்பில்லாமல் மலையன் முன்னே சென்றுகொண்டிருந்தார். அவர் பின்னே ஏகலைவனும் கயிலனும் சென்றுகொண்டிருந்ததைப் பார்த்த அனைவரும் அவர்களைப் பின்தொடர ஆரம்பித்தனர்.

அருகிலேயே ஓடை இருந்தும் நீரைப் பருக முடியாமல் நெடுந்தூரம் பயணிக்க வேண்டியிருந்ததை எண்ணி வேதனை அடைந்தாலும், வேறு வழி இல்லாததால் பொறுத்துக்கொண்டு சென்றனர். மரங்களினூடே நடந்து வந்துகொண்டிருந்த அவர்களுக்கு ஓடை கண்ணுக்குத் தெரிந்ததும் அவர்கள் அடைந்த மகிழ்ச்சி அளவிட முடியாததாக இருந்தது.

ஓடை அருகே சென்று அதன் அழகை ரசித்துக்கொண்டிருந்தார் மலையன். அவருக்குப் பின்வந்த அனைவரும், நீரைப் பருகாமல் அதனை ரசித்துக்கொண்டிருக்கும் மலையனைப் பார்த்து வியந்துபோய் நின்றனர். அனைவரையும் பார்த்த மலையன், 'பருகுங்கள்' என்பதற்கு ஏற்ப தலையசைத்ததும் அனைவரும் ஓடையில் குதித்து நீரைப் பருகினர்.

கரையில் நின்றவாறே மலையன், நீரின் தேவை எவ்வளவு முக்கியம் என்பதை அவர்களுக்கு உணர்த்திவிட்டதாக எண்ணி பெரும் மகிழ்வடைந்தார். பின் அனைவரும் போதுமான அளவு நீரை அருந்திவிட்டுப் புறப்பட்டனர். இப்பொழுது செல்லும்பாதை அருகிலேயே ஓடையிருப்பதால் நீரினை நினைத்து வேதனை அடையாமல் நடந்துகொண்டிருந்தனர்.

பொழுது சாயும்வரை நடைப்பயணம் வெகு குதூகலமாக இருந்தது. விளையாடிக்கொண்டும் ஒருவரையொருவர் கேலி செய்துகொண்டும் சென்றுகொண்டிருந்தனர்.

பொழுது சாய்ந்து கதிரவன் மறையும் நேரத்தில், எங்கு நம் இரவைக் கழிக்கவேண்டும் என்று முடிவுசெய்து முந்தைய இரவினைப் போலவே நெருப்பை உருவாக்கி அதனைச் சுற்றி அனைவரும் அமர்ந்துகொண்டனர்.

அந்த நெருப்பின் ஒளியில் அனைவரது முகமும் பரவசம் அடைந்திருந்ததைக் கண்ட மலையன், பின்வருமாறு கூறினார்:

"நாம் இங்கெப்படி இன்று அமர்ந்திருக்கிறோமோ அதேபோல் பல தலைமுறைகளாக இங்கு வந்துபோய்க்கொண்டிருப்பவர்களைப் பார்த்துக்கொண்டும் அவர்கள் பேசுவதைக் கேட்டுக்கொண்டும் இம்மரங்கள் இங்கேயே நின்றுகொண்டிருக்கின்றன. ஒவ்வொரு மரத்திற்கும் குறைந்தது ஐயாயிரம் பொழுதுகளில் வந்துபோய்க் கொண்டிருப்பவர்களின் முகங்களாவது ஞாபகம் இருக்கும்.

அதுபோல ஒரு புது இடத்திற்கு நாம் சென்றுவருகிறோமாயின் அங்கு யாரையேனும் ஒருவரையாவது நாம் தெரிந்துகொண்டு வரவேண்டும். மனிதர்களுக்கு மட்டும்தான் மற்ற உயிரினங்களிடமும் சிநேகம் வைத்துக்கொள்ளும் பண்பு அதிகமாக இருக்கிறது. அப்படி, புது இடத்திற்குச் சென்று வருகையில் அங்கிருந்து ஏதேனும் பெற்றுக்கொண்டோ அல்லது எடுத்துக்கொண்டோ வரவேண்டும்.

என்னைப்போல் வயது முதிர்ந்த பருவத்தில் நாம் நினைத்த இடங்களுக்கெல்லாம் சென்றுவர முடியாது. அது நாம் ஏற்கெனவே சென்று வந்திருந்த பகுதியாக இருப்பினும் செல்ல முடியாத சூழ்நிலை ஏற்படும். அப்படி ஏற்படும்போது, முன்பு சென்றுவந்த இடத்திலிருந்து நாம் பெற்றுவந்த அல்லது எடுத்துவந்த ஏதேனும் ஒன்றை எடுத்துப் பார்க்கையில், அப்போது நாம் சென்றுவந்த நினைவுகள் இப்போது சென்று வந்ததைப்போல் தோன்றும்.

ஆகையால், இங்கிருந்து நாம் தோன்றிமலை திரும்புவதற்குள் உங்களது மனம் கவரும் எதையேனும் அங்குள்ள உயிரினங்களுக்குத் தீங்கு தராமல் இருக்குமாயின் எடுத்துக்கொள்ளுங்கள். காலம் கடந்த பிறகு நாம் சேகரித்த மனிதர்களும் பொருட்களும்தான் நமது கடந்த காலத்தை நினைவுப்படுத்தும்" என மலையன் கூறிக்கொண்டிருக்க காரி, ஏகலைவனின் தோளில் சாய்ந்து தூங்கிக்கொண்டிருந்தான்.

ஏதோ நினைவு திரும்பியவராய், "சரி எல்லோரும் உறங்குங்கள். காலையில் மலையின் உச்சியை அடைய வேண்டும்" என்றுகூறி தன் முதுகின் பின் இருந்த பாறைமீது சாய்ந்து உறங்க முயற்சித்தார். பாறையின் வெப்பத்தின் காரணமாக, அருகே உடைந்து காய்ந்துபோயிருந்த பெரிய மரப்பட்டையைப் பாறைமீது வைத்து சாய்ந்துகொண்டார்.

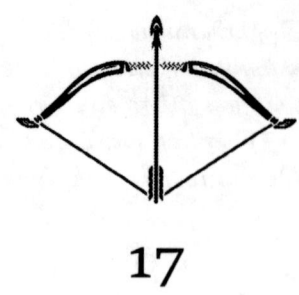

17

பொழுதுவிடிந்து கதிரவன் கண்விழிக்கும் முன்பே அனைவரும் ஆரிமலையின் உச்சியை நோக்கி நடக்கத்தொடங்கியிருந்தனர். அருகில் ஓடிய ஓடை மலையின் உச்சிக்குச் செல்லச்செல்ல வேகமாக கீழ்நோக்கி ஓடிக்கொண்டிருந்தது. சற்று தூரம் சென்றதும் 'சோ... ஓ...' என்ற ஓசை மெல்லமெல்ல அதிகரித்தது. ஏகலைவன் தனக்கு மட்டும்தான் அந்த ஓசை கேட்கிறதோ என்று எண்ணி, "எனக்கு 'சோ... ஓ...' என்ற ஓசை கேட்கிறது" என்று மலையனிடம் கூறினான். மலையன் புன்னகை புரிந்துவிட்டு, "அதை இன்னும் சற்று தூரம் சென்றதும் தெரிந்துகொள்வாய்" என்றுகூறி நடந்துசென்றார். மெல்லமெல்ல ஓடையைவிட்டு வெகுதூரம் தள்ளிச் சென்றனர்.

கதிரவனின் கதிர்கள் எங்கும் நிறங்களை நிரப்பியது. பனியின் காரணமாக அவர்கள் நடந்து செல்கையில் பாதங்களில் நீரினை உணர்த்திய வண்ணமே இருந்தன புற்கள். கதிரவன் கண்களுக்கெதிரே வந்ததும் மேகங்கள் விலகிச் செல்வதும் தலையினை உரசிச் செல்வதும் நன்றாய் அனைவருக்கும் தெரிந்தன.

ஓரிரு நாழிகைக்குப் பிறகு அனைவரும் மலையின் உச்சியை அடைந்தனர். அங்கு தோன்றிய காட்சி அனைவரையும் மலைத்துப்போகச் செய்தது. கண்ணுக்கெட்டிய தூரம்வரை வெறும் மரங்களும் இலைகளும் அவற்றின் நிறங்களுமாகவே இருந்தன. மேகக்கூட்டங்களுக்குமேல் நிற்பதுபோன்ற உணர்வு அனைவரையும் மிதக்கச் செய்தது.

மலையின் உச்சியை அடைந்ததும்தான் ஏகலைவனுக்குப் புரிந்தது, அந்த ஓசையின் காரணம் மலைமீதிருந்து திரண்டு கொட்டும் நீரின் ஓசை என்று.

அங்கு கண்ட காட்சியை வர்ணிக்க கண்களால் கவனித்து முடியாது. கதிரவன் மறையும்வரை கண்டாலும் கண்களால் அக்காட்சியை அப்படியே பதிவு செய்துகொள்ள முடியாது. மலையனின் கண்கள்கூட அவர்களுக்கு எதிரேயிருந்து திரண்டுவந்து கொட்டும் அருவியின் மீதேயிருந்தது. அவர் கண்களுக்கு அவ்விடமும் அக்காட்சியும் புதிதில்லையென்றாலும் புதிதாகப் பார்ப்பது போன்றே அவரது விழிகள் வியந்து பார்த்துக்கொண்டிருந்தன.

மலையின் மேற்பரப்பிலிருந்து துளிகள் மெல்லத் திரண்டு நகர்ந்து நகர்ந்து வந்து முகப்பில் திடீரென்று குதித்துப் பாறைகள்மீது பட்டுத் தெறித்து சில துளிகள் காற்றிலே தவழ்ந்தும் பறந்தும் செல்ல, மீதித்துளிகள் நிலத்தின்மீது கொண்ட காதலின் காரணமாக நிலத்தினை நோக்கி வேகமாகச் சென்று, அங்கு காதலிக்க காத்திருப்போருடன் சேர்ந்து காதலனைத் தேடிச்செல்லத் தொடங்குகிறது. தனது காதலன் நிலமா, மரமா என்று யூகிக்க முடியாமல் சென்றுகொண்டிருக்கையில் 'நான் இங்கு இருக்க நீ எங்கே செல்கிறாய்' என்று சட்டென்று உறிஞ்சி இழுத்துக்கொள்ளும் காதலர்களை என்னவென்று சொல்ல முடியும். அப்படிப்பட்ட காதலர்களைக் கண்ணெதிரே பார்க்கும்போது மலைப்பாகத்தானே இருக்கும்.

அங்கு இருக்கும் குளுமையில் ஒரே இடத்தில் நிற்பதைப் பாதங்கள் உணர்த்த அக்காட்சியில் மூழ்கிய அனைவரும் கரைசேர்ந்தனர். பின் மலையன், "என்னோடு வாருங்கள்" என்றுகூறி முன்னே சென்றார்.

அனைவரும் அங்குள்ள சிறுசிறு காட்சிகளையும் ரசித்துக்கொண்டு மலையன் பின்னே சென்றனர். சற்றுதூரம் சென்றதும் அனைவருக்குள்ளும் 'நாம் வேட்டையாடப் போகிறோமா?' என்ற எண்ணம் உதித்து, 'ஆயுதமே இன்றி எப்படி வேட்டையாடுவது?' என்ற எண்ணம் அனைவருக்கும் உதித்த சூரியனைப்போல் உச்சிக்கு வந்தது. கொஞ்சதூரம் சென்றதும் ஒவ்வொருவரையும் மரத்தின் பின்பும் பாறையின் பின்பும் மறைந்துகொள்ளச் செய்தார் மலையன்.

அவர் அருகில் இருந்த ஏகலைவன், "எந்த விலங்கை நாம் வேட்டையாடப் போகிறோம் ஐயா? நம்மிடம் ஆயுதம் வேறு இல்லையே?" எனக் கேட்டான்.

"எந்த விலங்கையும் நாம் வேட்டையாடப் போவதில்லை, வேட்டையாடுவதைப் பார்க்கத்தான் போகிறோம்" என்றதும் அவர்களுக்குப் பின்னால் இருந்த காரி, "எந்த விலங்கு வேட்டையாடுவதைப் பார்க்கப் போகிறோம்?" என்றான்.

"உங்களுக்குத் தெரியவில்லையா? அதோ..." என்று கை நீட்டி மலையன் காண்பித்த இடத்தில் மூன்று புலிகள் படுத்திருந்தன. அதன் அருகாமையில் மான்களின் கூட்டம் ஒன்று வந்துகொண்டிருப்பதைக் கண்ட அனைவரும் அடுத்து நடக்கவிருக்கும் நிகழ்ச்சியைக் கவனிக்கத் தொடங்கினர்.

பச்சைப் பசேலென்று வளர்ந்திருந்த புல்லை உண்பதற்காக மான்கள் மெல்ல நடந்து வந்துகொண்டிருந்தன. மான்கள் வருவதை அறியாமல் அமைதியாக இருந்தன புலிகள்.

ஒரு புலி, தன் முன்னங்கால்மேல் தலையை வைத்து உறங்கியது. அதன் அருகிலுள்ள புலி நான்கு கால்களையும் நன்கு நீட்டி உறங்கிக்கொண்டிருந்தது. மற்றொன்று நாக்கினால் தன் முன்னங்கால்களை நக்கி சுத்தப்படுத்திக்கொண்டிருந்தது. கால்களை நக்கிக்கொண்டிருந்த புலி மான்களைப் பார்த்ததும் எழுந்து வேகமாக ஓடத் தொடங்கியது. ஒரு புலி ஓடத் தொடங்கியதும் தூங்கிக்கொண்டிருந்த இரு புலிகளும் என்னவோ ஏதோவென்று எழுந்து அப்புலியைப் பின்தொடர்ந்து விரைந்து ஓடின.

மான்களைப் பார்த்ததும் அவை இருக்கும் இடத்திற்குச் சற்றுதூரம் முன்பே ஓட்டத்தை நிறுத்திப் புல்வெளியில் மறைந்து அவைகளுக்குத் தெரியாத வண்ணம் பதுங்கிக்கொண்டன.

பின் மெல்லமெல்ல முன்னே நகர்ந்து மான்களை நெருங்கிக் கொண்டிருந்தன புலிகள். புலிகள் மிக அருகில் வந்ததும்தான் மான்களுக்குப் புலிகள் நம்மை நெருங்கிவிட்டன எனத் தெரிந்தது. பயத்தை உணர்ந்த மான்கள் மெல்ல பின்னால் நகர்ந்து ஓடத்தொடங்கின. அதனைக் கண்டு மூன்று புலிகளும் மான்களைத் துரத்தத் தொடங்கியது. இருபுலிகளும் மான்களைத் துரத்திக் கொண்டுபோய் மலையின் மறுகரையில் விடும் நோக்கத்துடன் செல்ல, ஒரு புலி தன் அருகே ஓடிக்கொண்டிருந்த மானின் குருதியை சுவைக்க அதன் பின்னே ஓடியது.

ஓடிக்கொண்டே இருக்கையில், தக்க தருணம் வாய்த்ததும் மானின் மீது பாய்ந்து அதன் கழுத்தைக் கவ்விப் பிடித்து இரண்டு மூன்று உலுக்கு உலுக்கியது. புலியின் பற்கள் பதிந்ததால் மான்

இறந்துபோனது. பின் சமதளமாக வளர்ந்திருந்த புல்வெளியில் அந்த மானைக்கிடத்தி உண்பதற்கு ஏற்றார்போல் அமர்ந்து, மெல்ல அதன் சதைகளையும் நரம்புகளையும் கடித்து இழுத்து உண்டது. உண்ணும்பொழுது முகம் முழுவதும் ரத்தம் தெறித்திருந்தது. அது எதையும் பொருட்படுத்தாது மானை ருசித்துக்கொண்டிருந்தது புலி.

மற்ற மான்களை விரட்டிவிட்டு மூச்சிரைக்க ஓடி வந்து கொண்டிருந்த மற்ற புலிகள், மானை ருசித்துக்கொண்டிருக்கும் புலியைப் பார்த்துவிட்டு, அதற்கு அருகிலேயே அமர்ந்து நாக்கைத் தொங்கபோட்டு மூச்சு வாங்கின.

அதன்பின் மற்றொரு திசையிலிருந்து கூட்டமாக வந்த குதிரைகள், படுத்திருக்கும் புலிகளைப் பார்த்து கால்கள் தடுமாற பின்னோக்கி ஓடத்தொடங்கின.

அவற்றைப் பார்த்தும் பாராததுமாய்த் தன்மீது வந்தமரும் ஈக்களையும் பூச்சிகளையும் விரட்டுவதில் மும்முரமாக ஈடுபட்டுக் கொண்டிருந்தன புலிகள்.

மானைத் தின்றுகொண்டிருந்த புலி, எழுந்துசென்று மற்ற இரு புலிகளின் அருகில் அமர்ந்து தன்மேல் இருக்கும் குருதியை நாக்கினால் நக்கத்தொடங்கியது. புலி சென்றதும் மானின் உடலில் ஈக்கள் மொய்க்கத்தொடங்கின. சற்றுநேரம் கழித்து அங்குவந்த இரண்டு ஓநாய்கள் மெல்ல அந்த மானின் உடலை நெருங்கின.

ஓநாய்களைப் பார்த்த புலிகள் கோபக்கனல் வீச உறுமத் தொடங்கின. உறுமல் சத்தம் கேட்டு பயந்து பின்வாங்கிய ஓநாய்கள் மீண்டும் மெல்லமெல்ல முன்நகர்ந்து மானின் உடலை இழுத்துக்கொண்டு வனத்தினுள் சென்றன.

இவையனைத்தையும் வேறு திசையெங்கும் பாராமல் பார்த்துக்கொண்டிருந்த அனைவரும் பயந்து போனார்கள்.

உடலில் ஓடும் ரத்தம் சூடாகியதை உணர்ந்த அனைவரின் உடலும் வியர்த்து விறுவிறுத்துப் போயிருந்தது. அங்கு நடந்த காட்சியும் நடக்கின்ற காட்சியும் கண்களைவிட்டு விலகாமல் அவர்கள் முன்பே இருக்க.

மலையனும் ஏகலைவனும் அவர்களுக்குப் பின்னால் பெரிய கரிய உருவம் ஒன்று நிற்பதை உணர்ந்து திரும்பினர்.

◉

நா.கௌசிகன் | 69

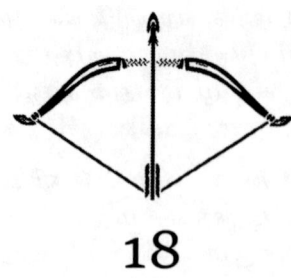

18

தங்களுக்குப் பின்னால் நீண்ட தந்தங்களைக்கொண்டு நின்ற யானையைக் கண்டதும் ஏகலைவனும் மலையனும் பயந்து போயினர். அதன் பெரிய காதுகளையும் நீண்ட வலிமையான தும்பிக்கையையும் பார்த்தபோது, மலையில் இருந்து ஏதோ ஒரு பெரிய பாறை உருண்டுவந்து அவர்கள் முன்னால் நிற்பதைப் போன்று அவர்களுக்குத் தோன்றியது.

யானை, இருவரையும் பார்த்துவிட்டு மெல்லத் திரும்பி, புலிகள் படுத்திருக்கும் இடம்நோக்கிச் சென்றது. யானை சென்றதும் அச்சம் தெளிந்து, “ஐயா, அந்த யானையை நாம் காப்பாற்ற வேண்டாமா?” என்று ஏகலைவன் மலையனிடம் கேட்க, “யாரிடமிருந்து?”

“புலிகளிடமிருந்துதான்” என்று ஏகலைவன் கூறியதும் மலையன் பெருமூச்சுவிட்டு, “பொறுத்திருந்து பார்ப்போம்” என்றதும் ஏகலைவன் குழப்பத்தில் ஆழ்ந்தான்.

“இயற்கையின் நியதி என்னவாக வேண்டுமானாலும் இருக்கலாம்” என்று மலையன் கூறியதும் ஏகலைவனுக்குக் கோபம் மூண்டது.

“விலங்குகளைக் கொல்லக்கூடாது மரங்களைக் காப்பாற்ற வேண்டும் என்று கூறிய நீங்கள், இப்பொழுது ஒரு உயிரின் மரணத்துக்குக் காரணமாகப் போகிறீர்கள்” என்று ஏகலைவன் கூறிக்கொண்டிருக்க மலையன் தைரியமாக புலியின் அருகில் சென்று கொண்டிருக்கும் யானையைப் பார்த்தார்.

புலிகள் மூன்றும், மெல்லமெல்ல தங்களைத் தீண்டிச்செல்லும் காற்றில் கண்களை மூடித் தலையசைத்துக் கொண்டிருந்தன.

அப்போது அங்குவந்த யானையை மூன்று புலிகளும் பார்த்துவிட்டு மீண்டும் காற்றில் தலையசைக்கத் தொடங்கின. யானை மெல்ல தன் காதுகளை அசைத்த வண்ணம் சென்றுகொண்டிருந்தது.

அதனைப் பார்த்து வியந்த ஏகலைவன் மலையனிடம், "யானையைப் புலியால் வேட்டையாட முடியாதா? இல்லை யானையின் மாமிசம் புலிக்குப் பிடிக்காதா?" என்று கேட்டதும் மலையன் சிரித்துவிட்டார்.

பின், மலையன் அனைவரையும் ஒரு பெரிய பாறையின் அருகில் அழைத்து, "நீங்கள் கண்ட காட்சியின் அர்த்தம் புரிகிறதல்லவா?" என்றதும் எல்லோரும் அமைதியாக இருந்தனர்.

பின் கூறினார், "முதலில், பசியில் இருந்ததால் புலியானது மானைக் கொன்றது. உண்டுமுடித்து பசி அடங்கியபின் உணவாகிய மானை, ஓநாய்கள் எடுத்துச்செல்ல அனுமதி கொடுத்துவிட்டுப் படுத்துக்கொண்டது. அதன்பின், அவ்வழியே யானை செல்லும்போதுகூட அதனை அவை வேட்டையாட முற்படவில்லை. காரணம் என்னவென்றால் புலிகளுக்கு தன் பசி தீர்ந்துவிட்டது. பசியில்லாமையால் வேட்டையாடவில்லை.

'தேவையறிந்து வேட்டையாட வேண்டும். தேவைக்குமீறி வேட்டையாடக் கூடாது. அதேசமயம், தேவைப்படும்பொழுது மட்டும்தான் வேட்டையாட வேண்டும்' இதுவே வேட்டையாடும் முறை" என்றதும் அனைவரும் இயற்கையில் காரணமின்றி எதுவும் நடப்பதில்லையென்றும் ஒவ்வொரு நிகழ்வும் நமக்கு ஏதேனும் ஒன்றைக் கற்றுக்கொடுக்கிறது என்றும் உணர்ந்தனர்.

பின் சிறிது நேரம் அவ்விடத்தை ரசித்துவிட்டு தோன்றிமலையை நோக்கிப் புறப்பட ஆரம்பித்தனர்.

'செல்லும் பாதை ஓடையை ஒட்டியே இருக்கும்' என்பதை மலையன் தெரிவித்தார். பாதை நெடிகிலும் நினைவுப்பொருளாக எதை எடுத்துக்கொண்டு போவது என்றே பலரும் சிந்தித்துக்கொண்டு வந்தனர். அவர்கள் சென்ற பாதையில் புற்களின் வளர்ச்சியென்பது குறைவாக இருந்ததால் அனைவரது பாதமும், பாதையில்கிடந்த கற்களையும் மணலையும் உணர்ந்தே சென்றுகொண்டிருந்தது. பாதையின் இருபுறங்களிலும் மரங்கள் அடர்த்தியாக இல்லையென்று சொல்லமுடியாத அளவிற்கு இருந்தது.

மலையன் தனியொருவராய் முன்னே சென்றுகொண்டிருந்தார். அவர் பின்னால் இருவர் மூவர் என சேர்ந்து இன்று கண்ட

காட்சியைப் பற்றியே பேசிக்கொண்டுவர, கயிலன் மட்டும் தனியாகத் தன் அருகிலிருக்கும் காட்சிகளைப் பார்த்துக்கொண்டு வந்தான். அப்போது மரக்கிளையில் இருந்து கிளியொன்று கயிலனின் தலையில் விழுந்து கீழே விழுந்தது.

கீழே விழுந்த கிளி, வலியினால் 'கீச்... கீச்... கீச்...' என அலற அதைக் கையில் தூக்கிப் பார்த்தான் கயிலன். அதன் முகத்தில் பயமும் கவலையும் தெரிந்தது. கிளி அலறியதும் அனைவரும் திரும்பி கயிலனைப் பார்த்தனர்.

விழுந்த கிளியைப் பறக்கச் செய்வதற்காகத் தன் கைகளில் இருந்து உயர தூக்கி எறிந்தான். மேலே சென்ற கிளி இரண்டு மூன்று தடவை இறக்கையை விரித்து சிறகடிக்க முயற்சி செய்து மீண்டும் கீழே விழுந்தது. கீழே விழுந்த கிளியை மீண்டும் தூக்கினான். அது 'மீண்டும் என்னை எறிந்துவிடாதே!' என்று கெஞ்சுவதுபோல் பார்த்தது. அக்கிளியை முழுவதும் கவனிக்கையில் அதன் இறக்கை முறிந்திருப்பதை உணர்ந்தான்.

கயிலன் என்ன செய்யப் போகிறான் என்பதை கவனித்துக்கொண்டிருந்த மலையனிடம், "நவிரன் ஐயாவினால் இதன் இறக்கையைச் சரிசெய்துவிட முடியுமா ஐயா?" என்றதும் மலையன் மனதார மகிழ்ச்சியடைந்து, "முயற்சி செய்து பார்க்கலாம்" என்றார்.

பின், தன் கைகளிலேயே அக்கிளியை அரவணைத்துத் தூக்கிக்கொண்டு நடக்கத் தொடங்கினான். நெடுந்தூரம் அக்கிளியைப் பார்த்தவண்ணமே வந்துகொண்டிருந்தான். இரவு நேரம் நெருங்கியதால் வழக்கம்போல் காய்ந்த இலைகளும் குச்சிகளும் தகதகவென்று எரிந்துகொண்டிருந்தன. இலைகளையும் குச்சிகளையும் சேகரிக்கும்போது கிளியைத் தரையில்விட்டுச் சென்றான் கயிலன். அவனது கரங்களில் இருந்து பிரிந்ததும் கத்தத் தொடங்கிய கிளி மீண்டும் அவன் கரங்களை அடைந்த பின்புதான் கத்துவதை நிறுத்தியது. எப்போதும்போல் அனைவரும் நெருப்பினைச் சுற்றி அமர்ந்திருந்தனர். புதிதாக அவர்களோடு கிளியும் அமர்ந்திருந்தது.

அனைவரும் பேச வார்த்தையின்றி அமர்ந்திருக்க, "ஐயா மானைக்கொன்று பசியாறிவிட்டு, புலி படுத்திருந்தபோது புல் உண்ண வந்த குதிரைகள் புலிகளைப் பார்த்து ஏன் பயந்து ஓடின?" என்று அகவன் கேட்டதும் அங்கு நடந்த காட்சியைவிட்டு யாரும்

இன்னும் வெளிவரவில்லை என்பதை உணர்ந்த மலையன் "பயத்தினால் ஓடியிருக்கக்கூடும்" என்றார்.

"பயமா? என்ன பயம்?" என்றான் அகவன்.

"என்ன பயமா? புல்லினை ருசிபார்க்க வந்தால் நம்மை ருசி பார்த்துவிடுவார்கள் என்ற பயம்தான்" என்று காரி கூறியதும் அனைவரும் சிரித்தனர்.

"இப்படி அனைத்து விலங்குகளையும் பயமுறுத்தி உணவாக உண்டு வாழும் அந்தப் புலிகளை நாம் விரட்டியடிக்க வேண்டும்தானே" என்று கேட்டான் கயிலன்.

மலையன், "அப்படி புலிகளை நாம் விரட்டியடித்தோமே யானால், நம் அருகில் ஓடிக்கொண்டிருக்கும் ஓடை கொஞ்சகாலத்தில் வறண்டு ஒற்றையடிப்பாதையாகிவிடும்" என்றதும் அனைவரும் குழம்பினர்.

மலையன் தொடர்ந்தார், "அப்புலிகள்தான் அங்குள்ள மரங்களையும் புற்களையும் இளங்கன்றுகளையும் செடிகளையும் மற்ற விலங்குகளிடமிருந்து காத்துவருகின்றன. அங்குள்ள விலங்குகள் அவற்றை உண்டுவிட்டால் நீரானது விரைவில் தரையை அடைந்துவிடும். பின் ஓடையில் நீர் என்பதும் மலைகளில் பசுமை என்பதும் இருக்காது.

இயற்கை மிகவும் அழகானதுதான், அதேசமயம் விசித்திரமானதும்கூட. அதனால்தான் புலிகளைக் கண்டு மற்ற விலங்குகள் ஓடின. அவை அவ்வாறு ஓடாமல் நின்றிருந்தாலும்கூட அடுத்தநாள் அல்லது மற்றொருநாள் புலியின் வசம் சிக்கி சின்னாபின்னமாகியிருக்கும். அதனால் புலிகளைத்தான் நாம் காக்கவேண்டும் என எண்ணவும் கூடாது. நாம் இயற்கைக்கும் மண்ணிற்கும் எவ்வித பாதிப்பும் இல்லாமல் நடந்துகொண்டாலே போதும், எல்லாம் சரியாக நடக்கும். இவற்றில் ஏதேனும் ஒன்றில் நாம் குறுக்கிட்டோமேயானால் விளைவு மிகவும் மோசமானதாக இருக்கும். அதனால், தேவைக்கேற்ப உண்டு தேவைக்கேற்ப வாழ வேண்டும்" என்று மலையன் கூறியதைக்கேட்டு வனத்தின் குணத்தை அனைவரும் உணர்ந்தனர்.

அதன்பின் சிறிது நேரம் பேசிக்கொண்டிருந்துவிட்டு அனைவரும் உறங்கிப்போனார்கள். எப்போதும்போல் உறக்கத்திலும் விழிப்பாக இருந்தார் மலையன். அவரோடு, கிளியும் அவ்வப்போது விழித்துக்கொண்டிருந்தது.

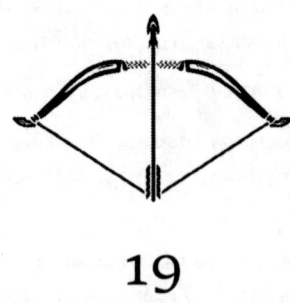

19

பொழுது விடிந்து அனைவரும் தோன்றிமலையை நோக்கி நடக்கத்தொடங்கினர். கிளியினைத் தன் கைகளில் சுமந்துகொண்டு வந்தான் கயிலன். கிளி மிகவும் சோர்ந்து தலையைச் சாய்த்து வைத்திருந்தது. செல்லும் வழியில் படர்ந்துகிடந்த கொடியிலிருந்து கோவைப்பழத்தினைக் கிளிக்கு உண்பதற்குக் கொடுத்தான். சோர்வுடனே அப்பழத்தைத் தன் அலகால் மெல்ல கொத்திகொத்திப் பாதி தின்றது. மீதமுள்ள பாதியை கயிலன் அளிக்க, உண்ண மறுத்தது. கிளி மறுத்த கோவைப்பழத்தினை கயிலன் உட்கொண்டுவிட்டு நடந்தான்.

மௌனமாக அனைவரும் சென்றுகொண்டிருக்க மௌனத்தைக் கலைக்கும் வண்ணம், “எங்களுக்கு எப்போது ஆயுதங்களைக் கொண்டு பயிற்சி அளிக்கப் போகிறீர்கள் ஐயா” என்று மலையனிடம் கேட்டான் காரி.

“அததற்கென்று காலம் வாய்க்கும்போது எல்லாம் சரியாக நடக்கும். இந்த இளம் பிராயத்தில் நீங்கள் கற்றுக்கொள்ளக்கூடிய விஷயங்கள்தான் உங்களது குணத்தைத் தீர்மானிக்கும். இப்போது உங்கள் கைகளில் வாளும் வேலும் வில்லும் கொடுத்து வீரத்தைத் தூண்டிவிடக்கூடாது. அதற்கு இன்னும் காலம் இருக்கிறது” என்று முடித்தார்.

அதன்பிறகு அமைதியாய் நடந்து சென்றுகொண்டிருக்க சட்டென்று நினைவு திரும்பியவனாய், “அய்யோ நினைவுக்கென்று எந்தப் பொருளையும் எடுத்துக்கொள்ளவில்லையே?” என்று அருகில் வந்த ஏகலைவனிடம் கூற, அப்போதுதான் ஏகலைவனுக்கும் தெரிந்தது, ‘நாமும் ஒன்றும் எடுத்துக்

கொள்ளவில்லையே' என்று. அப்படியே அருகிலிருந்த அனைவரிடமும் கேட்டபோதுதான் தெரிந்தது யாரும் எதையும் எடுத்துக் கொள்ளவில்லையென்று. அதன்பின் நடந்துசெல்லும் பாதை நெடுகிலும் எதை எடுத்துக்கொள்ளலாம் என அனைவரும் பார்த்துக்கொண்டே வந்தனர். முன்னால் சென்ற மலையன், பின்னால் ஏதோ சலசலப்பு ஏற்படுவதைக் கவனித்துத் தன் அருகில்வந்த காரியிடம்,

"என்னவாயிற்று?" என்று கேட்டு விஷயத்தை அறிந்துகொண்டார்.

அதன்பின் அனைவரையும் பாறை உடைந்து சிதறிக்கிடக்கும் இடத்திற்கு அழைத்துச் சென்றார். அங்கு பலப்பல வண்ணங்களில் கற்கள் உடைந்து இறைந்துகிடந்தன.

அதனைப் பார்த்த அனைவரும் அவரவர்களுக்கென்று ஒவ்வொரு கல்லை எடுத்துக்கொண்டனர். கயிலன் தன்னுடன் இருக்கும் கிளிக்கும் சேர்த்து ஒரு கல்லை எடுத்துக்கொண்டான். பின் அனைவரும் தோன்றிமலையை நோக்கிச் செல்லத் தொடங்கினர்.

✵

தோன்றிமலையில் உள்ள மக்கள் அனைவரும் இவர்கள் காடறிய சென்றதும், அவர்களுக்கு எவ்வித ஆபத்தும் நேர்ந்துவிடக்கூடாது என மனதில் எண்ணிக்கொண்டே இருந்தனர். அவர்களுக்கான ஆபத்தைப் பற்றி எண்ணாமல் குடிசைகளுக்கு அருகில் இருக்கும் மாமரத்தின் நிழலில் இளங்கீரன், உசிதன், மற்றும் நவிரன் ஆகிய மூவரும் அமர்ந்து பேசிக்கொண்டிருந்தனர்.

உசிதன், "இந்நேரம் அனைவரும் வந்திருக்கலாமே? என்ன செய்துகொண்டிருக்கிறார்கள்?"

"எல்லாம் நமது தவறுதான். காடறியக் காட்டைப்பற்றி ஒன்றுமே தெரியாதவரையல்லவா அனுப்பி வைத்திருக்கிறோம், அதுதான் இவ்வளவு தாமதமாகிறது. குழந்தைகள் கேள்விமேல் கேள்விகேட்டு மலையனைத் திக்குமுக்காட வைத்திருப்பார்கள்" என்று சொல்லிக்கொண்டே சிரித்தார் நவிரன்.

இளங்கீரன், "இதுதானே அவர்களுக்கு முக்கியமான பாடம், அதனால் முழுமையாகக் கற்றுக்கொண்டுவிட்டு வரட்டுமே. ஒருவேளை நாம் எதிர்பார்த்தபடி புலிகள் வராமல் போயிருந்தால்?

அவை வேட்டையாடுவதைப் பார்த்துவிட்டுத்தானே வரவேண்டும். அப்படியே காலதாமதம் ஆனாலும்கூட அவர்கள் அருகில் இருப்பது மலையன். ஆகையால் எவ்வித ஐயமும் கொள்ள வேண்டாம். அவர்கள் எப்போது வேண்டுமானாலும் வரட்டும். நாம் அடுத்து அவர்களுக்கு அளிக்க வேண்டிய பயிற்சியினைப் பற்றி யோசிப்போம்" என்று கூறிவிட்டு, "உசிதன் அவர்களே, கோடனிடம் போதுமான அளவு அம்புகளையும் ஈட்டிகளையும் வேல்களையும் செய்யச் சொல்லிவிட்டீர்களா?"

"சொல்லிவிட்டேன். அவர் குகைக்குச் சென்று நெருப்பில் கதகதக்க வேலை செய்துகொண்டிருப்பார்" என்றார்.

"உங்களது வேலைப் பூர்த்தியாகிவிட்டதல்லவா?"

"நேற்றோடு முடிவடைந்துவிட்டது. நீங்கள் கேட்டதைவிட கூடுதலாகவே செய்ய சொல்லிவிட்டேன்"

"சிறப்பு" என்று உசிதனைப் பாராட்டும் விதத்தில் கூறினார் இளங்கீரன்.

பின், நவிரனைப் பார்த்து, "நீங்கள் எப்போதும் தயாராகவே இருப்பீர்கள். அதனால் உங்களைப் பற்றிய கவலை எனக்கில்லை" என்றதும் நவிரன் பெருமிதப் புன்னகைப் பூத்தார்.

உசிதன், "எப்பொழுது பயிற்சியை ஆரம்பிக்க வேண்டும்?"

"அவர்கள் வந்து சேர்ந்த இரண்டாம் நாள் காலை" என்று இளங்கீரன் கூறியதும் ஆச்சரியத்தில் ஆழ்ந்தவராய் "என்ன இரண்டாம் நாளேவா?"

"ஆமாம்"

"ஏன் அவ்வளவு அவசரமாக?" என்று தயக்கத்துடன் கேட்டார் உசிதன்.

"விதையை வைத்துத்தானே விளையப்போகும் பயிர் என்ன என்பதைத் தீர்மானிக்க முடியும். அதனால்தான் விதையிலேயே வீரத்தை விதைக்கவேண்டும். அதுமட்டுமல்லாமல் வெளிமான் மலையில் இருந்து விரட்டப்பட்டவர்கள் வனத்தையும் வனவிலங்குகளையும் எவ்வித காரணமுமின்றி இரக்கமற்று வேட்டையாடி வருகின்றனர். அவர்கள் முற்றிலும் அழிப்பதற்குள் அவர்களைத் தடுக்கவேண்டும். தடுப்பதோடு மட்டுமல்லாமல் அவர்களுக்குப் பாடம் புகட்டும் வகையில் இருக்க வேண்டும்

என்பதற்காகத்தான் காடறியச் சென்றவர்களை வைத்தே காட்டினை அழித்தவர்களை விரட்ட இந்த முடிவுனை எடுத்துள்ளேன். ஆகையால் பயிற்சியை விரைவில் தொடங்குங்கள்" என்று இளங்கீரன் கூறிவிட்டு எழுந்தார்.

"நல்ல யோசனை, எவ்வளவு துணிச்சல் இருந்தால் வனத்தை அழிப்பர். வரட்டும் குழந்தைகள். நான் பார்த்துக்கொள்கிறேன்" என்றார் உசிதன்.

நவிரன் புன்னகை புரிந்து மௌனம் காத்தார். பின் உசிதனும், இளங்கீரனும் அங்கிருந்து சென்றனர். சற்றுநேரம் எதையோ யோசித்துக்கொண்டிருந்த நவிரன் மரத்தினடியிலேயே உறங்கிப்போனார்.

❋

காடறியச் சென்ற அனைவரும் செல்லியிடம் சென்று வணங்கிவிட்டு அவரவர் குடிசைகளை நோக்கி வந்தனர். கயிலன் தனது கையில் கிளியினைத் தூக்கிக்கொண்டு நவிரனைத் தேடினான். மாமரத்தடியில் உறங்கிக்கொண்டிருந்த நவிரனைப் பார்த்ததும் ஓடோடிப்போய் அவர் அருகில் நின்றான். அவர் உறங்கிக் கொண்டிருப்பதால் அவர் எழுந்திருக்கும்வரை காத்திருக்க முடிவு செய்தான்.

கயிலனைக் கண்ட மலையனுக்கு மனம் பூரித்துப்போனது. தனக்காகக் காத்திருக்கும் தன் பெற்றோர்களையும் கவனிக்காமல் ஒரு உயிரின் துன்பத்தைப் போக்குவதில் ஆர்வம் காட்டியதை நினைத்து மகிழ்ந்தார். ஆனால், இவை எதையும் அறியாமல் மரத்தடியில் நிம்மதியாக உறங்கிக்கொண்டிருக்கும் நவிரனைப் பார்த்ததும் கோபம் கொண்டு தன் அருகில் கிடந்த சிறு கல்லினை எடுத்துத் தூக்கி எறிந்தார். அது மரக்கிளையில் பட்டு நவிரனின் தோளில் விழுந்தது.

நவிரன் ஏதோ ஒன்று தன் தோளில் விழுந்ததை உணர்ந்து கையை உதறிவிட்டுச் சட்டென்று விழித்தார். பின் தன் எதிரே நிற்கும் கயிலனையும் அவன் கையிலிருக்கும் கிளியினையும் பார்த்துக் குழப்பமடைந்தார். சற்றுநேரத்தில் தெளிவடைந்து கிளியினைத் தன் கைகளில் வாங்கிப் பார்த்து, தன் இடையில் தொங்கவிட்டிருக்கும் குடுவையில் இருந்த ஒருசில இலைகளை எடுத்துப் பிழிந்து அதன் சாற்றைக் கிளியின் காயம்பட்டிருந்த இறக்கையில் விட்டார்.

கிளி மெல்ல 'கீச்... கீச்...' என்று கத்தத் தொடங்கியது. கயிலனைப் பார்த்து, "இன்னும் இரண்டு நாட்களில் சரியாகிவிடும். அதுவரை அதன் இறக்கையை விரிக்கக் கூடாது" எனக்கூறி அருகில் கிடந்த கொடியினை எடுத்து இறக்கைகளை ஒடுக்கிவைத்து சுத்திக் கட்டினார்.

கயிலன் மனதில் மகிழ்ச்சி பொங்க, "நன்றி ஐயா" என்றான்.

நவிரன் மெல்லத் தன் குடிசையை நோக்கிச் சென்றார். கயிலனும் தன் பெற்றோரைப் பார்த்து மகிழ்ந்து வீட்டுக்குச் சென்றான். தன்னுடனேயே கிளியையும் தூக்கிச்சென்றான். முன்பு இருந்ததைவிட சோர்வும் களைப்பும் அதிகமாக கிளியின் முகத்தில் காணப்பட்டதைக் கண்டு கிளி இறந்துவிடுமோ எனப் பயந்தான். பின் கிளியுடன் பேசிக்கொண்டே கயிலனின் பொழுது சென்றது.

❋

ஏகலைவன், குடிசையினுள் நுழைந்ததும் காந்தள் விவரிக்க முடியாத மகிழ்ச்சியடைந்து ஏகலைவனைக் கட்டித் தழுவிக்கொண்டாள்.

இளங்கீரன் எவ்வித வியப்பையும் வெளிக்காட்டிக் கொள்ளாமல் பயிற்சி பற்றி ஏகலைவனிடம் "எப்படி இருந்தது?" எனக் கேட்டார்.

"நன்றாக இருந்தது."

"இரண்டாம் நாள் காலை பயிற்சித் தொடங்கிவிடும். நன்றாக ஓய்வெடுத்துக்கொள்" எனக் கூறினார்.

'சரி' என்று கூறிவிட்டு உள்ளே மூங்கிலில் எப்போதும் தொங்கிக்கொண்டிருக்கும் அம்பறாத்தூணியில் நினைவாகக் கொண்டுவந்த கல்லைப் போட்டான்.

பயிற்சியைப் பற்றி நினைத்தபோது ஏகலைவனுக்கு வானம் முழுவதும் அம்புகளால் நிறைந்தும், பூமி முழுவதும் வில்லால் நிரப்பி வைக்கப்பட்டவைபோலும் இருந்தது. அதன்பின் காந்தளிடம் அவன் கண்ட காட்சிகள் அனைத்தையும் விவரமாகக் கூறிவிட்டு உறங்கினான். அவனுக்கு அருகில் அம்புகளைச் சுமக்க வேண்டிய அம்பறாத்தூணி அவனின் நினைவுகளைச் சுமந்து தொங்கிக்கொண்டிருந்தது.

◎

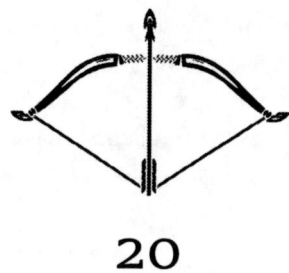

20

பொழுது விடிந்ததும் அனைவரிடமும் பயிற்சி நாளை தொடங்கவுள்ளதைப் பற்றித் தெரிவித்தான் ஏகலைவன். கயிலனிடம் தெரிவிக்கும்போது அவனுக்கு மலையன் கூறியது நினைவிற்கு வந்தது. "எல்லாம் ஏற்ற காலத்தில் ஏற்றவாறு நடக்கும் என்று மலையன் ஐயா கூறினார். நீயோ நாளை பயிற்சி என்கிறாய். யார் நமக்குப் பயிற்சி அளிக்கப்போவது?"

"நான் இப்போது என்ன கூறினேன். நாளை நமக்குப் பயிற்சி என்றுதானே அதற்கு ஏன் இப்படிக் கேள்வி கேட்டுக் கொண்டிருக்கிறாய்? எது எப்படியோ நாளை பயிற்சி தொடங்கவுள்ளது. காலையில் வந்து சேர்ந்துவிடு" என்று கயிலனிடம் கூறிவிட்டுச் சென்றான் ஏகலைவன்.

ஏகலைவனும், 'யார் நமக்குப் பயிற்சியளிக்கப் போகிறார்கள்?' என்று குழம்ப, 'எப்படியும் காலையில் தெரிந்துவிடும். அதனால் போட்டுக் குழப்பிக்கொள்ள வேண்டாம்' என முடிவுசெய்து தன் கைகளால் ஊன்றிய மரக்கன்றைக் காணச் சென்றான்.

அவன் வருகையைக் கண்டு சிறிதும் மாற்றம் கொடுக்காமல் காற்றில் அசைந்தபடியே இருந்தது அக்கன்று. அவன், அதனருகில் சென்று அதை உற்றுப் பார்த்துக்கொண்டிருக்க அதுவும் அவனைப் பார்த்துக்கொண்டிருந்தது.

'ஏய்... என்ன பார்க்கிறாய்? நான் உன்னைத் தனியாக விட்டுவிட்டுச் சென்றுவிட்டேன் என்றா? கவலைப்படாதே இனி உன்னைவிட்டுச் செல்வது குறைவாகத்தான் இருக்கும். எங்களுக்கு வேட்டையாடும் முறைப்பற்றி அறியப்படுத்துவதற்காக அழைத்துச் சென்றார்கள். நீ பார்த்திருக்க வேண்டுமே... புலி, மானைக் கடித்துப்

பிய்த்தெறிந்துவிட்டது. பாவம் மான். ஆனாலும், அது இயற்கையின் நியதியாம் என்ன செய்வது' என்று பெருமூச்சுவிட்டு 'உன்னையும் ஏதேனும் விலங்கு கடித்துத் தின்றுவிட்டால் அதுவும் இயற்கையின் நியதிதான்' என்றுகூறி சிரித்துவிட்டு, 'பயப்படாதே, நம்மைப் புலி காப்பாற்றும். உனக்கு ஒன்று தெரியுமா? நாளைமுதல் எங்களுக்குப் பயிற்சி தொடங்கவுள்ளது. நீ வேண்டுமானால் பார். உன் கனிகளை நீ எவ்வளவு உயரத்தில் வைத்தாலும் எப்படிப் பறிக்கிறேனென்று' கூறி மனதில் அம்புகளை நினைத்துக்கொண்டு 'உன்னோடு நின்று வெட்டிப் பேச்சு பேசிக்கொண்டிருக்கிறேன். எனக்கு நிறைய வேலையிருக்கிறது. நாளைமுதல் பயிற்சி அல்லவா? உனக்கெல்லாம் ஏதாவது பயிற்சி உண்டா?' என்று கேட்டுக்கொண்டே அருகில் இருந்த பானையில் நீரை எடுத்துவந்தான்.

அவனையே பார்த்துக்கொண்டிருந்த மரம், 'முதலில் நீரை ஊற்று பிறகு உன் கதையைக் கூறு' என்ற விதத்தில் பார்த்துக் காற்றில் அசைந்துகொண்டிருந்தது.

நீரை ஊற்றிவிட்டுக் குடிசைக்குச் சென்றான். குடிசையினுள் வந்த ஏகலைவனிடம், "எங்கு சென்றுவிட்டு வருகிறாய்?" எனக் கேட்டாள் காந்தள்.

"ஏன்?" என்றான் கைகளை வீசியபடி.

"கேட்கின்ற கேள்விக்குப் பதில் சொல்."

"முடியாது."

"முடியாதா?"

"ஆம்" என்று கண்களைமூடி தலையசைத்துச் சிரித்தான்.

"அப்படியே தந்தை புத்தி, உன்னை என்ன செய்கிறேன் பார்?" என்று சொல்லிக்கொண்டே ஏகலைவனைப் பிடிக்க முயன்றாள். அவன் நகர்ந்து நகர்ந்து பிடிபடாமல் விளையாடுவதைக்கண்டு மகிழ்ந்தாள்.

இதனிடையில், மலையனைச் சந்தித்த இளங்கீரன் பயிற்சியைப் பற்றிப் பேசிக்கொண்டிருந்தார்.

"நாளை அவசியம் பயிற்சியை ஆரம்பித்துவிட வேண்டும்."

"இந்த இளம் வயதிலேயேவா அவர்களுக்குக் குருதியின் வாசத்தைக் காட்ட வேண்டும்? இன்னும் கொஞ்சகாலம் போகக் கூடாதா?" மலையன்.

"இதுதான் சரியான காலம் என்று கருதிதான் இப்போதே அவர்களுக்குப் பயிற்சியளிக்கக் கூறுகிறேன்."

"பிள்ளைகள் மிகவும் ஆர்வமாக உள்ளதால் எளிதில் எதிலும் கற்றுத் தேர்ந்துவிடுவர். இருந்தும்…" என இழுத்தார் மலையன்.

"அவர்கள் விரும்பித் தேர்ந்தெடுக்கும் ஆயுதத்தில்தான் அவர்களுக்கு ஆர்வம் நிறைந்திருக்கும். அவர்கள் தேர்ந்தெடுக்கும் ஆயுதங்களை வைத்து அவர்களைச் சிறந்த வீரர்களாக்க வேண்டும்" என இளங்கீரன் கூறியதும்.

"சிறந்த மனிதர்களாகவும் ஆக்க வேண்டும்" என்று மலையன் கூறிவிட்டு அமைதியானார். பின் பயிற்சி தொடங்குவதைப் பற்றி இருவரும் பேசி முடித்து ஓய்வெடுக்கச் சென்றனர். கதிரவனும் தன் வேலையை முடித்துவிட்டு ஓய்வெடுக்கச் சென்றான்.

மறுநாள் பொழுது விடிந்துகொண்டிருக்க தோன்றிமலையின் வில்செய்வோனும் கயிலனின் தந்தையுமாகிய உசிதன் குகையை நோக்கிச் சென்றுகொண்டிருந்தார்.

தோன்றிமலையில் அவரவர்களுக்கான ஆயுதங்களை முறையாகச் செய்து தருபவர் உசிதனும் கோடனும்தான். வில்லில் நாணினைக் கட்டுவதற்கு உசிதனே உகந்தவர். இவரைப்போன்று வில்லினில் பக்குவமாக நாணினை இழுத்துத் தோன்றிமலையில் இதுவரை எவரும் கட்டியதில்லை. குகையை நோக்கி அவர் விரைவாகச் சென்றுகொண்டிருக்க அவருக்கு முன்பே அனைவரும் குகையை அடைந்திருந்தனர்.

எல்லோருக்கும் முன்பே மலையனும் இளங்கீரனும் சென்றிருந்தபடியால் குகையினுள் உள்ள நீரில் அவர்களின் நிழல் பிரதிபலித்துக் கொண்டிருந்தது. குகையிலுள்ள துவாரத்தின் வழியே கதிரவனும் உள்ளே நுழைந்திருந்தான். குகையில் நின்ற அனைவரும் தங்களுக்குப் பயிற்சி அளிக்கப்போவது மலையனாக இருக்குமோ என எண்ணிக் கொண்டிருந்தனர்.

உசிதன் வந்ததும் ஆயுதங்கள் வைக்கப்பட்டிருக்கும் இடத்தினருகே அனைவரையும் அழைத்தார்.

மலையன், "இவைகளே உங்களுக்கான ஆயுதங்கள் இவைகளில் நீங்கள் கற்றுக்கொள்ள விரும்பும் ஆயுதத்தைத் தேர்வுசெய்து கொள்ளுங்கள்" என்று கூறியதும் வரிசையாக

வைக்கப்பட்டிருந்த ஆயுதங்களை அனைவரும் ஆசையோடும் வியப்போடும் பார்த்தனர்.

முதலில் வாள் வைக்கப்பட்டிருக்க அதனைத் தொடர்ந்து ஈட்டி, வேல் மற்றும் வில் வைக்கப்பட்டிருந்தது. ஏகலைவனின் கண்கள் வேறெங்கும் செல்லாமல் வில்லின் மீதே அதிகக் கவனம் செலுத்திக்கொண்டிருந்தது.

அதற்குக் காரணம் சிறுவயது முதலே குடிசையில் அவனது நினைவாகத் தொங்கிக்கொண்டிருக்கும் அம்பறாத்தூணியும் அவனது தாய் காந்தளும்தான். வினா தெரிந்த நாளில் இருந்தே அம்பறாத்தூணியின் மீது ஆர்வம் ஏற்பட்ட ஏகலைவனிடம், "அது வில்லாளிகள் பயன்படுத்துவது, அதுபோல் உனக்கும் வேண்டுமானால் நீயும் சிறந்த வில்லாளியாக வேண்டும். அப்போதுதான் உனக்கான அம்பறாத்தூணி கிடைக்கும்" என்றே காந்தள் கூறிக்கொண்டிருப்பாள்.

"அப்போது இது யாருடையது?" என்று ஏகலைவன் கேட்கும்பொழுதெல்லாம், "இது உனக்காக, செல்லி எனக்குக் கொடுத்தது. இது என்னுடையது. உனக்கானதை நீ பெற வேண்டுமானால் வில்லாளியாக வேண்டும்" என காந்தள் கூறும்போதெல்லாம் அதே அம்பறாத்தூணியைப்போல் தனக்கும் அம்பறாத்தூணி வேண்டும் என்ற எண்ணம் அவனுள் எழுந்துகொண்டேயிருந்தது.

அதன் காரணமாக வேறு எந்த ஆயுதத்தின் மீதும் அவனது கண்கள் சிறிதளவுகூட திரும்பவில்லை. அவனது ஆர்வம் அங்கு பிரதிபலித்த நீரின் ஒளியில் மிகத் தெளிவாகத் தெரிந்தது.

பின் ஒவ்வொருவரும் தங்களுக்கான ஆயுதத்தைத் தேர்வுசெய்யத் தொடங்கினர். காரி, தனக்கு மிகவும் பிடித்த வேலினையும், கயிலன் தான் விரும்பிய வாளினையும், அகவன் ஈட்டியையும் தேர்வு செய்தான். ஏகலைவன் அனைவருக்கும் முன்பே தேர்வு செய்திருந்தான்.

அனைவரும் தேர்வுசெய்து முடித்தபின், குகையைவிட்டு வெளியே அழைத்துவந்தார் மலையன்.

◎

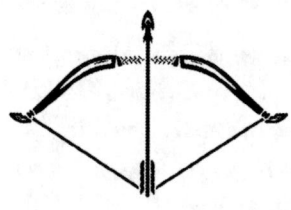

21

தனக்கான ஆயுதங்களைத் தேர்வு செய்துவிட்டு அனைவரும் எவ்வித ஆயுதமும் இல்லாமல் வெளியில் வந்தனர். மலையன் மட்டும் இரண்டு அம்புகளையும் ஒரு வில்லினையும் எடுத்துக்கொண்டு வந்தார்.

அனைவரும் வழக்கம்போல் மலையனின் பின்னே குழப்பத்துடன் செல்ல ஏகலைவன் தன்னருகில் வந்த கயிலனிடம், "நாம் இப்போது எங்கு செல்கிறோம்? ஏன் நமக்கு ஆயுதங்கள் தரவில்லை? பயிற்சி இன்றுமுதல் தானே? ஆயுதம் ஏதும் கொடுக்காமலேயே அழைத்துச்செல்கிறார்கள்?" எனக் கேள்விகளாய்க் கேட்டான்.

"எனக்கு எப்படித் தெரியும்?"

"உன் தந்தை உன்னிடம் எதுவும் கூறவில்லையா?"

"நான் கிளியோடு பொழுதுபோக்கிக் கொண்டிருந்ததால் தந்தையிடம் எதைப் பற்றியுமே பேசவில்லை. அவரும் என்னிடம் எதைப் பற்றியும் கூறவில்லை" எனக் கயிலன் கூறியதும் அனைவரும் என்ன நடக்கப்போகிறது என்று தெரியாமல் மலையன் பின்னே சென்றனர்.

அவர்கள் அங்குதான் வாழ்ந்துவந்தாலும் மலையன் எங்கு அழைத்துச்செல்கிறார் என்று தெரியாததால் செல்லும் வழியெங்கும் எதிர்பார்ப்பு நிறைந்தே சென்றனர். ஆனால், அவர் அழைத்துவந்த இடம் அனைவருக்கும் மிகவும் பழக்கப்பட்ட இடமாகவே இருந்தது.

சிறுவயது முதல் ஓடி விளையாடி பழகிய இடத்துக்குத்தான் மலையன் அவர்களை அழைத்து வந்திருந்தார்.

அனைவரையும் அருகில் அழைத்து, வாளினைத் தேர்வு செய்தவர்கள் ஒருபுறம், வேலினைத் தேர்வு செய்தவர்கள் ஒருபுறம் எனப் பிரித்து நிற்கவைத்தார். அப்படி நிற்கவைத்த பின்புதான் ஏகலைவனுக்குத் தெரிந்தது, தான் ஒருவன் மட்டும்தான் வில்லினைத் தேர்வு செய்துள்ளோம் என்று.

மலையன் அனைவரிடமும், "உங்கள் அனைவருக்கும் அனைத்து ஆயுதங்களின் பயிற்சிகளும் அளிக்கப்படும். ஆனால், நீங்கள் தேர்வு செய்த ஆயுதங்களில் சிறந்து விளங்க வேண்டுமானால் அவ்வாயுதங்கள் உங்களைத் தேர்வுசெய்ய வேண்டும். அதற்கு நீங்கள் தகுதியுடையவராய்த் திகழ வேண்டும்" எனக் கூறுகையில் அனைவரும் ஆர்வத்தின் காரணமாக மனதில் உறுதிகொண்டனர்.

அதன்பின், வாளினைத் தேர்வு செய்த நால்வரை அருகில் இருந்த புளியமரத்தை நோக்கி அழைத்துசென்று, மரத்தின்மீதேறி தடிமன் குறைந்து காணப்பட்ட கிளைகளை வெட்டி கீழே போட்டுவிட்டு இறங்கிவந்து அவர்களிடம், "இக்கிளைகளைக் கொண்டுதான் நீங்கள் பயிற்சி பெற போகிறீர்கள். வாளின் வீச்சு எந்த அளவிற்கு இருக்க வேண்டும் என்பதை நீங்கள் உணர ஒருவருக்கொருவர் உதவிபுரிந்து உங்களுடைய கைகளினால் கிளைகளை உடைத்து வையுங்கள்" என்றதும் கயிலன் உட்பட அனைவரும் ஆடிப்போயினர்.

'எப்படிச் செய்வதெ'ன்று குழம்பி நின்று கொண்டிருந்தவர்களைப் பார்த்துப் புரிந்துகொண்ட மலையன், அவர்கள் அருகில் சென்று "கயிலா இக்கிளையைத் தூக்கிப்பிடி" என்று கூறியதும் தன்னருகில் கிடந்த புளியங்கிளையை இருகைகளாலும் தூக்கிப் பிடித்தான்.

மலையன் தன் ஒரு கையினை உபயோகப்படுத்தி அக்கிளையை வெறுங்கையால் ஓங்கி வெட்டினார். கிளை இரண்டாக முறிந்தது. அதனைக்கண்டு அனைவரும் வியந்துபோனதுடன் இதை நாம் எப்படிச் செய்யப்போகிறோம் என்று நினைத்து நடுங்கிக்கொண்டிருந்தனர்.

அதைப் பொருட்படுத்தாது, "தொடங்குங்கள்" என்று கூறிவிட்டுச் சென்ற மலையனைப் பார்த்து மனதினுள், 'இவரா

நம்மைக் காடறிய அழைத்துச்சென்ற மலையன்' என எண்ணி வியந்துபோனான் கயிலன்.

பின் வேலினையும் ஈட்டியினையும் தேர்வு செய்தவர்களை அழைத்து, காய்ந்துபோயிருக்கும் அழுத்தமான நீளமான கொடிகளைக் கொண்டுவருமாறு உத்தரவிட்டார்.

அனைவரும் விரைந்துசென்று கொடிகளைக் கொண்டுவந்தனர். அதிலிருந்த ஒருசில ஆலம் விழுதுகளைப் பார்த்துப் புன்னகைத்துவிட்டு, "விழுதினை யார் கொடியென்று எடுத்துக்கொண்டுவந்தது?" என்றதும் அகவனும் காரியும் முன்வந்தனர்.

அவர்களைப் பார்த்துச் சிரித்துவிட்டு "இவை உங்களுக்கானவை" என்று அவ்விழுதுகளை அவர்களிடம் கொடுத்துவிட்டு, கொடிகளை எடுத்து ஒருவித முடிச்சினைப் போட்டு ஒவ்வொருவர் கைகளிலும் கட்டினார். கொடிகளை ஒன்றோடொன்று பிண்ணி எளிதில் அறுத்துவிட முடியாத அளவிற்கும் அறுந்து போய்விடாத அளவிற்கும் கைகளில் கட்டிவிட்டார்.

அகவனுக்கும், காரிக்கும் அவர்கள் கொண்டுவந்த விழுதினையே கையில் கட்டிவிட்டார். இருவரும், 'நமக்கு எளிதில் அறுந்துவிடாது என்பதால்தான் நமது அறிவினைக்கண்டு வியந்து விழுதைக் கட்டிவிட்டிருக்கிறார்' என்று நினைத்துப் பெருமைப்பட்டுக் கொண்டனர்.

அனைவரது கையிலும் கொடிகள் கட்டப்பட்டிருக்க இருவருக்கும் மட்டும் விழுது கட்டப்பட்டிருந்தது. கொடிகளின் மற்றொரு முனையை அருகில் இருக்கும் மரங்களின் கிளைகளில் அவரவர் உயரங்களைவிடச் சற்றே உயரமான இடத்தில் கட்டிவிட்டார். ஒரு கை கொடியோடு கட்டப்பட்டு மேலே இருந்தது மற்றொரு கை அவர்களைப் போன்று கீழே இருந்தது.

"உங்களது கைகளில் கட்டப்பட்டிருக்கும் கொடியினை நீங்கள் வீசப்போகும் ஈட்டியின் விசையானது அறுக்கவேண்டும். அறுத்துவிட்டு அக்கொடியினை அருகில் இருக்கும் தென்னைமரத்திலோ அல்லது பனைமரத்தின் உச்சியிலோ உள்ள மட்டையில் கட்டவேண்டும். ஒரு கையினை மட்டுமே பயன்படுத்தி அறுக்க வேண்டும். விழுதை, கொடி என நினைத்துக் கொண்டுவந்த உங்களுக்கும் அதேதான்" எனச் சொல்லிவிட்டு மலையன்

நகர்ந்ததும் அகவனும் காரியும் ஒருவரையொருவர் முறைத்துப் பார்த்துச் சிரித்துக்கொண்டனர்.

ஒவ்வொருவரும் கையில் முழுவிசையினை வரவழைத்துக்கொண்டு கொடியை அறுக்க முயற்சித்தபோது மலையன் போட்ட முடிச்சு இறுகிஇறுகி நரம்புகளை இறுக்கத்தொடங்கியது.

'கொடியைக் கட்டியவர்களுக்கே இப்படியென்றால் விழுதால் என்ன நேருமோ?' என்ற ஐயத்துடனேயே ஓங்கிய கையை மெல்ல இழுத்தனர். அது விசைக்கேற்ப கையை நெறித்து குருதியை ஓடவிடாமல் தடுத்தது.

அங்கு அதுவரை ஒவ்வொருவருக்கும் மலையன் கொடுத்த பயிற்சியினைக்கண்டு, 'தனக்கு எப்படிப்பட்ட பயற்சி வரப்போகிறது' என்று பயந்துபோயிருந்தான் ஏகலைவன். அவனருகில் வந்த மலையன் வில்லினையும் அம்பினையும் கையில் எடுத்து, "இந்த வில்லில் இருந்து புறப்படும் அம்பினை உன் கைகளினால் நீ பிடிக்க வேண்டும்" என்றதும் அவன் மனதினுள் ஏற்பட்ட உணர்ச்சி விவரிக்க முடியாததாக இருந்தது.

மலையன் கூறிவிட்டதால், தவிர்க்க முடியாமல் நன்கு பின்னோக்கி சென்று நின்றுகொண்டான். மலையன் அம்பை எடுத்து வில்லில் நாணேற்ற அவனது கண்கள் அம்பின் முனையைப் பார்த்தவண்ணம் இருந்தது. அம்பினைத் தொடுத்தார்.

அது அங்கிருந்த புளியமரத்தின் உயரத்தையும் தாண்டி சென்று விழுந்ததும் குழம்பிப்போய் நின்ற ஏகலைவனிடம், "அம்பைப் பிடிப்பதாகக் கூறிவிட்டு அங்கு ஏன் சென்றாய்?" என்று கேட்டார்.

"நீங்கள் என்னை நோக்கி அம்பு எய்வீர்கள் எளிதில் பிடித்துவிட முடியும் என்று எண்ணிதான் தொலைவில் சென்றேன்."

"அழகாய் இருக்கிறது, நீ சொல்லும் காரணம். உனது இலக்கு அம்புதான் என முடிவாகிவிட்ட நிலையில், நீதான் அதை அடைய முன்வர வேண்டும். அது உன்னைத் தேடிக்கொண்டு வராது. தேடிவரும் என நீ காத்திருந்தால் இப்படித்தான் திசைமாறி உயர பறந்துவிடும்" என்று கூறிவிட்டுக் கையிலிருந்த அடுத்த அம்பினை நாணேற்றி, "உனக்கென இருக்கும் அம்பை, நீ நினைத்தப்படியே உயரம் குறைத்து உன்னை நோக்கி விடுகிறேன். முடிந்தால் பற்றிக்கொள்" என மலையன் கூறவும், மிகவும் கவனமாக

'எப்படியாவது அம்பைப் பற்றிவிட வேண்டும்' என்ற துடிப்போடு கைகளைக் கவனத்துடன் வைத்திருந்தான் ஏகலைவன். நாணேற்றப்பட்ட அம்பு காற்றினைக் கிழித்துக்கொண்டு ஏகலைவனை நோக்கிவந்தது. தலைக்குச் சற்றுமேலே வருகிறது என்று எண்ணி கைகளை உயர்த்துவதற்குள் அம்பானது அவன் தலைமுடியை அசைத்துவிட்டுத் தூரத்தில் சென்று சொருகியது.

ஏமாற்றம் அடைந்த ஏகலைவன் மலையனைப் பார்த்தான். "உன்னை நோக்கிவரும் வாய்ப்பினை நீ பயன்படுத்திக்கொள்ள தயாராக இருக்கவேண்டும். அப்படியில்லையேல் இப்படித்தான் கை நழுவி போய்விடும்" என்றுகூறி வில்லினைக் கீழே வைத்துவிட்டு, "உன்னைவிட்டுச் சென்ற இரண்டு அம்புகளையும் விரைவில் எடுத்துக்கொண்டு வா, மீண்டும் பயிற்சியைத் தொடங்கலாம்" என்றார்.

அவன் இரண்டாவது அம்பை எடுத்துவிட்டு, பின் முதல் அம்பு சென்ற திசையை நோக்கி நடந்தான். அவன் மனதினுள், அம்பினைப் பிடிக்க முடியவில்லையே என்கிற ஏக்கம் வில்லினைப் பிரிந்துசென்ற அம்பினைப் போலவே கவலைக்கொண்டிருந்தது.

ஏகலைவன் அம்பினை எடுக்கச் சென்றதும், மலையன் மற்றவர்களின் நிலையை அறிந்து வருவதற்காக ஒவ்வொருவர் அருகிலும் சென்றார். அங்கு புளியங்கிளைகளும் முறிந்த பாடாயில்லை, கொடிகளும் அறுந்தபாடாயில்லை. இவை அனைத்தையும் பார்த்து சிரித்துக்கொண்டே சென்றார்.

கிளையை முறிக்க முயற்சிக்கும் கயிலனின் கைகள், கை ஒடிந்து போனால் ஏற்படக்கூடிய வலியினை உணர்ந்துகொண்டிருந்தது. அகவனுக்கும், காரிக்கும் 'கைகளே அறுந்து போய்விடுமோ?' என்ற ஐயம் உள்ளுக்குள் அறுத்துக்கொண்டிருந்தது.

மலையனின் மனதினுள் அடுத்தகட்ட பயிற்சிகளுக்கானத் திட்டம் தொடங்கிக்கொண்டிருந்தது.

◉

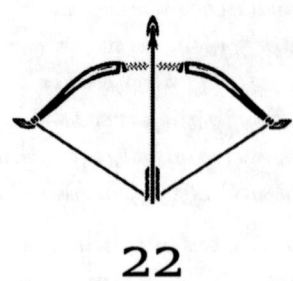

22

முதல் அம்பினை எடுக்கச் சென்ற ஏகலைவன், அது இருந்த நிலையினைக்கண்டு வியந்துபோனான். மலையன் தொடுத்த அம்பானது அங்கிருந்த அரசமரத்தின் மேல்கிளையில் சொருகி பாதி மட்டுமே வெளியே தெரியும் அளவிற்கு ஆழம் சென்றிருந்தது.

இவ்வளவு தொலைவிலும் மரக்கிளையில் அம்பு பதிந்திருந்த விதம் ஏகலைவனைப் பாதித்தது. பின், மரத்தில் ஏறி கவனமாக அம்பைப் பிடித்து இழுத்தான். அது அகன்ற முனையினைக் கொண்டதனால் கிளையில் தன் முனையினைப் போன்றே துளையை ஏற்படுத்தியிருந்தது.

அம்புகள் இரண்டையும் எடுத்துக்கொண்டு மலையனிடம் சென்றான். அவர் மறுபடியும் அவனது தலைக்கு மேலே குறிவைத்துத் தொடுத்தார். இம்முறையும் அவனால் அம்பைப் பற்றமுடியவில்லை.

மீண்டும் அம்புகளை எடுத்துக்கொண்டு வந்தான். ஒவ்வொரு முறையும் அம்பானது மரத்தின் மீதோ அல்லது மரக்கிளையின் மீதோ சொருகியிருந்ததைக் கண்டு வியந்தான். இவ்வாறு பலமுறை அம்பினைத் தேடிச்செல்வதும் எடுத்துக்கொண்டு வருவதுமாகவே இருந்தான்.

ஒருமுறை அம்பானது அவன் கைகளில் பட்டு சென்றதையடுத்து சற்றே நம்பிக்கையெழுந்து அடுத்த அம்பினைப் பிடிப்பதற்குத் தயாராக நின்றுகொண்டிருந்தான். அவனது இமைகள் மூடாமல் அம்பினையே பார்த்துக்கொண்டிருக்க விரல்கள் அம்பினைப் பற்றத் துடித்தன. இவை எதையும் பொருட்படுத்தாமல் அம்பினை நாணேற்றித் தொடுத்தார் மலையன்.

அம்பானது ஏகலைவனின் உயர்த்தப்பட்ட விரல்களுக்கு இடையில் சதையைக் கிழித்துக்கொண்டு சென்றது. குருதி வழியத்தொடங்கியும் அது எதையும் பொருட்படுத்தாமல் அம்பினை எடுக்கச்சென்ற ஏகலைவனைச் சற்றே வியந்து பார்த்தார் மலையன். குருதி கசியும் இடத்தில் வலியும் அதிகரித்துக்கொண்டே இருந்தது, இருந்தும் அம்பினைத் தேடிச்சென்றான். இம்முறை இரண்டு அம்புகளும் தரையிலேயே சொருகி இருந்ததனால் விரைவாக எடுத்துக்கொண்டு வந்து மலையனிடம் கொடுப்பதற்காக நீட்டினான். அவர், தன் கைகளில் இருந்த தும்பைச் செடியைக் கசக்கி அதன் சாறை ஏகலைவனின் விரல்களில் அம்பு கிழித்த இடத்தில் விட்டார்.

அதன் சாறு விழுந்த இடத்தில் மெல்ல எரிச்சல் ஆரம்பித்து முடிந்தது. பின் மீண்டும் அம்பினைப் பிடிப்பதற்காகத் தயாராக நின்றான். இவ்வாறு பலமுறை அம்பினை நழுவவிட்டு நழுவவிட்டு எடுத்துவந்து கொண்டிருந்தான். மற்றவர்களும் எதையும் முடித்த பாடாயில்லை.

பொழுது போய்க்கொண்டிருந்ததை அறிந்து அனைவரையும் அழைத்து அமரச்செய்தார். அனைவரும் மனம் நொந்து, கைகளில் காயம்பட்டு வலியோடு அமர்ந்திருந்தனர். கயிலனின் உள்ளங்கையானது சிவந்து கடுமையாக வலித்துக்கொண்டிருந்தது. காரிக்கும் அகவனுக்கும் தங்களது கையானது மணிக்கட்டோடு அறுந்து போனதைபோன்று வலி ஏற்பட்டுக் கண்கலங்கிக் கொண்டிருக்க ஏகலைவனின் விரல்கள் வீங்கி வலித்துக் கொண்டிருந்ததைச் சிவந்த அவனது கண்கள் காட்டிக் கொண்டிருந்தன.

எவ்வித நிகழ்வையும் கண்டிராததுபோல் அமர்ந்திருந்த மலையன், “நீங்கள் தேர்வு செய்த ஆயுதங்களைப் பயன்படுத்த உங்களுக்கு எள்ளளவும் தகுதி இல்லையென்பது எனக்கு இன்று புரிந்தது. ஒரு கிளையினை ஒடிக்க போதுமான வலு இல்லாத உங்களால் வாள் வீசி யாரை வீழ்த்த முடியும்? ஒரு சாதாரணக் கொடியை அறுக்க முடியாமல் தவிக்கும் உங்களால் கணமுள்ள ஈட்டியினையும் வேலினையும் எப்படித் தொலைதூரம் எறிய முடியும்? அம்பினைப் பற்றுவதற்குகூட முடியாமல் தவிக்கும் உன்னால் எப்படி நொடிப் பொழுதில் சீறிவரும் எதிரியின் அம்பினைத் தடுக்க முடியும்?” என மலையன் ஒவ்வொருவரையும் மனம் நொந்து போகும்படி பேசினார்.

"இன்னும் இரண்டு நாட்கள் உங்களுக்கு வாய்ப்பு அளிக்கப்படும். அதற்குள் நீங்கள் உங்களுக்கான ஆயுதத்தைத் தேர்வு செய்யும் பயிற்சியில் முழுமையடைய வேண்டும். இல்லையேல் உங்களுக்கான வாய்ப்பானது மறுக்கப்படும்" என்று மலையன் கூறியதும் ஒவ்வொருவர் மனதிலும் ஒவ்வொரு உணர்வு தோன்றி மௌனமாக இருக்க அனைவரையும் குடிசைகளுக்குச் செல்லச் சொன்னார்.

குடிசைக்குச் சென்றபின் ஒருவருக்கும் உணவு உண்ண சிந்தனையில்லை. மனதில், இன்று நடந்த பயிற்சியில் நாளை எப்படியும் தேர்வாகிவிட வேண்டும் என்ற எண்ணமே ஓடிக்கொண்டிருந்தது. இரவிலும் உறக்கம் வராமல் இதே சிந்தனையில் மூழ்கி தத்தளித்துக் கொண்டிருந்தனர்.

மறுநாள் பொழுதும் விடிந்தது. அன்றும் பயிற்சியில் எவ்வித முன்னேற்றமும் இன்றியே போய்க்கொண்டிருந்தது. வாள் பயிற்சியில் மரக்கிளையை மேலும்மேலும் ஒரே இடத்தில் தாக்கியதால் கயிலன் உட்பட இருவர் முறித்திருந்தனர். மற்ற இரண்டிலும் எவரும் முடிக்காமல் மேலும்மேலும் முயற்சி செய்துகொண்டேயிருக்க அன்றைய பொழுதும் கழிந்தது.

கயிலன் மரக்கிளையை முறித்திருந்ததால் சற்றே ஆறுதல் அடைந்தான். அன்றைய இரவும் எல்லோருக்கும் உறங்காமலே கழிந்தது.

இறுதி வாய்ப்புக்கான பொழுது விடிந்தது. பயிற்சியைத் தொடர அனைவரும் செல்ல கயிலன் மட்டும் கிளியினைத் தூக்கிக்கொண்டு நவிரனிடம் சென்றான்.

"ஐயா, இன்று நீங்கள் கிளிக்குக் காயம் சரியாகிவிடும் என்று குறிப்பிட்ட நாள். கொடியை அவிழ்த்துவிடலாமா?" என்று கேட்டான். கிளி முன்பு போலவே சோர்வடைந்திருந்தது. மெல்ல கட்டை அவிழ்த்து இறக்கையை நவிரன் தூக்கிப் பார்த்தார்.

கிளி வழக்கம்போல் கத்தியது. ஆனால், அதன் குரல் ஒலிக்கவில்லை. அதன் அலகில் இருந்து காற்று மட்டுமே வந்துகொண்டிருந்தது. பின் நவிரன் ஒருசில இலைகளின் சாறினைப் பிழிந்து கிளியின் இறக்கைகளிலும் வாயினுள்ளும் ஊற்றி மீண்டும் இறக்கைகளைக் கொடியை வைத்துக் கட்டிவிட்டார். மேலும் மூன்று நாட்கள் அவிழ்க்காமல் இருக்குமாறு கூறினார்.

அதனையடுத்து கயிலன் வேகமாகச் சென்று கிளியைக் குடிசையில் விட்டுவிட்டுப் பயிற்சிக்குத் திரும்பினான். பயிற்சியில் வழக்கம்போல் கொடிகளை அறுக்கவும் கிளைகளை உடைக்கவும் முயற்சித்துக் கொண்டிருந்தனர். ஏகலைவன் அம்பினை எடுத்துக்கொண்டு வருவதும் போவதுமாக இருந்தான்.

கயிலன் வாள் பயிற்சியில் ஈடுபடுவோருக்கு உதவும் விதமாக கிளைகளைப் பிடித்துக்கொண்டு நின்றான். வலது கையின் வீக்கத்தின் காரணமாக இடது கையில் மட்டுமே பிடித்துக்கொண்டு நின்றான். கொடிகளை அறுக்க இரண்டு நாட்களாக ஒரே இடத்தில் நின்று கைகளை மட்டும் ஓங்கி வீசிக்கொண்டேயிருந்தனர். அவர்களின் கைகளில் உள்ள நரம்புகள் அறுபட்டாலும் படுமே ஒழிய பின்னப்பட்ட கொடிகள் அறுபடுவதாயில்லை. அம்புகளைத் துரத்திதுரத்தி ஓடினாலும்கூட ஏகலைவனால் அம்பினைப் பிடிக்க முடியாது என்றே தோன்றியது.

அனைவரது கண்களிலும் நம்பிக்கையிழந்து கண்ணீர்த்துளி பெருகத் தொடங்கியதைக் கண்ட மலையன், வேல் பயிற்சியில் ஈடுபடுவோரிடம் வந்து "இன்றுதான் தேர்ச்சிப் பெறுவதற்கான கடைசிநாள், இன்றாவது உங்கள் புத்தி வேலைசெய்யும் என்று நினைத்தேன். அப்படி நினைத்தது என் புத்தியின் தவறு" என்று உரத்த குரலில் கூறிவிட்டு கோபத்துடனே, "வேலினையும் ஈட்டியினையும் நின்ற இடத்திலிருந்தே உங்களால் வேகமாக எறிந்துவிட முடியுமா?" என்று கேட்டுவிட்டு அம்புகளை எடுத்துவந்த ஏகலைவனிடம் வந்தார்.

ஏகலைவன் ஆர்வம் இழந்து காணப்பட்டாலும் நம்பிக்கை இழக்கவில்லை என்பது அவன் மலையனிடம் அம்பைக் கொடுத்துவிட்டு தயார் நிலையில் நின்றபோது தெரிந்தது. அவனைப் பார்த்துச் சிரித்துக்கொண்டே இரண்டு அம்புகளையும் தொடுத்தார். வழக்கம்போல் அதை அவனால் பற்ற முடியவில்லை. திரும்பி அம்பினை எடுத்துவருவதற்காக அடி எடுத்துவைத்தபோது மலையனின் குரல் அவனது செவியை உரசியது, "இறுதிவரை இலக்கை நோக்கி வரமாட்டாய்ப் போலிருக்கிறதே? உன்னை நோக்கிவரும் என்று அதே இடத்தில் காத்திருந்தால் காத்துக் கொண்டேயிருக்க வேண்டியதுதான்" என்று மலையன் கூறியதை யோசித்துக்கொண்டே அம்பினை எடுத்துவர சென்றான்.

கொடிகளால் பின்னப்பட்டவர்கள், மலையன் திரும்பிப் பார்த்ததும் ஏதேனும் முயற்சி செய்தாக வேண்டுமே என்று

தயாராயினர். அகவன், மலையன் கூறியதை நினைவுப் படுத்திக்கொண்டான். 'நின்ற இடத்திலிருந்து வேலினையும் ஈட்டியையும் யாராலும் வீசிவிட முடியாது' என்ற குறிப்பை உணர்ந்ததும், தலைகுனிந்திருந்தவன் நிமிர்ந்து மூன்றடி பின்னே சென்று வேகமாக முன்னேறி கையை இழுத்தான். காய்ந்த விழுது அறுந்து முகம் தரையில்பட கீழே விழுந்தவன் மகிழ்ச்சியில் எழுந்திருக்க முடியாமல் கிடந்தான்.

தேய்ந்த அவன் முகத்திலிருந்து குருதி கசிந்தது. பின் மெல்ல எழுந்து மலையனைப் பார்த்தவாறு நிற்க மலையனின் மனம் பெருமைப்பட்டுக்கொண்டது. ஆனால், அவர் முகம் அதனை வெளிக்காட்டிக்கொள்ளவில்லை. அகவன் செய்ததைப்போல் ஒவ்வொருவரும் பின்னால் சென்று வேகமாக ஓடிவந்து கொடியை இழுத்தனர். கொடிகள் அறுபட்டு கீழே விழுந்து குருதி கசிந்தாலும் குதூகலத்துடன் இருந்தனர்.

இரண்டு நாட்கள் விடாமுயற்சியில் ஈடுபட்டும் அறுக்க முடியாமல் போன கொடியை ஒரு சிறிய குறிப்பினைப் பயன்படுத்தி ஒவ்வொருவரும் அறுத்தனர். பின் மெல்லமெல்லத் தட்டுத்தடுமாறி மரத்தின்மீது ஏறி கொடிகளையும் விழுதுகளையும் கட்டுவதற்கு முயற்சித்துக்கொண்டிருந்தனர்.

இவை எதையும் அறியாத ஏகலைவன் அம்புகளை எடுத்துக்கொண்டு வந்தான். அவன் கண்ட காட்சி அவனை ஆச்சரியத்திலும் அச்சத்திலும் ஆழ்த்தியது. ஒவ்வொருவரும் தங்களுக்கான தேர்வில் தேர்ச்சிப் பெற்றுக்கொண்டே வந்திருந்ததைப் பார்த்ததும், அவன் மனதில் 'நான் வில்லிற்குப் பொருத்தமானவன் இல்லையோ?' என்ற சந்தேகம் எழுந்தது.

மலையனின் வார்த்தை, அவனுக்கு யோசனையை ஏற்படுத்திக்கொண்டே இருந்தது. யோசைனையுடனேயே அம்பினை மலையனிடம் கொடுத்துவிட்டு எப்போதும் நிற்கும் இடத்தைவிட சற்றே முன்வந்து நின்றான். அவனைப் பார்த்து புன்னகைத்துக்கொண்டே அம்பினைத் தொடுத்தார் மலையன். அம்பு புறப்பட்டதும் அதனைப் பிடிக்க ஏகலைவன் கைகளை உயர்த்த அம்பானது கைகளில் பட்டு அருகேயே விழுந்தது.

அம்பு, தன் கைகளில் பட்டதும் புதுவித நம்பிக்கை அவன் மனதில் தோன்றியது. அடுத்த அம்பினை நாணேற்றி மலையன் குறிவைக்க பார்த்தபோது ஏகலைவனின் இரண்டு கண்கள் மட்டுமே

தெரியும் அளவிற்கு அருகில்வந்து நின்றான். அவன் கண்களில் உள்ள கனலைப் பார்த்து அம்பினைத் தொடுக்க மனம் ஒத்துழைத்து மலையனின் கை அம்பினை விடுவித்தது. வில்லினைவிட்டு முழு அம்பும் வெளிவரும் முன்பே ஏகலைவனின் விரல்கள் அம்பினைப் பற்றி நெறித்தது. அப்போது அவனது கண்களில் தெரிந்த ஆனந்தத்தைவிட மலையன் கண்களில் மறைத்த ஆனந்தம் பெரியது.

ஒவ்வொருவரும் தங்களது ஆயுதத் தேர்வில் தேர்ச்சிப் பெற்றனர். பொழுதுசாய்ந்து மாலை வந்ததும் அனைவரையும் வழக்கம்போல் அமர வைத்துப் பேசத்தொடங்கினார் மலையன்.

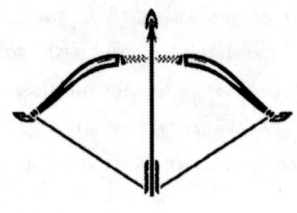

23

மாலையில் கதிரவன், அங்கு நடந்த பயிற்சியைப் பார்த்தவாறே சென்றுகொண்டிருந்தான். காற்றில் அசைந்துகொண்டிருக்கும் மரங்களின் மட்டைகளோடு அவர்கள் கட்டிய கொடிகளின் நிழலும் தரையில் விழுந்து கதிரவனைப் போன்றே நகர்ந்து கொண்டிருந்தது.

பயிற்சி முடிந்து அனைவரும் அமர்ந்திருக்க, அங்கு எப்போதும் வந்துபோய்க்கொண்டிருக்கும் பறவைகள் தென்னைமரத்திலும் பனைமரத்திலும் கொடிகள் வீற்றிருப்பதையும் ஆலமரத்திற்கே உரியதான விழுதைச் சுமந்திருக்கும் இரண்டு தென்னைமரங்களையும் பார்த்துச் சிரிக்கும் விதத்தில் கத்திக்கொண்டே சென்றன.

கீழே வீற்றிருக்கும் அனைவரையும் பார்த்துக்கொண்டே ஒரு காகம் கிளையின்மீது அமர்ந்து கவனிக்கத் தொடங்கியது. மலையன் அனைவரிடமும், "மூன்றாவது நாளில் தேர்ச்சிப் பெற்றிருக்கும் அனைவராலும் முதல்நாளே தேர்ச்சிப் பெற்றிருக்க முடியும்; முயன்றிருக்க வேண்டும். ஒரு செயலில் முழுமையாக ஈடுபடுவதற்கு முன்பு நன்கு சிந்தித்துச் செயல்பட வேண்டும். இறுதி வாய்ப்பு என்று எண்ணிக்கொண்டே ஒவ்வொரு வாய்ப்பினையும் உபயோகிக்க வேண்டும். எது எப்படியோ அனைவரும் தங்களுக்கான ஆயுதத் தேர்வில் தேர்ச்சிப் பெற்றுள்ளீர்கள். இனி உங்களது பயிற்சித் தொடங்குகிறது" என்று மலையன் கூறியதும் சிலர் திருதிருவென்று விழித்தனர். அதன் காரணம், 'ஆயுத தேர்வுக்கான பயிற்சியே இப்படி இருக்கும்பொழுது ஆயுதம் கொண்டு கொடுக்கும் பயிற்சி எப்படி இருக்கும்?' என்ற எண்ணம்தான்.

அவர்கள் நினைத்ததைப் போன்றே ஒவ்வொருவருக்கும் கடுமையாகப் பயிற்சி அளிக்கப்பட்டது. ஒவ்வொருவருக்கும் ஒவ்வொரு விதமான பயிற்சிகள் வழங்கப்பட்டது. வாள் பயிற்சிக்கு கருவேல மரத்தின் வலுவான கிளையை உடைத்து தந்து மூங்கில்களைத் தெறிக்காமல் உடைக்கச் சொல்லப்பட்டது. ஈட்டி மற்றும் வாள் பயிற்சிக்கு ஓடையில் நீரின் வேகம் அதிகமாக இருக்கும் பகுதிக்கு சென்று எதிர்நீச்சல் அடித்துக் குறிப்பிட்ட இடத்தை அடைய வைத்து மீண்டும் எதிர்நீச்சல் அடித்து நீரைக்கிழித்து முன்வர சொல்லப்பட்டது. வில்லாளி ஏகலைவனுக்கு மூங்கிலில் செய்யப்பட்ட வில்லினையும் மூன்று மழுங்கியமுனை அம்புகளையும் கொடுத்து புளியமரத்தின் கிளைகளில் காற்றில் அசைந்துகொண்டிருக்கும் புளியங்காய்களை பறிப்பதற்கு சொல்லப்பட்டது.

நன்கு உயரத்தில் இருக்கும் காய்களாதலால் அம்பினை வேகமாகச் செலுத்த வேண்டியிருந்தது. தவறிய அம்புகள் நீண்டதூரம் சென்று தரையில் விழுந்துகொண்டிருந்தன. குறி தவறியது என்பதைவிட ஏகலைவன் தொடுத்த அம்புகள் அனைத்துமே தரையில் தவழ்ந்து கொண்டுதான் இருந்தன.

பின் மெல்லமெல்ல அம்புகள் காய்களின் ஓடுகளை உடைக்கத் தொடங்கின. அவ்வப்போது இலக்கின்மீது அம்பு படும்போதெல்லாம் ஏகலைவனின் மனதினுள் ஏற்பட்ட மகிழ்ச்சியென்பது இறக்கை அசைத்துப் பறந்துகொண்டிருக்கும் பறவைக்கு, காற்று உதவி செய்து சற்றுதூரம் தள்ளிக்கொண்டு சென்றதைப்போல் உல்லாசமாக இருந்தது.

இதுபோன்றே ஒவ்வொரு நாளும், பயிற்சியின்போது மகிழ்ச்சியானது அதிகரித்துக்கொண்டே சென்றது. இரண்டாம் நாள் பயிற்சிக்காகக் காலையில் கயிலன் கிளம்பிக் கொண்டிருக்க சோர்வாகவும் களைப்பாகவும் இருந்த கிளியானது மெல்ல தத்தித்தத்தி குடிசையின் வாசலுக்குச் சென்றது. அதனைக் கண்ட கயிலன் கிளியைத் தூக்கினான். அது வழக்கம்போல் கத்தத் தொடங்கி, சற்றுநேரத்தில் அமைதியானது.

பின் அதன்மீது சுற்றியிருந்த கொடியினை மெல்ல அவிழ்த்துவிட்டுத் தன் கண்களில் ஒற்றிக்கொண்டு, கைகளை விரித்தான். தன் றெக்கைகள் மீண்டும் கிடைத்ததை உணர்ந்து சிறகை விரித்து மகிழ்ச்சியாகக் கூச்சலிட்டுக்கொண்டே

பறந்துசென்றது கிளி. தூர சென்று ஒருமுறை கயிலனைப் பார்ப்பது போன்று வானில் வட்டமிட்டுவிட்டுத் தன் நண்பர்கள் இருக்கும் இடத்தினை நோக்கி சிறகடித்துச் சென்றது. பறந்துசென்ற கிளியின் திசையைப் பார்த்துக்கொண்டிருந்த கயிலனின் கண்களில் கண்ணீர்ப் பெருகி மறைந்தது.

கிளியின் இறக்கையில் கட்டப்பட்டிருந்த கொடியினை எடுத்து, ஏற்கெனவே நினைவாகச் சேர்த்து வைத்திருக்கும் 'கல்'லுடன் அக்கொடியையும் சேர்த்து வைத்துக்கொண்டான். பின் வழக்கம்போல் பயிற்சிக்குச் சென்றான். அன்று முழுவதும் அவனுக்குக் கிளியின் நினைவாகவே இருந்தது. பின் ஒவ்வொரு நாளும் மெல்லமெல்ல கிளியின் நினைவு அவனைவிட்டுப் பிரிந்து மறையத் தொடங்கியது.

தினம் தினம் பயிற்சியில் பற்பல மாற்றங்களும் முன்னேற்றங்களும் நிகழத்தொடங்கின. ஒவ்வொருவருக்கும் அவரவர் விருப்பப்படி ஆயுதங்கள் அற்புதமாகச் செய்து கொடுக்கப்பட்டது. அனைவருக்கும் உலோகம் கலந்த ஆயுதம் வழங்கினாலும் தோன்றிமலையில் வில்லினை உலோகத்தால் செய்யும் வழக்கம் இல்லாததால், தேர்ந்தெடுக்கப்பட்ட மூங்கிலில் 'வில்' சிறப்பாகச் செய்யப்பட்டு ஏகலைவனுக்கு வழங்கப்பட்டது.

ஒவ்வொரு நாளும் புதுவித அனுபவங்கள் அவர்களுக்குக் கூடிக்கொண்டே சென்றது. இப்படியே பயிற்சியானது வெயில் காலத்தில் தொடங்கி மழைக்காலம்வரை நீடித்து முடிந்தது. அவரவர் தேர்ந்தெடுத்த ஆயுதங்களில் ஒவ்வொருவரும் சிறந்து விளங்கினர்.

எப்போதும் பயிற்சி முடிந்ததும் செல்லியின் முன்பு அனைவருக்கும் மீண்டும் புதிதாக ஆயுதங்கள் வழங்கப்படும். அனைவருக்கும் பயிற்சி முடிந்ததால் ஆயுதத்தைப் பெற செல்லியிடம் சென்றனர்.

◉

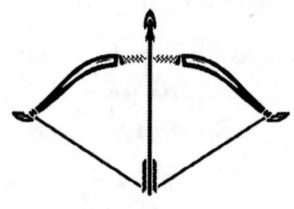

24

ஒவ்வொருவரும் தங்களுக்கு வழங்கப்படவுள்ள ஆயுதத்தைப் பார்ப்பதற்காக ஆவலோடு காத்திருந்தனர். அங்கு இளங்கீரன், மலையன், உசிதன் மற்றும் நவிரன் ஆகியோர் இருந்தனர்.

பயிற்சியின்போது அனைவருக்கும் இருந்த மகிழ்ச்சியைவிட இப்போது கூடுதலாகவே இருந்தது.

செல்லியின் மடியில் அனைவருக்கான ஆயுதங்களும் வைக்கப்பட்டிருந்தது. ஒவ்வொருவர் மனதிலும் அப்போதிருந்த ஆவலானது, பெய்ய வந்த மழை மேகங்களில் ஒளிந்துகொண்டு 'பெய்யலாமா? வேண்டாமா?' என யோசித்துக்கொண்டிருக்க 'நீ வரவேண்டும் மழையே' என மேகத்தை நிலம் ஆவலோடு பார்ப்பதைப் போன்றிருந்தது.

அனைவரும் ஆவலோடு இருக்க முதலில் கயிலனை அழைத்தார் இளங்கீரன்.

"என்னை அழைத்துவிட்டார்கள். யார் எனக்கு ஆயுதத்தை வழங்கப்போகிறார் என்று தெரியவில்லையே? ஆ! என் வாள், மலையன் ஐயா கைகளில்தான் இருக்கிறது' என எண்ணிக்கொண்டே அருகில் வந்தான். மலையன் தன் கையினால் கயிலனுக்கு வாளை கொடுத்தார். அந்த வாளினை அவன் தொடும்போது ஏற்பட்ட மகிழ்ச்சியானது புல்லின் மறைவில் மழையில் நனையாமல் நின்றிருக்கும் எறும்புக்கு ஏற்படும் மகிழ்ச்சியை ஒத்திருந்தது.

பின் அகவனை அழைத்து அவன் விரும்பித் தேர்வுசெய்து தேர்ச்சிப்பெற்ற ஆயுதமான ஈட்டியைக் கொடுத்தார். ஈட்டியைப்

பெற்றுக்கொண்டு திரும்பும்போது அவனுள் ஒருவித நம்பிக்கையும் தைரியமும் துளிர்க்க வீர நடைபோட்டு வந்தான்.

மலையன் ஆயுதங்களை அளிக்க மற்றவர்கள் அனைவரும் பெற்றுக்கொண்டு செல்பவர்களின் முகத்தில் இருக்கும் மகிழ்ச்சியைப் பார்த்து மகிழ்ச்சியடைந்தனர்.

ஒவ்வொருவருக்கும் ஆயுதத்தை வழங்கிக்கொண்டிருக்க, அங்கு மெல்லமெல்ல கருமேகங்கள் கதிரவனை மறைத்துக்கொண்டிருந்தன. காரியினை அழைத்து அவன் தேர்வு செய்திருந்த வேலினை அவனுக்கு அளித்தார். காரி, அங்குள்ளவர்களைவிட சற்றே உயரம் குறைவானவனாகையால் அவனது வேலின் உயரம் ஒரு சுண்டுவிரல் அளவு குறைக்கப்பட்டிருந்தது. வேலின் உயரம் குறைந்து இருந்தால் பயன்படுத்துவோரின் வேகம் அதிகரிக்கும்.

ஒவ்வொருவருக்கும் ஆயுதம் வழங்கப்பட்டு முடிந்ததும். ஏகலைவன் இறுதியில் அழைக்கப்பட்டான். அவன் அழைக்கப்படும்போது இருளானது எங்கும் பரவியிருந்தது. அவன் எதையுமே கவனிக்காமல் மிக ஆர்வத்துடனும் மகிழ்ச்சியுடனும் முன்னே சென்றான்.

அவன் மனதிலோ எல்லோருக்கும் ஆயுதம் என்று ஒன்றைத்தான் வழங்கினார்கள். ஆனால் நமக்கோ 'வில், அம்பு' மற்றும் அம்பு வைத்துக்கொள்ள 'அம்பறாத்தூணி' என மூன்று வழங்குவார்கள் அல்லவா என எண்ணி மகிழ்ந்தான். அதற்குக் காரணம், சிறுவயதில் இருந்து தனக்கான அம்பறாத்தூணியைத் தன் தாயின் அம்பறாத்தூணியின் அருகில் தொங்கவிட வேண்டும் என்ற எண்ணம்தான்.

இறுதியில் இன்று அவனுக்கான அம்பறாத்தூணி வழங்கப்படவுள்ளதை எண்ணினால் அவனது மகிழ்ச்சி எல்லையற்றதாகத்தானே இருக்க முடியும்.

ஏகலைவன் அருகில் வந்ததும் அவனது ஆயுதமான வில்லினை கையில் எடுத்தார் மலையன். அவர் கையிலிருந்து தனது வில்லினைப் பெறப்போகிறோம் என்று எண்ணுகையில் அவன் மகிழ்ச்சி இரட்டிப்பானது.

வில்லினை ஏகலைவனிடம் கொடுத்துவிட்டு அம்புகள் சுமந்த அம்பறாத்தூணியையும் அளித்தார் மலையன். அம்பறாத்தூணியைப்

பெறுகையில் அவன் கண்களில் அவன் அனுமதியில்லாமலேயே கண்ணீர் பெருகி மறைந்தது. வில்லினையும் அம்பறாத்தூணியையும் பெற்றுக்கொண்ட ஏகலைவன் மலையனின் பாதம் தொட்டு வணங்கினான். அவனது அந்தச் செயல், மலையனை மலைத்துப் போகும்படிச் செய்தது. பின் தன் நண்பர்கள் நிற்கும் இடத்திற்குச் சென்றான்.

ஆயுதங்கள் பெற்ற அனைவரும் செல்லியின் கரங்கள் மறைக்க நின்றுகொண்டிருக்க, வானில் அவ்வப்போது இடிஇடித்துக் கொண்டிருந்தது.

அனைவரையும் வாழ்த்தும் வண்ணம், தன் இலைகளை அசைத்துக் கொண்டிருந்தாள் செல்லி. கருமேகங்கள் சூழ்ந்திருந்ததைக் கண்டு அனைவரிடமும், "இனி பயிற்சி என்பது உங்களுக்குள்தான் இருக்க வேண்டும்" என்றுகூறி அனுப்பி வைத்தார் மலையன்.

ஒவ்வொருவரும் தங்களுக்கு அளிக்கப்பட்ட ஆயுதங்களை எடுத்துக்கொண்டு குடிசையை நோக்கிச் சென்றனர். ஒருசிலர் வழியில் வளர்ந்திருந்த செடி கொடிகளை வாளினாலும் வேலினாலும் வெட்டி விளையாடிக்கொண்டே சென்றனர்.

ஏகலைவன் மட்டும் குடிசைக்குச் செல்லாமல் தனது தோழனாகிய மாமரத்தைக் காணச் சென்றான். இவ்வளவு கால இடைவெளியில் அம்மரமானது தனது வளர்ச்சியை அதிகப்படுத்திக்கொண்டிருந்தது. மழைக்காலம் என்பதால் மரம் மகிழ்ச்சியில் நனைந்து காணப்பட்டது.

அதனருகில் வந்த ஏகலைவன் தன் வில்லினையும் அம்பறாத்தூணியையும் அதன்மீது வைத்துவிட்டு அதன் அருகிலேயே அமர்ந்தான்.

கருமேகங்கள் சூழ்ந்து இருந்ததனால் மரத்தின் நிழல் அவ்வளவாகத் தரையில் தெரியவில்லை. ஆனால், அம்மரத்திற்கு ஏகலைவனின் முகத்தில் இருந்த மகிழ்ச்சி தெள்ளத்தெளிவாகத் தெரிந்தது. அவ்வப்போது மேகங்களும் மின்னல் மின்னி ஏகலைவனின் முகத்தைப் பார்த்துப் பூரித்துப்போய்க் கொண்டிருந்தது.

தனது வில்லினையும் அம்பறாத்தூணியையும் அம்மரத்தின் மடியில் வைத்துவிட்டு, 'இங்கு பார்த்தாயா! இது என்னுடையது,

எனக்கான ஆயுதம். என் தாயிடம் இருக்கும் அம்பறாத்தூணியைப் போல் இப்போது என்னிடமும் இருக்கிறது பார்த்தாயா! உனக்கு மட்டும் வில்வித்தை தெரிந்திருந்தால் உனக்கும் இதுபோன்று அம்பறாத்தூணி, வில் எல்லாம் கிடைத்திருக்கும். உன் கிளைகளில் காய்க்கும் கனிகளை என் அம்புகள்தான் பறிக்கப்போகிறது பார்த்துக்கொண்டே இரு' என்று அவன் சொல்லிக் கொண்டிருக்கும்போதே மண்வாசனையைக் காற்று மெல்ல சுமந்துகொண்டுவந்து அவனிடம் சேர்த்தது.

காற்றினால் மரமும் சற்றே அசைந்தது. பின் மேகத்தில் இருந்து வந்த நீர்த்துளிகள் மண்ணில்பட்டுச் சிதறத் தொடங்கியது. இன்பத்தில் இருந்த ஏகலைவன் மழையில் நனைந்தே அமர்ந்திருந்தான். மழை அவனைத் தலையிலிருந்து முகத்தில் நீர் வழியும் அளவுக்கு நனைத்தது.

ஏதோ நினைத்தவனாய் வில்லினையும் அம்பறாத்தூணியில் இருந்து அம்பு ஒன்றையும் எடுத்து மேகத்தை நோக்கிக் குறிவைத்து தொடுத்தான். அம்பானது மழைத்துளிகளில் நனைந்தபடியே மேகத்தை நோக்கிச் சென்று மழைத்துளியினூடே கீழே இறங்கி தரையில் சொருகியது. தரையில் சொருகிய அம்பினை மழைத்துளிகள் நனைத்துக் கொண்டேயிருந்தன.

ஏகலைவன் நனைந்துகொண்டே குடிசையை நோக்கிச் சென்றுகொண்டிருந்தான். அவனது மரமும் நனைந்துகொண்டே, கடந்துசெல்லும் மேகங்களைப் பார்த்துக்கொண்டிருந்தது.

குடிசையினுள் நுழைந்த ஏகலைவன், தன் தாயின் அம்பறாத்தூணித் தொங்கிக்கொண்டிருப்பதற்கு அருகிலேயே தனது அம்புகள் சுமந்த அம்பறாத்தூணியையும் தொங்கவிட்டான். ஒன்றில் அவனது நினைவுகளும் மற்றொன்றில் அவனது கனவுகளும் தொங்கிக்கொண்டிருந்தன.

❄

நாட்கள் யாருக்கும் காத்திருக்காமல் பயிற்சிகளோடும் விளையாட்டுகளோடும் நகரத்தொடங்கியது. நாட்கள் நகரநகர எதற்காக அவர்களுக்கு இவ்வளவு அவசரமாகப் பயிற்சி வழங்கப்பட்டதோ அந்த நாளும் அவர்களை நோக்கி நகர்ந்து வந்தது.

◉

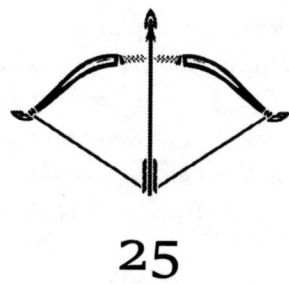

25

"மலையின் அடிவாரத்தில்தானே வெட்டுகிறார்கள்? அதைத் தடுக்க நாம் ஏன் அங்கு செல்ல வேண்டும்? அவர்கள் எப்படியும் மேலே வராமலா போய்விடுவார்கள்?" என்று கையில் வேலுடன் நடந்துகொண்டே கேட்டான் காரி.

"காலை வெட்டும்போது தலையை வெட்ட வரட்டும் பார்த்துக்கொள்ளலாம் என்று காத்திருப்பாயா?" என்று கயிலன் கேட்டதும் எல்லோரும் சிரித்தனர்.

ஏற்கெனவே இளங்கீரன் கூறியபடி வெளிமான்மலையில் இருந்து விரட்டப்பட்டவர்கள், தேவையின்றி வேட்டையாடுவதும் காட்டை அழிப்பதுமாக இருக்கிறார்கள். அவர்களை விரட்டுவதற்காகவே அனைவரும் தங்களது ஆயுதங்களை எடுத்துச் சென்றுகொண்டிருக்கின்றனர்.

புறப்படுவதற்கு முன்பு மலையன் அனைவரிடமும், "இதனை உங்களால் தடுத்துவிட முடியும் என்ற நம்பிக்கைக்கொண்டே முன்பே உங்களுக்குப் பயிற்சியினைத் தொடங்கினோம். அதனை நிரூபிக்கும் தருணம் இது. ஆனால் உங்களால் நிரூபிக்க முடியும் என்ற நம்பிக்கை எனக்குத் துளியும் இல்லை. உங்கள் மீது உங்களுக்கு நம்பிக்கை இருந்தால் புறப்படுங்கள், நான் உங்களோடு வரப்போவதில்லை. மேலும், அங்கு பலரும் இருந்து உங்களைத் தாக்கக்கூடும். மரங்களையும் விலங்குகளையும் இரக்கமின்றி கொன்றவர்களை இரக்கம் பார்த்து விட்டுவிடாதீர்கள். உங்களது உயிர்ப்போனாலும் தோன்றிமலையின் உயிர்கள் காக்கப்பட வேண்டும். போய்வாருங்கள். முடிந்தால் தடுத்துவிட்டு வாருங்கள்" என்று மலையன் கூறியது அனைவரது மனதிலும் ஒருவித உணர்ச்சியைத் தூண்டிவிட்டிருந்தது என்பது அவர்களது நடையிலும் முகத்தின் அழகிலும் நன்றாகத் தெரிந்தது.

அவர்களிடம் அப்படிக் கூறிவிட்டு இளங்கீரனிடம் பேசிய மலையன், “என் பிள்ளைகள்மீது எனக்கு நம்பிக்கையில்லாமல் போகுமா? அவர்களை மனிதர்களாக இருக்கவே பயிற்சி அளித்தேன். அதனால், அவர்களுக்கு இரக்கம் அதிகமாக இருக்கும். மனிதன் என்று சொல்லிக்கொண்டு ஓநாய்களாய்ச் சுற்றி வருபவர்களைப் பற்றி அவர்களுக்குத் தெரியாது. அதை நான் தெரியப்படுத்த விரும்பவில்லை. தவறு என்று ஏதும் செய்யாமல் இருப்பவர்களிடத்தில் இதெல்லாம் தவறு என்று தெரியப்படுத்தி, அது இருப்பதே தெரியாமல் இருப்பவர்களுக்கு அப்படியொன்று இருக்கிறது என்று நாம் தெரியப்படுத்திவிடக் கூடாதல்லவா? ஆனால், அதை உணர்த்த வேண்டும். அதனால்தான் இரக்கம் காட்டாதீர்கள் என்று கூறினேன். நிச்சயம் அவர்களைத் தடுப்பதோடு மட்டுமல்லாமல் விரட்டியும் அடித்துவிடுவார்கள். மேலும், அவர்களுக்கு மட்டுமல்லாமல் வேறு எவருக்கும் தோன்றிமலையின் உயிர்கள்மீது தாக்குதல் நடத்த துணிவு ஏற்படாத வண்ணம் அமைத்துவிடுவர்” என்று மலையன் இளங்கீரனிடம் நம்பிக்கையோடு தெரிவித்ததும் சந்தேகத்துடன் இருந்த இளங்கீரனின் மனம் தெளிவுபெற்றது.

பலவிதமான சிந்தனைகளோடு அனைவரும் வனத்தை அழித்தவர்களைத் தேடிக் கீழே சென்றுகொண்டிருந்தனர். ஒவ்வொருவர் மனதிலும், ‘எத்தனை பேர் இருப்பார்கள்? அவர்களை என்னவென்று சொல்லி விரட்டுவது? அவர்கள் நம்மீது தாக்குதல் தொடுத்தால்..? தொடுக்கட்டுமே! நம்மால் முடியாதா என்ன? நமது மரங்களையும் விலங்குகளையும் தேவையின்றி அழித்தால் யார்தான் கேட்க மாட்டார்கள்? ஆனாலும், அவர்களை நம்மால் தடுக்க முடியும் என்று மலையன் ஐயாவிற்கு நம்பிக்கையில்லாமல் போய்விட்டதே? நம்பிக்கையில்லை என்றால் என்ன? இன்று இவர்களை விரட்டியடித்துவிட்டால் நம்பிக்கைத் தானாகப் பிறக்கப்போகிறது’ எனப் பலவாறு சிந்தித்துக்கொண்டே அனைவரும் மலையன் கூறியிருந்த இடத்திற்கு வந்து சேர்ந்தார்கள்.

சேர்ந்த பின்பு, அவர்கள் அங்கு கண்ட காட்சி இதுவரை அவர்கள் என்றும் கண்டிராதக் காட்சியாக இருந்தது. வரிசையாக பத்துப் பதினைந்து மரங்கள் வெட்டப்பட்டு இருந்ததைக் கண்டு ஒவ்வொருவரும் திகைத்துப்போய் நின்றனர். உள்ளத்தில் உணர்ந்த கோபம் வெளிவரத்தொடங்கி வெட்டியவர்கள் யார் என்று தேடத்தொடங்கினர். அங்கு ஒருவரையும் காணாததால் அங்குமிங்கும் தேடியலைந்தனர்.

சற்றுதூரம் சென்றதும் மரத்தினை வெட்டும் சத்தமானது மெல்ல கேட்க, ஒலி வந்த திசையை நோக்கி வேகமாக ஓடினர். நெருங்க நெருங்க வெட்டும் சத்தத்தோடு பலரது குரலும் அங்கு கேட்க, அவர்கள்தான் என்று முடிவுசெய்து மெல்ல ஒளிந்துகொண்டு அவர்களின் எண்ணிக்கையைப் பார்த்தனர். பத்து அல்லது பன்னிரெண்டுபேர் இருப்பார்கள் என்பது தெரிந்தது.

அங்கிருந்த வேப்பமரத்தின் மறைவில் நின்று பார்த்துக்கொண்டிருந்த ஏகலைவன் தன் கண்முன்னே கோடாரியைக் கொண்டு ஒருவன் மரத்தை வெட்டப்போவதைப் பார்த்ததும் கோபம் கொண்டு அம்பினை நாணேற்றித் தொடுத்தான்.

அம்பு 'சல்ல்...' என்ற ஓசையை எழுப்பிக்கொண்டு மரத்தினை வெட்டக் கோடரியை ஓங்கியவனின் இடது கையின் சதைப்பகுதியில் சொருகி பாதிவரை சென்று நின்றது.

அம்பு சொருகியதும் 'ஐயோ...ஓ' என்று அலறினான் கோடரியைப் பிடித்திருந்தவன். அவன் கையில் இருந்து கசிந்த குருதியானது அவன் வெட்டச் சென்ற மரத்தின் வேரினை நனைத்துக் கொண்டிருந்தது.

அவன் அலறியதையும் அம்பு தைத்ததையும் பார்த்தவர்கள் தங்களது ஆயுதங்களைக் கையில் எடுத்துவந்து 'யார் தாக்கினார்கள்?' என்று தேடினர். அவர்களது கண்களுக்கு யாரும் புலப்படாதலால் சற்றுக் கலவரம் மிகுந்தே காணப்பட்டனர்.

தன் அருகில் ஒருவன் வாளுடன் நெருங்கி வந்துகொண்டிருக்கிறான் என்பதை உணர்ந்த அகவன் ஈட்டியினைக் குறிவைத்து எறிந்தான்.

ஈட்டியானது அவன் மறைந்திருந்த புதர்களின் இலைகளைக் கிழித்துச்சென்று வாளேந்தி வந்தவனின் தொடையிற் சொருகி சதையைப் பிளந்தது. அவன் அலறிய அலறல் அங்கு வெட்டப்பட்ட மரங்களின் அலறலை ஒத்து இருந்தது. அவைகளுக்கும் வலித்திருக்கும்தானே.

பின் மறைவிலிருந்து அனைவரும் வெளியில் வந்தனர். வெளியில் வந்ததும் மரங்களை வெட்டியவர்களை, வெறிகொண்டு பார்த்துவிட்டுத் தாக்கத் தொடங்கினர். காரி தனது வேலினை வைத்து இருவரின் கைகளில் குருதியைக் கசிய வைத்தான். கயிலன், வாளினை வைத்து எதிரே உள்ளவர்கள் வைத்திருந்த ஈட்டியினைச் சரி பாதியாகப் வெட்டி அவர்களின் கையை மேலோட்டமாகப் பிளந்தான்.

ஒவ்வொருவரின் உடலிலும் குருதி தெறித்தும் கசிந்தும் காணப்பட்ட காட்சி ஒருவித மனநிலைக்கு அவர்களைக் கொண்டுசென்றது. ஆயுதமின்றி நின்ற அகவனை நோக்கி ஈட்டியை எறிந்தான் அக்கூட்டத்திலுள்ள ஒரு குண்டன். ஈட்டியின் வேகம் அகவனைத் திகைக்கச் செய்தது.

பின் சுதாரித்துக்கொண்டு 'ஈட்டியைப் பிடிக்க முயல்வோம்' என்ற முடிவைச் செய்தவன்போல் நின்றான். அதற்கு வாய்ப்பளிக்காமல் ஏகலைவனின் அம்பு ஈட்டியினை நேருக்கு நேர் எதிர்த்து மோதியது. அம்பு மோதியதில் ஈட்டியானது பின்னே சென்று கீழே விழுந்தது. மேலும், அடுத்த அம்பினை நாணேற்றி ஈட்டி எறிந்தவனின் கையில் குருதியைக் கசியச் செய்தான் ஏகலைவன்.

இப்படியாக அங்கு இருந்தவர்களின் கைகளிலும் கால்களிலும் அம்பும் வேலும் வாளும் ஈட்டியும் பதம் பார்த்தனால் வலியினால் கத்திக்கொண்டே தட்டுத்தடுமாறி ஓடத்தொடங்கினர். ஓடியவர்களைப் பார்த்து அகவன், "உங்களது கரங்களையும் கால்களையும் பதம் பார்த்த எங்களுக்கு உங்களது சிரங்களையும் பதம் பார்க்கத்தெரியும். இன்னொருமுறை மரங்களையோ விலங்குகளையோ வேட்டையாடுகிறேன் என்ற பெயரில் வந்தீர்களானால்..." என்று கர்ஜித்தவனை அருகில் நின்ற ஏகலைவன், "இனி அவர்கள் திரும்ப மாட்டார்கள்" என்று சமாதானப்படுத்திவிட்டு அழிக்கப்பட்டிருந்த மரங்களின் வேர்க்கட்டைகளைப் பார்த்தான். அம்மரங்களின் குருதியாகவே அங்கே தெறித்திருந்த குருதி இருந்தது.

அழிந்த மரங்களைப் பார்த்ததும் அவர்களையறியாமல் அவர்களது ஆயுதங்கள் கையிலிருந்து தரையில் விழுந்தது. மனதில் சொல்லமுடியாத வேதனையுடன் கண்களில் கண்ணீர்ப் பெருகியது. மெல்ல அங்கிருந்து வருத்தத்துடன் கிளம்பி மலையனைப் பார்க்கச் சென்றனர்.

செல்லும் வழியில் ஒருவரும் ஒருவார்த்தைக்கூட பேசிக் கொள்ளவில்லை; பேசமுடியவில்லை. மரங்களை உயிராக நினைக்கும் தோன்றிமலை மக்களுக்கு அப்படிப்பட்ட ஒரு காட்சியினைக் கண்டபிறகு எப்படித்தான் வார்த்தை வரும்.

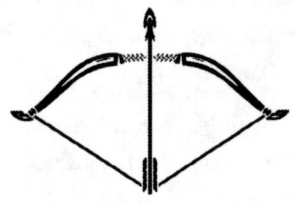

26

ஒருவித கலக்கத்துடன் வந்துகொண்டிருக்கும் அனைவரையும் மலையன் ஏறஇறங்கப் பார்த்துவிட்டு அவர்கள் கையில் இருக்கும் ஆயுதங்களில் காய்ந்து போயிருக்கும் குருதியினைப் பார்த்தார்.

அருகில் வந்தவர்களிடம், "என்னவாயிற்று? ஏன் எல்லோரும் கலக்கத்துடன் உள்ளீர்கள்?" என்று கேட்டுவிட்டுப் பதிலை நோக்கிய வண்ணம் வெள்ளை நிறமுடைய தன் புருவங்களை நெரித்தார்.

பின் காரி, "அவர்கள் ஓடிப்போய்விட்டார்கள். இனி திரும்ப மாட்டார்கள். அவர்களுக்கு ஏற்பட்ட காயம் சரிவர சிலகாலம் ஆகும். ஆனால்..." என்று தயங்கினான்.

"ஆனால் என்ன?" என்று எதிர்பார்ப்புடன் கேட்டார் மலையன்.

கயிலன் தரையினை நோக்கியவண்ணம் சோகம் நிறைந்த குரலில், "அவர்களின் காயம் விரைவில் சரியாகி, குணமாகிவிடுவார்கள். ஆனால், அவர்கள் ஏற்படுத்திய காயம் குணமாகப் பல யுகங்கள் ஆகலாம்" என்று கூறிக்கொண்டிருக்கையில் அவனது கண்களிலிருந்து இரண்டு துளிகள் உருண்டுவந்து மண்ணை நனைத்தது.

"நிறைய உயிர்களைக் கொன்றுவிட்டார்களா?"

"அங்கு வேர்க்கட்டைகளே மிஞ்சியுள்ளன" என்று கயிலன் சொன்னதும் மலையன் மனதிலும் சோகம் குடிகொண்டு வேறேதும் கூறாமல் அவர்களைவிட்டு நடந்து சென்றார். அனைவரும் அவர் போகும் திசையையே பார்த்துக்கொண்டிருந்தனர்.

அவரவர் ஆயுதங்களில் காய்ந்துபோயிருந்த குருதியைப் போன்றே அவர்களின் கோபமும் காய்ந்துபோனது. பின் அவரவர்கள் குடிசையை நோக்கிச் சென்றனர்.

'எங்கு சென்றாலும் நினைவுப்பொருளாக எதையேனும் எடுத்துவர வேண்டும்' என்று மலையன் கூறியதை நினைவு வைத்திருந்து அனைவரும் அவரவர் விரும்பியவற்றை எடுத்துவந்திருந்தனர். ஏகலைவன் பிளந்துகிடந்த ஈட்டியின் முனையை எடுத்துவந்து தொங்கிக்கொண்டிருக்கும் அம்பறாத்தூணியில் தனது நினைவாகச் சேகரித்து வைத்தான்.

வெகுநேரம் கழித்து அவனது தோழனாகிய மாமரத்தைக் காணக் கிளம்பினான். மாலை நேரம் ஆகையால் கருமேகங்கள் சூழத்தொடங்கியிருந்தன. அவன் மெல்ல காற்றை உணர்ந்து நடந்து சென்றுகொண்டிருந்தான். அவ்வப்போது சிலுசிலுவென்று வீசியக் காற்று அவனை நிம்மதி அடையச் செய்தது.

மாமரத்தின் அருகில் சென்றதும் அங்கு கயிலன், அகவன், காரி அனைவரும் அமர்ந்து பேசிக்கொண்டிருப்பதைக் கண்ட ஏகலைவன், எவ்வித குறுக்கீடும் இல்லாமல் அமைதியாக அவர்களோடு அமர்ந்துகொண்டான்.

கயிலன், "முதல் குருதி என் வாளில் பட்டபோது என் உடம்பெல்லாம் என்னவோ செய்தது. அப்படி அவர்கள் மரங்களை வெட்டும்போது அதன் வலிகளை உணர்ந்திருந்தால் வெட்டியிருக்க மாட்டார்கள். நாமும் அவர்களை விரட்டியிருக்கத் தேவையில்லை" என்று கவலையுடன் கூறினான்.

"ஆம். அது உண்மைதான். அப்படித்தான் நடக்கவில்லையே. அதோடு அங்கு நடந்த சண்டையில் நாம் இந்நேரம் ஒருவனை இழந்து வந்திருக்கக்கூடும். ஆனால் இப்பொழுது வந்த ஏகலைவன் அப்பொழுது அங்கிருந்து இந்த அற்பத்தைக் காப்பாற்றிவிட்டான்" என்று அகவனைப் பார்த்துக் கேலியுடன் கூறினான் காரி.

அகவன், "கையில் எவ்வித ஆயுதமும் இன்றி அந்தக் குண்டனை நீ கண்டாலே ஓடிவிடுவாய். நானாய் இருக்கும் பட்சத்தில் அவன் எறிந்த ஈட்டியினைப் பிடிக்க சித்தமாயிருந்தேன். நீயாய் இருந்திருந்தால் என்ன நேர்ந்திருக்கும் தெரியுமா? ஈட்டி உன் கபாலத்தைப் பிளந்து, உன் செய்கை என்னவென்பதைத் தெரியப்படுத்தியிருக்கும். அப்போது இப்படியெல்லாம் உட்கார்ந்து உன்னால் பேசிக்கொண்டிருக்க முடியாது."

“நான் உன்னைப்போன்று ஈட்டியினை எறிந்திருக்க மாட்டேன். அதுவும் அங்கு அனைவரிடமும் ஆயுதங்கள் இருக்கும்பட்சத்தில். முன்யோசனை உனக்குத் தோன்றியிருந்தால் அப்படிச் செய்திருக்க மாட்டாய். ஆயுதமின்றி இருக்கையில் திடீரென்று நால்வர் உன்னைச் சுற்றித் தாக்கத் தொடங்கினால் என்ன செய்வாய்? யோசித்துச் செயல்பட்டிருக்க வேண்டும்” என்றான் காரி.

“நால்வர் என்ன நால்வர், அதற்குமேலே வந்திருந்தாலும்கூட என்னால் சமாளித்திருக்க முடியும். ஒருநாள் இல்லை ஒருநாள் பார்க்கத்தானே போகிறீர்கள் இந்த அகவன் யாரென்று” என்று அகவன் கூறவும் அதுவரை அமைதியாய் இருந்த ஏகலைவன், “இன்றே பார்த்தோமே, இந்த அகவன் யாரென்று” எனக் கூறியதும் அனைவரும் சிரித்தனர்.

“ஏகலைவா நீயும் இவர்களுடன் சேர்ந்துவிட்டாயா?” என்று வருத்தத்துடன் கேட்டான் அகவன்.

“நான் என்ன தவறாகச் சொல்லிவிட்டேன்? இன்றே உன் வீரத்தைப் பார்த்தோம் என்றுதானே கூறினேன். ஆயுதத்தை ஒருவன் மீது எறிந்துவிட்டு இன்னொருவன் உன்மீது எறிய எத்தனித்ததும் நீ ஓட எத்தனித்ததும் எத்தனை உண்மைகள்” என்று ஏகலைவன் கூற அனைவரும் அகவனின் முகத்தைப் பார்த்துப் பார்த்துச் சிரித்தனர்.

சிரிப்பு முடிந்ததும், “நான் ஓட எத்தனித்தேனா? எப்போது? நீ பொய் சொல்கிறாய். நான் அவன் எறிந்த ஈட்டியினைப் பிடிக்கத்தானே தயாராக நின்றேன். அதற்குள்தான் உன் அம்பு அந்த ஈட்டியைத் தடுத்துவிட்டது. இல்லையேல் இந்தப் பேச்சுக்கும் இந்தச் சிரிப்புக்கும் சிறிதளவேனும் இடம் இருந்திருக்காது” என்று அகவன் கூற மீண்டும் எல்லோரும் சிரித்தனர்.

அவர்களின் சிரிப்பொலியைக் கேட்டுக்கொண்டே அவர்களின் அருகில் வந்து நின்றார் மலையன். அவர் வருகையை அறிந்த அனைவரும் எழுந்து நின்றனர். காரியும் ஏகலைவனும் அகவன் கூறியதை நினைத்துநினைத்துச் சிரித்தனர். மலையன் முன்னே நிற்பதனால் சிரிப்பை அடக்கிக்கொள்ள அரும்பாடுபட்டு மலையனை நோக்கினர்.

“நீங்கள் சோகத்தில் இருப்பீர்கள் என்று எண்ணிக்கொண்டு வந்தேன். ஆனால், நீங்கள் மகிழ்ச்சியாக இருப்பது எனக்கு மகிழ்ச்சியளிக்கிறது” என்றுகூறி சற்றே தயங்கிய மலையன், “இன்று நடந்த நிகழ்வை மறக்கவும் தோன்றிமலையின் உயிர்களான

மரங்களையும் விலங்குகளையும் காப்பதற்கு மரக்கன்றுகளை நட்டுவிட்டு வரலாமா?" என்று கேட்டதும் அனைவரும் ஆச்சரியத்தில் மூழ்கினர்.

மலையன், தங்களிடம் அனுமதி கேட்பதுபோல் கேட்டது அவர்களுக்குள் ஒருவித கவலையை உண்டுபண்ணியது. அனைவரது உள்ளத்திலும் 'மலையன் நம்மீது தவறான அபிப்பிராயம் கொண்டிருக்கிறாரோ? அதனால்தான் அனுமதி கேட்பதுபோல் கேட்கிறார்' என்று நினைத்துக்கொண்டிருக்கையில் கயிலன், "என்ன ஐயா, இப்படிக் கேட்கிறீர்கள். நாங்கள் என்ன தவறு செய்தோம்? நட்டுவிட்டு வரலாமா என்று எங்களிடம் கேட்கிறீர்களே? வாருங்கள் என்றால் வரப்போகிறோம்" என்றான். கயிலன் கூறியதை ஆமோதித்து அனைவரும் மலையனின் பதிலை நோக்கிக் காத்திருந்தனர்.

அவரது மனதிலோ, 'நாம் எப்போதும் மரம் நடவும் விலங்குகளைப் பாதுகாப்பது பற்றியுமே இவர்களிடம் கூறிக்கொண்டிருப்பது நம்மீது இவர்களுக்கு வெறுப்பை உண்டாக்கிவிடுமோ' என எண்ணிதான் மலையன் அவ்வாறு கேட்டார். ஆனால், கயிலன் கேட்ட வார்த்தைகள் அவரை, 'நாம் எண்ணியதே தவறு என எண்ண வைத்தது' பின் அனைவரையும் பார்த்து, "வாருங்கள் செல்வோம்" எனக்கூறி திரும்பி நடந்தார்.

முன்னால் சென்ற மலையனின் மனதில் சொல்லிக்கொள்ள முடியாத ஆனந்தம் ஒன்று குடியேறியது. பின்னால் வந்த அனைவருக்கும் வெகுநாட்களுக்குப் பிறகு காடறிய அழைத்துச்சென்ற மலையனை மீண்டும் பார்ப்பது போன்ற எண்ணம் மகிழ்ச்சியளித்தது.

அங்குசென்று மரக்கன்றுகளை நடும்போது அவ்வப்போது மேகங்களில் இருந்து நீரானது வழிந்துகொண்டே இருந்தது. அது எதையும் பொருட்படுத்தாமல் உயிர்களை விதைத்துவிட்டு மகிழ்ச்சியில் குடிசைகளுக்குத் திரும்பினர். அப்பொழுது நிலவு, மேலே இருந்தபடி அவர்களை ரசித்துக்கொண்டிருந்தது

◉

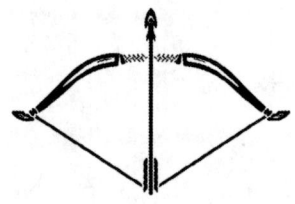

27

பொழுது விடிந்து பறவைகள் அங்குமிங்கும் பறந்து கொண்டிருக்க இரவில் அவ்வப்போது பெய்த மழையினால் மண்ணின் வாசம் குளிர்ந்த காற்றோடு எங்கும் வீசிக்கொண்டிருந்தது.

ஏகலைவன் எழுந்து சில கடமைகளை முடித்துக்கொண்டு வரும்பொழுது, மர இலைகளில் இருந்த துளிகள் அப்பொழுது வீசிய காற்றின் காரணமாக அவனை நனைத்தது.

நனைந்ததுடன் குடிசையினுள் நுழைந்து காந்தளிடம், "தாயே என்ன செய்துகொண்டிருக்கிறாய்?" என்று அவன் கேட்டதும் அவனை ஏறஇறங்கப் பார்த்துவிட்டு, "இப்போது எங்கு மழை பெய்தது? நீ நனைந்துகொண்டு வந்திருக்கிறாய்?"

"மழை நின்றாலும்கூட இந்த மரங்கள் என்னை நினைத்துவிடுகின்றன தாயே"

"மரத்திலிருந்து மழை பெய்ததா..? நீ சொல்வது ஏதாவது நம்பும்படியாக இருக்கிறதா?"

"நான் என்ன பொய் சொன்னேன்? நம்பும்படியாக இல்லை என்பதற்கு?"

"பொய் வேறு கூறுவாயா? கூறித்தான் பாரேன்..."

"நான் ஒன்றும் சொல்லவில்லை."

"சரி... சரி... இனி மலையன் உனக்கு எந்த வேலையும் வைத்திருக்கவில்லைதானே?" என்று காந்தள் கேட்கவும் ஏகலைவன்

மனதினுள் ஒருவித எண்ணம் உதயமாகி அவன் முகம் மெல்ல பிரகாசமடைந்தது. அவன் மனதில் தோன்றிய மகிழ்ச்சியை மறைக்க முயற்சி செய்தான். அதற்குள் காந்தள், "என்ன? நான் கேட்பது உனக்குக் கேட்கவில்லையா?"

"இல்லையம்மா. நன்றாகக் கேட்கிறது"

"இல்லை என்கிறாய், கேட்கிறது என்கிறாய். கேட்கிறதா இல்லையா?"

"கேட்கிறது."

"பின் ஏன் பதில் கூறாமல் எதையோ நினைத்துச் சிரித்துக் கொண்டிருக்கிறாய்?"

"அப்படியெல்லாம் எதுவும் இல்லையே" என சிரிப்பை அடக்கிக்கொண்டான்.

"சரி கூறு, இனி மலையன் உனக்கு எவ்வித வேலையும் வைத்திருக்கவில்லைதானே?"

"அப்படித்தான் நினைக்கிறேன்."

"சரி ஒன்றும் பாதகமில்லை. வெகுநாட்களாய் நீ வெளிமான்மலைக்குப் போகவில்லைதானே. உன் மனதில் சிறிதளவாவது பூங்கோதை தாயைப் பார்க்க வேண்டும் என்று தோன்றியிருக்கிறதா..? எப்படித் தோன்றும் தந்தையைப்போல் தானே பிள்ளையும்" என்று காந்தள் கோபம் கலந்த நகைப்புடன் கேட்டாள்.

வெளிமான்மலை என்றதும் ஏகலைவனின் உள்ளத்தைப் பல பட்டாம்பூச்சிகள் வந்து தூக்கிக்கொண்டு போவது போலவும் அதனை இவன் துரத்திக்கொண்டு செல்வது போலவும் உணர்ந்து குதூகலித்தான்.

சிறு வயதில் மூன்று நான்குமுறை காந்தளும் இளங்கீரனும் ஏகலைவனையும் தூக்கிக்கொண்டு வெளிமான்மலைக்கு சென்றிருக்கின்றனர். அங்கு அவனுக்குக் கிடைக்கும் மகிழ்ச்சியினைப்போல வேறெங்கும் அவனுக்குக் கிடைப்பதில்லை.

ஏகலைவன் காடறிய சென்றது முதல், இதுவரை இளங்கீரன் வெளிமான்மலைக்குச் செல்வது பற்றி ஏதும் கூறாததாலும் ஏகலைவனும் எதுவும் கேட்காததாலும் பயிற்சி முடியும்வரை அமைதியாய் இருந்தாள் காந்தள்.

இப்போதுதான் அதைப்பற்றிப் பேசத்தொடங்கினாள். ஏகலைவன் மனதில் எப்போது நம்மை மறுபடியும் அழைத்துக்கொண்டு வெளிமான்மலைக்குச் செல்வார்கள் என்ற ஏக்கம் இருந்துகொண்டே இருந்தது என்பது அவனது தோழனாகிய மாமரத்துக்கு மட்டுமே தெரியும். இப்பொழுது காந்தள் அதைப்பற்றிக் கூறியதும் ஏகலைவன் வெளிமான்மலைக்குச் சென்றுவிட்டதைப் போன்று உணர்ந்தான்.

அவனிடமிருந்து பதிலை எதிர்பார்த்துக் காத்திருந்த காந்தள் ஏமாற்றமடைந்து, "என்ன பதில் ஏதும் கூறவில்லை. பூங்கோதை தாயை உனக்கு ஞாபகம் இருக்கிறதுதானே?"

"ஞாபகம் இல்லாமல் எப்படியம்மா?" என்று கனவைக் களைத்து வெளியில் வந்தான்.

"பின் ஏன் அமைதியாக இருந்தாய்?"

"நீங்கள் பேசிக்கொண்டிருக்கும்பொழுது நான் எப்படியம்மா குறுக்கிடுவது?"

"ஆமாம். ஆமாம். நீ எவ்வளவு நல்ல பிள்ளை. உன் தந்தையைப் போன்றே என்னிடம் நடிக்காதே மாட்டிக்கொள்வாய்" என்றதும் ஏகலைவன் விழித்தான்.

"இன்றைய பொழுதுதான் உனக்குத் தோன்றிமலையில், நாளைய பொழுது வெளிமான்மலையில் புரிகிறதா?" என்று காந்தள் கூறியதும் ஏகலைவனது மனம், மண்ணை விடாமல் பிடித்துக்கொண்டிருக்கும் வேரினைப்போல மகிழ்ச்சியை விடாமல் பிடித்துக்கொண்டிருந்தது.

பின் காந்தளிடம், "நான் மட்டும் என்றால்? நீங்கள் வரவில்லையா?"

"எங்கிருந்து வருவது. உன் தந்தைக்கு வயதாகிவிட்டதல்லவா? அதனால் அவரால் நடக்க முடியாது. நான்தான் அவரைத் தலையில் தூக்கிவைத்துக்கொண்டு வரவேண்டும்" என்று கோபித்தாள். அதனைக்கண்டு ஏகலைவன் 'தவறான கேள்வியைச் சரியாகக் கேட்டுவிட்டோம்' என்று நினைத்துக்கொண்டு மீண்டும், "நான் மட்டும் செல்லவேண்டுமா?" என்றான்.

காந்தள் கேள்வியறிந்து, "வேண்டுமானால் உன் தோழர்களில் யாரையாவது உடன் அழைத்துச்செல்" என்றாள்.

அதன்பிறகு, ஏகலைவன் குடிசையைவிட்டு வெளியேவர அவன்மீது மோதிய காற்று அவனைப் பார்த்து ஆச்சரியப்பட்டுப் போயிற்று. ஏனெனில், அவன் முகத்தில் அப்போதிருந்த மகிழ்ச்சியை எப்போதும் அக்காற்று கண்டதில்லை. அவன் கடந்து சென்றதும் காற்றும் அவனைக் கடந்து சென்றது.

தோழர்களிடம் சென்று அவனுடன் வெளிமான்மலைக்கு வருமாறு கேட்டான். அகவன், காரி இருவரும் மறுத்தனர். கயிலன் வெகு நேரத்திற்குப்பின் சம்மதித்தான். அதன்பின் வெளிமான்மலைப் பற்றி அறிந்த மாமரத்திடம் சென்றான்.

சென்று, நான் வெளிமான்மலைக்குச் செல்கிறேன் என்றும் கவிகையைப் பார்க்கப் போகிறேன் என்றும் கூறி மகிழ்ச்சியில் துள்ளிக்குதித்துக் கூத்தாடினான். அவன் அப்போது ஆடிய ஆட்டத்தில் அம்மரத்தின் வேர்கள் மண்ணின் உள்ளேயே நசுங்கி சற்றே கோபம் கொண்டிருக்கவும் வாய்ப்புகள் இருக்கின்றது. அதோடு செல்லியிடம் சென்று தகவலைத் தெரிவிக்க அங்கேயும் அவனது ஆர்ப்பாட்டத்திற்கு அளவில்லாமல் இருந்தது. அவனோடு செல்லியும் சேர்ந்து இன்புற்றாள்.

பின் குடிசைக்கு வந்து சேர்ந்த ஏகலைவன் தொங்கிக்கொண்டிருந்த அம்பறாத்தூணிகளைப் பார்த்தான். அவற்றைப் பார்த்ததும் அவனுள் ‘இங்கிருந்து கவிகைக்கு நினைவாக என்ன எடுத்துக்கொண்டு செல்வது?’ என்று எண்ணினான். பின் முடிவுசெய்து, காந்தளின் மூங்கில் குடுவையை எடுத்துச்சென்று நிரப்பிக்கொண்டு வந்தான்.

பிறகு அவன், அவனது உள்ளம் போன்றே, “எப்போது நாளை புறப்படலாம்? காலையிலேயே புறப்பட்டுவிடுவோம் அப்பொழுதுதான் சரியாக இருக்கும். ஒருவேளை கயிலன் தாமதித்துவிட்டானேயானால் என்ன செய்வது? தாமதிக்க மாட்டான் நாம்தான் சொல்லிவிட்டோமே. கயிலன் தயாராக இருப்பான். நாளை எப்பொழுது வரும்... ஒருநாள் என்பது இவ்வளவு நீளமா? எப்பொழுது பொழுது சாயும்? காத்திருத்தல் எவ்வளவு கொடியதாக இருக்கிறது? இப்படித்தானே கவிகைக்கும் இருந்திருக்கும்? அதான் நாளை செல்கிறோமே பார்த்துக்கொள்ளலாம். இருந்தாலும்... ‘யா... ஊ...’ என்று சத்தம் வராமல் கத்தத்தொடங்கினான். குதூகலத்தில் என்ன செய்வதென்றே தெரியாமல் ஏதேதோ செய்துகொண்டிருந்தான். அப்படியே அன்றைய பொழுதின் உறக்கம் உள்ளத்திலும் இல்லாமல் ஓடிக்கொண்டிருந்தது.

பொழுது விடிந்ததோ இல்லையோ அதற்குமுன்பே தயாரானான் ஏகலைவன். கயிலனும் ஏகலைவனின் குதூகலத்தைப் புரிந்துகொண்டு சரியான நேரத்தில் வந்துசேர்ந்தான்.

இருவரும் அவரவர் ஆயுதங்களை எடுத்துக்கொண்டு வெளிமான்மலைக்குப் புறப்பட்டனர். ஏகலைவனின் இடையில் காந்தளின் மூங்கில் குடுவைத் தொங்கிக்கொண்டிருந்தது.

◉

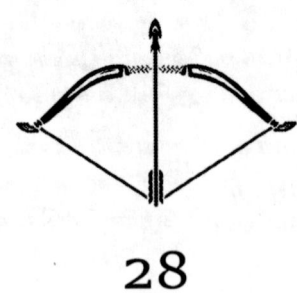

28

வெளிமான்மலை.

தோன்றிமலையின் பசுமையைப் போன்றே வெளிமான்மலையும் பசுமையில் செழித்து விளங்கக்கூடியது. இங்குள்ளதைப் போன்றே அங்கும் மக்கள் பல காலமாக வாழ்ந்து வருகின்றனர். பூங்கோதையைக் காண்பதற்காக ஓரிருமுறை இளங்கீரனையும் ஏகலைவனையும் அழைத்துக்கொண்டு காந்தள் சென்றபோது ஏகலைவனின் மனதில் வெளிமான்மலையின் வாசம் நிரம்பியது. அதிலும் முக்கியமாக கவிகை அவன் மனதில் குடிபுகுந்தாள்.

ஏனென்றே தெரியாமல் தோன்றும் அன்பிடம்தானே மனம் செல்லும்; அப்படித் தோன்றிய அன்பின் காரணமாக கவிகை என்ற பெயரைக் கேட்டாலே ஏகலைவன் மனம் குதூகலம் அடையத் தொடங்கிவிடும்.

யார் கண்களுக்கும் சாதாரணப் பெண்போலவே தோன்றும் கவிகை, ஏகலைவனின் கண்களுக்கு மட்டும் அவனுக்கான பெண்போல் தோன்றுவாள். அவளை வர்ணிப்பது என்பது ஏகலைவன் ஒருவனால் மட்டுமே முடியும்.

'அவள் அழகுதான், அனைவருக்கும் அல்ல அவனுக்கு.'

தோன்றிமலையைப் போன்றே வெளிமான்மலையும் உயரம்தான். ஆனால், தோன்றிமலையின்கீழ் சற்றே சாய்ந்து வெளிமான்மலை அமைந்துள்ளதால் தோன்றிமலையிலிருந்து பார்க்கும்பொழுது வெளிமான்மலையானது சற்றே சிறிய மலையாகத் தோன்றும். தோன்றிமலையின் ஓடை வெளிமான்மலைக்கும் செல்வதற்கு இந்த தாழ்வான அமைப்பு நல்லதேயாகும்.

கயிலனும் ஏகலைவனும் ஓடையினை ஒட்டியேயுள்ள பாதையில் நடந்து சென்றுகொண்டிருந்தனர். வெளிமான்மலையின் பாதையை அடைந்ததும் அவர்களது கரங்கள் தானாகவே ஆயுதங்களைப் பற்றியது.

வெளிமான்மலையில் விலங்குகளின் ஆதிக்கம் அதிகம் என்றும் குறிப்பாக ஓநாய்களின் அட்டகாசம் அதிகம் என்றும் அவர்கள் அறிந்திருந்ததனால் அவர்களது கண்களும் செவிகளும் அதிக கவனத்துடன் இருந்தது. ஆனால், அவர்களின் ஆயுதங்களுக்கு எவ்வித வேலையும் அளிக்காமல் அவ்விலங்குகள் ஓய்வெடுத்துக்கொண்டிருந்தன.

வெகுநேரத்திற்குப்பின் குடிசைகள் இருக்கும் பகுதியை இருவரும் அடைந்தனர். அப்பகுதியே ஒருவிதப் பரபரப்புடன் காணப்பட்டது. குடிசைகளிலும் வாசல்களிலும் உள்ள மக்கள் யாரோ ஒருவரைப் பற்றிப் பேசிக்கொண்டிருந்தது, இவர்களின் செவியில் அவ்வப்போது நுழைந்து சென்றது. அங்குள்ளவர்கள் இடையில் வாளுடனும், தோளில் வில்லுடன் நின்றுகொண்டிருக்கும் இருவரையும் விநோதமாகப் பார்த்துக்கொண்டிருந்தனர்.

ஏகலைவன் கண்களுக்கு யாரும் விநோதமாகத் தென்படவில்லை. எல்லோரையும் அவனது கண்கள் கண்டுபிடித்துவிட்டன. அவனை யாரும் அடையாளம் கண்டுகொள்ளாமல் போனதற்குக் காரணம், அவனை அனைவரும் சிறுபிராயத்தில் பார்த்தது. இப்பொழுதோ தோளில் வில்லினைச் சுமக்கும் அளவிற்கு அவனது உருவத்திலும் உள்ளத்திலும் மாற்றம் ஏற்பட்டிருக்கிறது.

இருவரும் பலரையும் பார்த்தவாறு நின்றுகொண்டிருக்க, அவர்களுக்கு எதிரே ஒருவள் துள்ளிக்குதித்து வந்து கொண்டிருந்தாள். அப்படி வந்துகொண்டிருந்தவள் ஏகலைவனைக் கண்டதும் நின்றுவிட்டாள்.

அவளை நேருக்குநேர் பார்த்ததும் அவளின் குதூகலம் ஏகலைவனுக்கும் ஒட்டிக்கொண்டு அவனது முகம் புன்னகையினால் நிறைந்தது. அவள் ஏகலைவன் அருகில் ஓடிவந்து, “அண்ணா எப்போது வந்தீர்கள்? இப்போதுதான் வெளிமான்மலை கண்ணுக்குத் தெரிகின்றதா? காந்தள் தாய் எங்கே?” என்ற வியப்பும் அன்பும் ததும்ப ஏகலைவனிடம் கேட்டாள் பூங்கோதையின் மகளாகிய வானதி.

“அம்மம்மா... வந்ததும் வராததுமாய் வந்திருக்கிறேன். இப்படியா என்னைக் கேள்விகளாகக் கேட்பாய்?”

“பதிலைக் கூறுங்கள். அதற்குத்தானே கேள்விகள்?”

“எல்லாம் உனக்கு விவரமாகக் கூறுகிறேன். அதற்குமுன்பு எங்கே நம் தாய், முதலில் அவளைப் பார்க்க வேண்டும்” என்று சொல்லிவிட்டுக் குடிசையின் கூரைகளைப் பார்த்தான் ஏகலைவன்.

வானதி, சிறுபிள்ளை என்பதால் விளையாட்டுத்தனம் அதிகமாக இருந்தது. ஏகலைவன் பேசிக்கொண்டு இருக்கும்போதே அவள் அதைக் காதில் வாங்காமல் ஓடிவிட்டாள். அவள் ஓடியதைப் பார்த்து ஏகலைவன் புன்னகைத்தான்; கயிலன் கோபமுற்றான்.

“ஏகலைவா, என்ன இவள் பேசிக்கொண்டிருக்கும்போதே ஓடிவிட்டாள். உனக்கு அவர்கள் இருக்கும் குடிசை தெரியுமா?”

“தெரியாவிட்டால் என்ன? விசாரித்துக்கொள்ளலாம் வா.”

“விசாரித்துக்கொள்ளலாமா? ஏற்கெனவே நீ வந்துபோன இடம்தானே? உனக்குத் தெரியாதா எங்கிருப்பார்கள் என்று?”

“வந்து கொஞ்சகாலம் ஆகிவிட்டதால் இங்குதான் இருப்பார்களா அல்லது வேறு இடத்தில் இருப்பார்களா? என்று குழப்பத்தில் இருந்தேன். வானதியை இங்கு பார்த்தப் பிறகுதான் அவர்கள் இங்குதான் இருக்கிறார்கள் என முடிவுசெய்தேன்.”

“நானும், நீ என்னைப் பாதை தெரியாமல் வெவ்வேறு வழிகளில் மாற்றிமாற்றி அழைத்து வந்ததை எண்ணி, என்னை நீ வேறு எங்கேயோ அழைத்து வந்துவிட்டாய் போலும் என்று நினைத்தேன். இப்பெண்ணைக் கண்டதும்தான் சற்றே ஆறுதல் அடைந்தேன். ஆனால், இப்பொழுது அவளும் போய்விட்டாள்” எனப் புலம்பினான் கயிலன்.

“கவலைப்படாதே கயிலா கண்டுபிடித்துவிடலாம். வெளிமான்மலையின் குடிசைகள் அருகில்தானே இருக்கிறோம்” என்று சொல்லிவிட்டு ஏகலைவன் முன்னே நடக்க அவன் பின்னால் கயிலனும் வேறுவழியின்றி நடந்தான்.

ஒவ்வொரு குடிசையையும் சந்தேகத்துடன் பார்த்துச் சென்றுகொண்டிருந்த இருவரையும் பார்த்துக்கொண்டிருந்த ஒருவர், “தம்பி உங்கள் இருவரையும் இதற்குமுன்பு இங்கு பார்க்கவில்லையே?” என்றார்.

உடனே கயிலன், "முன்பு அங்கு நின்றுகொண்டிருந்தோம். இப்போதுதான் இங்கு வந்தோம். அதனால் முன்பு எங்களை நீங்கள் இங்கு பார்த்திருக்க முடியாது" என்றான்.

"யார் நீங்கள்? என்ன தேடிக்கொண்டிருக்கிறீர்கள்?" என்று சற்றே முகம் மாறிய தொணியுடன் கேட்டார்.

"ஐயா நான் பூங்கோதையின் மகன். அவளைத்தான் தேடிக்கொண்டிருக்கிறேன்" என்றான் ஏகலைவன்.

"பூங்கோதையின் மகனா? என்ன விளையாடுகிறாயா? அவனை நான் காலையில்தான் பார்த்துவிட்டு வந்தேன். நீ அவள் மகன் என்கிறாய். யார் நீ?"

"ஐயா, நாங்கள் தோன்றிமலையில் இருந்து வருகிறோம். நான் கயிலன். இவன் ஏகலைவன். பூங்கோதை தாயின் குடிசை எதுவென்று கூறமுடியுமா?"

"தோன்றிமலையா? நீங்கள்..? ஓ... இப்போதுதான் எனக்கு விஷயம் புரிகிறது. முன்பு கோதையைத் தேடி கையில் ஒரு குழந்தையுடனும் அவள் கணவனுடனும் ஒருவள் வந்தாளே?" என்று அவர் ஏகலைவனின் தாய் முன்பு வந்ததைக் குறிப்பிட்டதும் "ஆம். அக்குழந்தைதான் நான். இப்பொழுது கூறுங்கள் எங்கே இருக்கிறது கோதைத்தாயின் குடிசை" என்றான் ஏகலைவன்.

அவர், அவர்களுக்கு நேர்த்திசையினைக் காட்டி, "இதில் நேரே சென்றால் நான்காவது குடிசை" என்று சொல்லிவிட்டு நகர்ந்தார்.

ஏகலைவனும் கயிலனும் அவர் காட்டிய திசையினை நோக்கி நடந்தனர். ஏகலைவன், மனதில் 'பூங்கோதையின் மகன் இங்குதான் இருக்கிறான்' என்று அவர் கூறியதை நினைத்துக்கொண்டே நடந்தான்.

சிறுவயதில் இருவரும் தோழர்களாக சுற்றி விளையாடினவர்கள்தான். கடைசி இரண்டுமுறை ஏகலைவன் வந்திருந்தபோது அவன் அவனுடைய பயிற்சிக்காக அனுப்பப்பட்டிருந்தான். ஏகலைவனும் சிறுபிள்ளை என்பதால் என்ன பயிற்சி என்பதை விவரமாகக் கேட்டுத் தெரிந்துகொள்ளவில்லை. கடைசிமுறை வந்தபோதுதான் அவனது பயிற்சியைப் பற்றித் தெரிந்துகொண்டான்.

அவனை நினைத்துக்கொண்டே பூங்கோதையின் குடிசையை இருவரும் அடைந்தனர்.

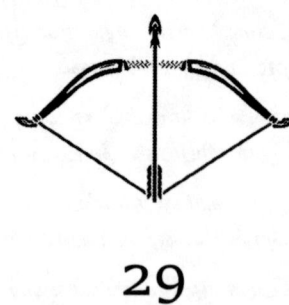

29

குடிசையின் வாசலைப் பார்த்துவிட்டு இருவரும் உள்ளே நுழைந்தனர். உள்ளே நுழைந்ததும் ஒருவித ஆர்வமும் அன்பும் ததும்ப பேச்சுக் குரல்களின் ஒலிகள் செவிகளை வந்தடைந்து கொண்டிருந்தது.

அது பூங்கோதையின் குரல்தான் என்று அறிந்த ஏகலைவன் அவள் கேள்விகளுக்கு விடையளித்துக் கொண்டிருப்பதுதான் 'கதக்கண்' ஆக இருக்கவேண்டும் என்று நினைத்துக்கொண்டே உள்ளே நுழைந்தான். அவனைத் தொடர்ந்து கயிலனும் நுழைந்தான்.

அவர்கள் நுழைந்ததும், பேசிக்கொண்டிருந்த கதக்கணும் அவன் பேசுவதைக் கேட்டுக்கொண்டிருந்த பூங்கோதையும் அவள் அருகில் அமர்ந்திருந்த வானதியும் அதிர்ச்சியுடன் அவர்களைப் பார்த்து அமைதியாயினர். ஏகலைவனைக் கண்டதும் கோதை கண்களில் கண்ணீர் துளிர்க்க எழுந்து அன்போடு அரவணைத்தாள்.

"இவ்வளவு நாட்களாக என்னைப் பார்க்க வேண்டும் என்று உனக்குச் சிறிதளவும் தோன்றவில்லையா?" என்று அன்பு கலந்த கோபத்துடன் கேட்டாள்.

"......" ஏகலைவன் எவ்வித வார்த்தையும் இன்றி மௌனம் காத்தான். பின் அவனது கண்கள் வானதியை நோக்கியது. அவள் உதட்டைக் கடித்துக்கொண்டு கண்களை மூடிக்கொண்டாள்.

வானதியைப் பார்த்துக்கொண்டிருந்த ஏகலைவனின் தோள்களைத் தொட்டு "என்ன ஏகலைவா? என்னை உனக்கு ஞாபகம் இருக்கிறதா? நன்றாக வளர்ந்துவிட்டாய்" என்றான் கதக்கண்.

"கதக்கா, உன்னை நான் மறந்துவிடுவேனா? எப்பொழுது உன் பயிற்சி முடிவடைந்தது. நான் கடைசி இரண்டுமுறை வந்தபோது உன்னைக் காணமுடியவில்லை"

"பயிற்சி முன்பே முடிந்துவிட்டது. பயணம்தான் நேற்றோடு முடிந்தது. மீண்டும் எப்பொழுது புறப்படுவேன் என்று எனக்கே தெரியாது"

"பயணமா? அது என்ன பயணம்?" என்று வியப்புடன் கேட்டான் ஏகலைவன். அருகில் இருந்த கயிலனும் கதக்கண் கூற வருவதை ஆர்வத்தோடு கவனித்தான்.

"அதைப் பிறகு கூறுகிறேன். இது என்ன தோளில் வில்லும் முதுகில் அம்புகளையும் சுமந்துகொண்டு வந்திருக்கிறாய். எதையாவது வேட்டையாடப் போகிறாயா?" என்று கதக்கண் கேட்டதும் கோதையும் வானதியும் சற்றே சிரித்தனர்.

"வெளிமான்மலையில் ஓநாய்களின் அட்டூழியம் அதிகம் என்பதால் ஆபத்துக்குள்ளாகாமல் தற்காத்துக்கொள்ளவே ஆயுதங்களை எடுத்துவந்தோம்…" என்று கூறிக்கொண்டிருக்கையில் கோதை குறிக்கிட்டு, "போதும். போதும். வந்து அமரக்கூட இல்லை. அதற்குள் எத்தனை கேள்விகள் கேட்கிறாய் கதக்கா? முதலில் அவர்கள் அமரட்டும். பிறகு ஓடைக்கு அழைத்துச்சென்று உனது அனைத்துச் சந்தேகங்களையும் கேட்டுக்கொள்" என்று கதக்கணை அதட்டிவிட்டு ஏகலைவன் கயிலன் இருவரையும் அமரச்செய்தாள்.

ஏகலைவனின் உடல் அமர்ந்து ஓய்வு எடுத்துக் கொண்டிருந்தாலும் அவனது மனம் ஒருவளைத் தேடியலைந்து கொண்டிருந்தது.

அவர்களை அமரச் செய்து அருந்துவதற்கு நீர் கொடுத்துவிட்டு, "காந்தள் எப்படி இருக்கிறாள்?" என்று கோதை கேட்டது அந்த அமைதியான சூழலில் மிகவும் அழகாக இருந்தது.

கோதை குரல்கேட்டு ஏகலைவன், "நன்றாக இருக்கிறார்கள். உங்களை விசாரித்ததாகச் சொல்லச் சொன்னார்கள். நான், பிறந்ததிலிருந்து இவ்வளவு நாட்கள் உங்களைக் காணாமல் இருப்பது இதுவே முதல்முறை என்று கூறினார்கள்" என்று ஏகலைவன் கூறும்போது கோதையின் கண்களில் கண்ணீர் வழியத்தொடங்கியது.

"ஆம். நான் காந்தளைச் சந்தித்ததிலிருந்து இதுவரை இவ்வளவு நாட்கள் அவளைக் காணாமல் இருந்ததில்லை. அவளும் என்னைப் போலவே வருந்திக்கொண்டிருந்திருப்பாள்" என்று விம்மினாள்.

ஏகலைவன் எவ்வித பதிலும் கூறாமல் மௌனம் காத்தான். காந்தளைப் பற்றி மேலும்மேலும் விசாரித்துக்கொண்டிருந்தாள் கோதை.

அதன்பின் சிறிதுநேரம் கழித்து கதக்கண், "சரியம்மா, நாங்கள் ஓடைக்குச் சென்றுவிட்டு வருகிறோம்" என்றுகூறி மூவரும் புறப்பட்டனர். வானதி விளையாடக் கிளம்பிப்போனாள்.

புறப்படும்போது வில்லினை வைத்துவிட்டுப் புறப்பட்ட ஏகலைவனிடம் வில்லினை எடுத்துக்கொண்டு வருமாறு கூறினான் கதக்கண். அதன் பொருட்டு கயிலனும் தன் வாளினை எடுத்துக்கொண்டான்.

மூவரும் ஓடையை அடைந்தனர். அவ்வோடை ஓடிக்கொண்டிருக்கும் இடத்தில் ஒரு சிறிய பாறையும் இரண்டு பெரிய பூவரச மரங்களும் நிழல் அளித்து குளுமையைத் தந்துகொண்டிருந்தது. பாறையானது மரத்தின் நிழலில் இருந்ததனால் சூடாகவில்லை.

கதக்கண் பாறைமீது அமர்ந்துகொண்டான். ஏகலைவனும் கயிலனும் மரத்தின் வேருக்கு அருகில் அமர்ந்துகொண்டனர். அப்போது ஓடை ஓடிக்கொண்டிருக்கும் 'சலசல' சத்தமும் அவ்வப்போது வீசிக்கொண்டிருந்த தென்றலும் அவர்களை ஒருவித மயக்க நிலைக்குக் கொண்டுசென்றது.

கயிலன் ஏகலைவனிடம், "இவ்விடம் குளிர்ச்சியாக இருப்பதால் எனக்கு நன்கு உறக்கம் வருகிறது. நான் உறங்கினால் என்னை எழுப்பிவிடாதே" என்றான்.

"உறக்கம் வருகிறதா?" என்று சொல்லி அவனது கையை மெல்ல கிள்ளினான்.

'ஆ...' என்று கத்தி மயக்க நிலையைவிட்டு வெளிவந்தான் கயிலன்.

பாறைமீது அமர்ந்திருந்த கதக்கண் இருவருக்கும் அருகில் வந்து, "ஏகலைவா உனக்கு 'வில்' நன்கு பழகிவிட்டதா?" என்று கேட்டதும் கயிலன் புன்னகைத்தான்.

“ம்ம்ம்... பழகிவிட்டது” என்றான் ஏகலைவன்.

“அப்படியென்றால் உன் பின்னால் புல்லின்மீது இருக்கும் ஓநாணை தாக்கு பார்ப்போம்.”

“அவசியமின்றி ஏன் ஒரு உயிரை தாக்கவோ கொல்லவோ வேண்டும்?”

“சரி அப்படியென்றால் இங்கே கிடக்கும் இந்தக் கல்லினை நான் எறிகிறேன். அது விழுந்த தொலைவை உனது அம்பானது தாண்டுகிறதா என்று பார்ப்போமா..? ஆனால், கல் விழுந்த தொலைவை நீ பார்க்கக் கூடாது” என்றான்.

“நிச்சயமாகத் தாண்டிவிடும் வீணாக நேரத்தைக் கழிக்க வேண்டாமே” என்றான் கயிலன்.

“முதலில், நீ என்ன பயிற்சி பெற்றாய்? எங்கு சென்றாய்? நீ சென்ற பயணத்தைப் பற்றிக் கூறு பிறகு இதையெல்லாம் பார்த்துக்கொள்ளலாம்” என்று ஏகலைவன் கேட்டதும் இருவரையும் பார்த்துவிட்டு அவர்கள் அருகில் வந்தமர்ந்தான் கதக்கண்.

இருவரும் கதை கேட்பதற்கு ஆயத்தமானார்கள். அந்த அமைதியான சூழலில் காற்றுவீசும் சத்தமும் நீரோடும் சத்தம் மட்டுமே அவர்கள் செவிகளில் கேட்டுக்கொண்டிருந்தது.

கதக்கண் இருவரையும் பார்த்து, “நான் ‘பதவனாக’ பயிற்சிப் பெற்றேன். அதில் தேர்ச்சி பெற்றதால் பல பயணங்களைச் செய்துள்ளேன்” எனக் கூறினான்.

“பதவனா? பதவன் என்றால்?” என வியப்புடன் கேட்டான் கயிலன்.

“பதவன் என்றால் வழிகாட்டி. எப்படிக் கூறுவது..? ஏன் தோன்றிமலையில் பதவனாக யாரும் இல்லையா?”

“இல்லை. இதுவரை ‘பதவன்’ என்றே நாங்கள் கேள்விப்பட்டதில்லை” என்று கயிலன் கூறியதைக்கேட்டு விழித்தான் கதக்கண்.

“இதுவரை பதவன் என்றே கேள்விப்பட்டதில்லையா?'' என்று கதக்கண் கேட்க இருவரும் அமைதியாய் இருந்தனர்.

பின் கதக்கண், “பதவன் என்பவன் வழிகாட்டியாக இருக்க வேண்டும். அவனுக்குத் தெரிந்த ஊர்களுக்கு வழிகள் நன்கு

தெரிந்திருக்கவேண்டும். பாதை தெரியாமலோ அல்லது வழி தெரியாமல் வழி தவறியவர்களுக்கு வழி சொல்லியும் அவர்கள் சேரவேண்டிய இடத்திற்கு அவர்களை அழைத்துச் செல்வதும்தான் பதவனின் வேலை.

எங்களுக்கு அளிக்கப்பட்ட பயிற்சி எப்படி இருந்ததென்றால்... ஒரு பெரிய வனத்தில் கொண்டுபோய்விட்டு அதன் மறுபக்கத்திலுள்ள குட்டையை வந்தடையுமாறு கூறினார் எங்கள் குரு. அந்த வனமோ அப்பப்பா! எவ்வளவு நீளமானது.

இதுவரை யாராவது ஒருவர் சென்ற பாதையாவது கண்களுக்குப் புலப்படுகிறதா என்றால் அங்கு முழுவதும் புற்கள் நிறைந்து தரையும் மறைந்துகிடந்தது. பின் பலமுறை ஒரே இடத்தை பாதை தெரியாமல் சுற்றிச்சுற்றி வந்து அலைந்துகொண்டிருந்தோம். அதன்பின் மரத்தில் சிறுசிறு கிளைகளை உடைத்துவிட்டு ஏற்கெனவே வந்துபோன பாதையென்று அடையாளம் வைத்து வனத்தின் மறுபக்கத்திலுள்ள குட்டையை ஒவ்வொருவராக அடைந்தோம். ஆனால், எங்கள் எல்லோருக்கும் முன்பு அந்த இடத்தை எங்கள் குரு அடைந்திருந்தார்.

நாங்கள் எல்லோரும் 'இவ்வளவு பெரிய வனத்தினை எப்படி நமக்குத் தெரியாமல் வந்தடைந்தார்' என்று வியந்துபோனோம்.

அதன்பின் அவர் எங்களை மீண்டும் அதே பாதையில் அழைத்துச் செல்லும்பொழுது அங்கு நாங்கள் பார்க்கவும் ரசிக்கவும் மறந்த காட்சிகளை அவர் விவரித்ததை எண்ணி தலைகுனிந்தோம்.

இப்படிப் பார்த்தும் ரசித்தும் செல்லும்போதே வனத்தின் மறுபக்கம், அதாவது நாங்கள் எங்கு பயணத்தைத் தொடங்கினோமோ அங்கேயே விரைவாக வந்தடைந்தோம். அவர் கூறிய ஒவ்வொரு குறிப்புகளும் வியக்கத்தக்கதாக இருந்தது. அதிலும் என் செவிகளைவிட்டு நீங்காத குறிப்புகளென்று சில இருக்கின்றது.

பதவன் என்பவன் பயணத்தை ரசிப்பவனாக இருப்பதோடு மட்டுமல்லாமல் பயணத்தின்போது காணும் காட்சிகளையும் ரசிக்கத் தெரிந்தவனாக இருக்க வேண்டும்.

எங்கு அல்லது எப்போது ரசிக்கத் தொடங்குகிறீர்களோ, அப்போது உங்களது வாழ்வில் ரசனையுள்ள நினைவுகள் பலவும் தோன்றும். நீங்கள் ரசிக்கும் அல்லது ரசித்த ஓர் இடம் உங்களது வாழ்நாளில் என்றும் மறவாது.

ஓரிடத்திற்குச் சென்று ரசித்துவிட்டு வருகையில் நாம் கண்ட காட்சிகள் நம்மை மீண்டும் மீண்டும் காணத் தூண்டும். அப்படித் தூண்டுகையில் அவ்விடத்திற்குச் செல்லவேண்டிய பாதை உங்களை அறியாமலேயே உங்களுக்குத் தெரிந்துவிடும். அப்படித் தெரிந்துபோகையில் மற்றவர்கள் அவ்விடத்தைத் தேடிவருகையில் மிகவும் எளிமையாகவும் ஆர்வமாகவும் அவர்களை அழைத்துச்செல்ல முடியும்" என்று பதவானாகிய கதக்கண் கூறிக்கொண்டு வருகையில் ஏகலைவன், கயிலன் இருவர் மனதிலும் பலப்பல எண்ணங்கள் தோன்றி மறைந்து கொண்டிருந்தன. கதக்கண் கூறிமுடித்து பெருமூச்சுவிட்டதும் ஏகலைவனும் கயிலனும் புருவங்கள் உயர வியந்துபோனார்கள்.

பின் ஏகலைவன், "எங்கெல்லாம் பயணம் செய்திருக்கிறாய்?" என்று கதக்கணிடம் கேட்டான்.

"எங்கெல்லாமோ செய்திருக்கிறேன்."

"உனக்குப் பிடித்த இடம் எது?" எனக் கேட்டான் ஏகலைவன்.

"எனக்குப் பல இடங்களைப் பிடிக்கும். மிகவும் பிடித்தது என்றால் 'கடல்'தான். எனக்கு கடலில் பயணம் செய்யத்தான் மிகவும் பிடிக்கும்."

"ஆ..?" என்று ஏகலைவனும் கயிலனும் வியந்து, ஒருசேர "கடலா? கடல் என்றால்? அது எப்படி இருக்கும்?" என்று கேட்டதும் கதக்கண் அவ்விருவரையும்விட அதிகமாக ஆச்சரியப்பட்டுப் போனான்.

◎

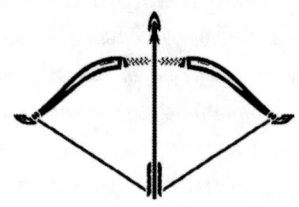

30

“நீங்கள் இருவரும் உண்மையிலேயே கடலைப் பார்த்ததில்லையா? இல்லை என்னிடம் விளையாடுகிறீர்களா?” என்று கதக்கண் ஆச்சரியத்துடன் கேட்டான்.

“இல்லை. நாங்கள் பார்த்ததில்லை. எங்களுக்கு கடல் எப்படியிருக்கும் என்றே தெரியாது” என்றான் ஏகலைவன்.

இதைக்கேட்டு கதக்கண், ‘இப்படியும் வாழ முடியுமா’ என்று எண்ணியவனாய், “அப்போது நீங்கள் தோன்றிமலையைவிட்டு வெளியிலேயே வரமாட்டீர்களா? என்னதான் செய்வீர்கள்?” எனக் கேட்டதும் கயிலன் ஏகலைவனை முந்தும் விதமாக அவன் கூறுவதற்குள், “தோன்றிமலையில் இல்லாததென்று எதுவுமில்லை. அதனால் அதனைவிட்டு வெளியில் செல்ல எங்களுக்கு அவசியமில்லை” என்றான்.

கதக்கண் சற்றே நிதானித்து, “தோன்றிமலையில் கடல் உள்ளதா? கடலை அங்கென்ன பதுக்கியா வைத்துள்ளீர்? கடலைப் பார்க்காமல் வாழும் மனிதர்கள் மனிதர்களே இல்லை. கடல் எவ்வளவு பெரியது தெரியுமா?” என்று கதக்கண் கர்வத்துடன் கூற.

“மூன்று எழுத்துத்தானே. அதைவிட பெரியதெல்லாம் தோன்றிமலையில் இருக்கிறது” என்று கயிலன் கூறியதும் கதக்கண் வாயடைத்துப் போனான்.

ஏகலைவன், “கடல் கடல் என்கிறாயே? கடல் என்ன மனிதர்களுக்கானதா?”

“‘இல்லைதான். ஆனால், கடலில் பல உயிரினங்கள் வாழ்கின்றன. அவைகளைப் பார்ப்பது கண்களுக்கு வியப்பை அளிக்கும்.”

“நமது கண்களுக்கு வியப்பை அளித்தாலும் அவைகளுக்கு அச்சத்தையும் ஆபத்தையும் அல்லவா அளிக்கும். நாம் நம்முடன் வாழும் உயிரினங்களை நன்றாகப் பார்த்துக்கொண்டாலே போதும்” என்று ஏகலைவன் கூறியதும் கதக்கண் வார்த்தைகளின்றி அமைதியாக... அருகில் அவனைப் பார்த்துச் சிரிக்கும் வண்ணம் ஓடையில் நீர் ஓடிக்கொண்டிருந்தது.

அச்சமயம் வானதி அவ்விடத்திற்கு வந்து கதக்கணிடம், “அண்ணா... உன்னை அம்மா அழைத்தாள். ஏன் என்று தெரியவில்லை. நான் வந்ததும், ‘போய் அண்ணாவை வரச்சொல்’ என்று சொல்லியனுப்பினாள்” என்று அவள் கூறியதும் வாயடைத்துப் போயிருந்த கதக்கண் உடனே கிளம்பிப் போனான்.

அதன்பின் ஏகலைவனிடம் வந்த வானதி அவனது கையைப் பிடித்து இழுத்து “என்னுடன் வாருங்களேன் அண்ணா” என்று அழைத்தாள்.

“எங்கு?” என்று சிரித்துக்கொண்டே களைப்புடன் கேட்டான்.

“எங்கா? உங்களுக்கு அவரைப் பார்க்க வேண்டாமா?”

“எவரை?”

“அவரைத்தான்.”

“எவரை? எதையும் முழுமையாகக் கூறமாட்டாயா?” என்றான் ஏகலைவன்.

“நீங்கள் வாருங்கள், நான் சொல்கிறேன்.”

“சொன்னால்தான் வருவேன்” என்று சொல்லி வானதியிடம் இருந்து கையை விடுவித்துக்கொண்டான்.

அவனை முறைத்துவிட்டு, “கவிகை அக்காவைப் பார்க்கத்தான் அழைத்தேன்” என்று வானதி கூறியதும் ஏகலைவன் நீரில் விழுந்த எறும்பினைப்போல தவிதவித்துப் போனான். அவன் உள்ளம் படபடத்தது. உடல் சூடாகி வியர்க்கத் துவங்கியது.

பின் வானதியிடம், “உண்மையாகத்தானா இல்லை விளையாடுகிறாயா?” எனக் கேட்டான்.

"உண்மையாகத்தான் அண்ணா" என்று வானதி சொன்னதும் சூடான அவனது உள்ளத்தில் குளிர்ந்த நீர் சென்றதைபோன்று ஒரு உணர்ச்சி உண்டானது.

ஏகலைவன், தன் இடையில் தொங்கிக்கொண்டிருந்த மூங்கில் குடுவையைத் தொட்டுப் பார்த்துக்கொண்டு வானதியோடு செல்ல ஆயத்தமானான்.

அப்போது கயிலன், "நான் இங்கேயே உறங்கப்போகிறேன். எனக்கு மிகவும் களைப்பாக இருக்கிறது" என்றான்.

'சரி' என்று தலையசைத்துவிட்டு ஏகலைவன் வானதியுடன் சென்றான்.

அவனது கால்கள் வானதியுடன் சென்றாலும் அவனது மனம் அவனுக்கு முன்பாக சென்றுகொண்டிருந்தது.

நடந்துகொண்டே வானதியிடம், "நீ எங்கு கவிகையைப் பார்த்தாய்? நான் இங்கு வந்ததைப் பற்றி ஏதேனும் கூறினாயா?" என்று படபடப்புடன் கேட்டான்.

"நான் தினமும் கவிகை அக்காவுடன்தான் விளையாடிவிட்டு வருவேன். இன்றும் அவளோடுதான் விளையாடிவிட்டு வந்தேன்."

"சரி, அது இருக்கட்டும். என்னை ஏன் அழைத்துச் செல்கிறாய்? நான் வந்திருப்பதைப் பற்றி அவளிடம் கூறினாயா?" என்று அவசரத்துடன் கேட்டான்.

"இல்லை இல்லை, நான் கூறவில்லை. அவள்தான் கேட்டாள்" என்று வானதி கூறியதும் ஏகலைவன் யானையின் காலில் மிதிப்பட்ட புல்லாய் நசுங்கிப்போனான்.

"அவள் கேட்டாளா? அவளுக்கு எப்படித் தெரியும்?"

"அதெல்லாம் தெரியாது அண்ணா. ஆனால், அடிக்கடி உங்களைப் பற்றிப் பேசிக்கொண்டும் கேட்டுக்கொண்டும் இருப்பாள்."

"என்னவென்று..?"

"என்னவெல்லாமோ சொல்லுவாள். ஏன், நான் பேசுவதற்குள் இடையிடையே கேள்வி கேட்டுக்கொண்டே இருக்கிறீர்கள்?"

"இனிமேல் கேட்கமாட்டேன் மன்னித்துக்கொள். ஆனால், என்ன சொல்லுவாள் என்னைப்பற்றி..." என்று ஏகலைவன் ஆர்வம் ததும்பக் கேட்டதும் அவனைப் பார்த்து முறைத்தாள் வானதி.

பின் கோபத்துடன், “உங்களைப்பற்றி இதுவரை அவள் எதுவுமே கூறியதில்லை போதுமா?”

“......” ஏகலைவன் பதிலேதும் கூறாமல் கண்களை விழித்து நான்குமுறை சிமிட்டினான். அதன்பின் அமைதியாக சற்றுதூரம் நடந்ததும் வானதி, “எப்போதாவது உங்களைப்பற்றி விசாரிப்பாள். சிறுவயதில் நீங்கள் விளையாடிய விளையாட்டுகளைப் பற்றியெல்லாம் கூறுவாள். உங்களைப் பற்றிப் பேசும்போது மட்டும் மகிழ்ச்சியாகப் பேசுவாள். முகத்தில் அவ்வளவு புன்னகை ததும்பும்.

இரண்டு மூன்று நாள் என்னிடம் உங்களைப் பற்றித் தொடர்ச்சியாக விசாரித்தாள். நான் அக்காவிடம், நீங்கள் வந்தால் கண்டிப்பாக அழைத்து வருவதாக கூறினேன். நீங்கள் வந்துவிட்டீர்கள் அதனால் அழைத்துச் செல்கிறேன். நீங்கள் வந்திருப்பதாக அக்காவிடம் நான் சொல்லவில்லை. என்ன செய்கிறாள் என்று பார்ப்போம்” என்று வானதி கூறிவிட்டு முன்னே நடந்து சென்றுகொண்டிருந்தாள்.

ஏகலைவன் மனதில், கவிகையை முதன்முதலில் சந்தித்த நிகழ்வு தோன்றி ஓடிக்கொண்டிருந்தது.

வெளிமான்மலைக்கு ஏகலைவன் வந்திருந்தபோது உடல்நிலை சரியில்லாமல் போனது. உடல்நிலை சரியில்லாமல் போனதின் பொருட்டு கவிகையின் தந்தையும் வெளிமான்மலையின் வைத்தியருமான சாலனிடம் பூங்கோதை அழைத்துச்சென்றாள். உடல் நிலையின் காரணமாக மூன்று, நான்கு நாட்களுக்குத் தொடர்ந்து அழைத்துச்செல்ல வேண்டியிருந்தது. அப்போது அங்கு விளையாடிக் கொண்டிருந்தவர்களோடு ஏகலைவனும் சேர்ந்து விளையாடத் தொடங்கினான். அதில் கவிகையும் சேர்ந்து விளையாடுவாள். எப்போழுதெல்லாம் வெளிமான்மலைக்குச் செல்கிறானோ அப்போதெல்லாம் கவிகையுடன் விளையாடச் சென்றான். இப்படியாக இருவருக்குள்ளும் நட்பு எனும் விதை விழுந்து மரமாகத் தொடங்கியது.

இவ்வளவு நீண்ட இடைவெளிக்குப்பின் இப்பொழுதுதான் ஏகலைவன் கவிகையைச் சந்திக்கச் செல்கிறான்.

அவன் மனதில், ‘இப்பொழுது அவள் எப்படி இருப்பாள்? என்னைப் பார்த்ததும் என்ன நினைப்பாள்? வியந்து போவாளா? இல்லை யாரென்று அடையாளம் தெரியாமல் விலகிப்போய் விடுவாளா?

என்ன மனம் இது? நான் என்ன அப்படியா அடையாளம் தெரியாதவண்ணம் மாறிவிட்டேன். அதுவும் கவிகை என்னை மறந்திருப்பாளா? அய்யோ, என் மனம் ஏன் இப்படிக் குதூகலிக்கிறது?' என்று பலவாறு எண்ணமிட்டுக்கொண்டே வானதியுடன் சென்றுகொண்டிருந்தான் ஏகலைவன். ஏனோ அவனது மனதில் பாதை செல்லச்செல்ல படபடப்பு அதிகரித்துக்கொண்டே இருந்தது.

இந்தப் பிரிவானது, அவர்களது நட்பின் மரத்தில் வேறொரு புதிய கிளையை உருவாக்கியிருந்தது.

◉

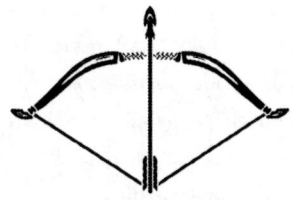

31

வானதியும் ஏகலைவனும் வாசலில் வேப்பமரம் அமைந்திருக்கும் குடிசையின் அருகில் வந்தனர்.

வானதி, "அண்ணா, நீங்கள் இங்கேயே இருங்கள். நான் சென்று அக்காவை அழைத்துவருகிறேன்" என்று சொல்லிவிட்டுக் குடிசையை நோக்கி நடந்தாள்.

கொஞ்சதூரம் சென்றதும் ஏகலைவனைத் திரும்பிப் பார்த்து, "அண்ணா... உங்களை அக்கா பார்க்கமுடியாத வண்ணம் மறைந்துகொள்ளுங்கள்" என்று சொல்லிவிட்டு நடந்தாள். குடிசையினுள் வானதி நுழைவதை வேப்பமரத்தின் மறைவில் நின்று பார்த்துக்கொண்டிருந்தான் ஏகலைவன். அவனது கால்களுக்குக் கீழ் எறும்புகள் அணிவகுத்துச் சென்று கொண்டிருந்தன.

குடிசையையே பார்த்துக்கொண்டு நின்ற ஏகலைவனைக் காற்று மெல்லமெல்ல தீண்டிச் சென்றது. பின்னால் யாரோ வரும் காலடியோசையோடு புற்கள் மிதிபட்டு சலசலக்கும் சத்தமும் கேட்டும் அமைதியாக நின்ற ஏகலைவன் காற்று தன்னை முழுமையாகத் தீண்டிச் செல்லாததை உணர்ந்து திரும்பினான்.

அவன் கண்கள், எதிரே நிற்கும் உருவத்தைப் பார்த்தது. நொடிப்பொழுதில் அது கவிகை என்று அறிந்த ஏகலைவனின் கண்களில் புல்லின்மேல் சேரும் பனித்துளிகளைப்போல் நீர் திரண்டது.

அதுவரை 'யாரோ அங்கு நிற்கிறார்கள்' என்று மெல்ல நடந்துவந்த கவிகை, அது ஏகலைவன் என்று தெரிந்ததும் ஸ்தம்பித்துப்போய் நின்றாள். கவிகையைக் கண்டதும் இமைத்த இமைகளினால் ஏகலைவனின் கண்களில் திரண்டிருந்த நீர்த்துளிகள் கண்ணங்களின் வழியே வழிந்து தரையில் விழுந்தது. அப்பொழுது அணிவகுத்துச் சென்றுகொண்டிருந்த எறும்புகள் மழைத் துவங்கிவிட்டது என்று நினைத்துப் பரபரப்பாக ஓடின.

கவிகையின் சிவந்த உதடுகளில் புன்னகை தவழ்ந்துகொண்டிருந்தது. இருவரும் சந்தித்து இத்தனை காலம் ஆகியும், பிரிவென்றால் என்ன என்பது தெரிந்திருந்தும் அவர்களுக்கு இடையில் இருந்த தொலைவு ஏனோ குறையவேயில்லை. இருவரும் நின்ற இடத்திலேயே நின்று ஒருவரையொருவர் பார்த்துக்கொண்டிருந்தனர்.

இவர்கள் இங்கு இப்படியே நின்றுகொண்டிருக்க குடிசையினுள் சென்ற வானதி வெளியே வந்து இருவரையும் பார்த்து வியந்து அருகில் ஓடிவந்தாள். அவள் வருவதையறிந்து இருவரும் கண்களைத் துடைத்துக்கொண்டு அருகில் நெருங்க முயன்றனர். இதுவரை இப்படி ஒரு தயக்கம் இருவருக்கிடையிலும் இருந்ததேயில்லை. இன்று எங்கிருந்துதான் வந்தது என்றும் தெரியவில்லை. மெல்ல இருவருக்குள்ளும் இருந்த படபடப்பு மறைந்து ஒருவரையொருவர் பார்த்துக்கொண்டனர்.

ஏகலைவன், 'எவ்வித அச்சமும் வெட்கமும் இன்றி பார்க்கும் கவிகையின் கண்கள் எங்கே சென்றன?' என்று எண்ணி வியந்தான். ஏனெனில், இப்போது அவளது கண்கள் எதையோ மறைத்து வைத்திருப்பதைப் போன்று செய்கை காட்டிக்கொண்டிருந்தது.

கவிகையின் கண்கள், தன்னுடன் வளர்ந்த ஏகலைவன் தன்னைவிட வளர்ந்திருப்பதைக் கண்டும் தோளில் வில்லும், முதுகில் அம்பறாத்தூணியும் மாட்டிக்கொண்டு புதிதாக நின்றுகொண்டிருப்பதையும் பார்த்து ஆச்சரியத்தில் மூழ்கிப்போனாள்.

பின் தன்னைப் பார்த்துக்கொண்டிருக்கும் ஏகலைவனின் கண்களைக் கண்டதும் கீழே குனிந்துகொண்டாள். அப்போது அருகில் வந்த வானதி, "அக்கா எப்படிச் சொன்னபடியே அழைத்துவந்தேனா?" என்று சொன்னதும் கவிகை வெட்கத்தினால் கண்களை மூடித் தரையைப் பார்த்துச் சிரித்தாள்.

பின் வானதியின் தோளின்மீது கைகளை வைத்துக்கொண்டு ஏகலைவனிடம், “என்னை உனக்கு ஞாபகம் இருக்கிறதா?” என்று கவிகை கேட்டதும் ஏகலைவன் மனதில் அதுவரை இருந்த மகிழ்ச்சி மறைந்து சோகம் குடியேறியது.

“அக்கா உங்களை ஞாபகம் இல்லாமல் போகுமா?” என்று வானதி கேட்கவும் அவளை மெல்ல கிள்ளினாள் கவிகை.

“ஞாபகம் இருந்திருந்தால், இந்நேரம் நன்றாக இருக்கிறாயா என்று எதையாவது கேட்டிருக்கலாம். இப்படி வாயைடைத்து நின்றாள் என்ன நினைப்பது?”

‘என்னை உனக்கு ஞாபகம் இருக்கிறதா?’ எனக் கவிகை கேட்டதை நினைத்து மௌனமாயிருந்தான் ஏகலைவன்.

இருவரும் அமைதியாக இருந்ததால் வானதி, “அக்கா வாருங்கள் விளையாடச் செல்லலாம்” என்றாள்.

“இப்போதுதானே விளையாடினோம். நான் வரவில்லை.”

“அண்ணா நீங்களாவது வாருங்களேன். விளையாடலாம்.” என வானதி கேட்க மெல்ல ஏகலைவன், “நான் களைத்துப் போயிருக்கிறேன். வேறு எப்போதாவது விளையாடலாம்” என்று கூறியதும் வானதி, “நான் விளையாடச் செல்கிறேன்” என்று சொல்லி கவிகையின் கைகளை விலக்கிவிட்டு ஓடிப்போனாள்.

அவள் சென்றதும் இருவர் மனதிலும் மீண்டும் பரபரப்பு உண்டானது. சற்றுநேர மௌனத்துக்குப்பின், கவிகை “இத்தனை நாள் எங்கு சென்றிருந்தாய்? ஏன் இங்கு வரவேயில்லை? எங்களையெல்லாம் மறந்துபோய்விட்டாயா?” என்று கேட்டாள்.

“இத்தனை நாளும் எனக்குப் பயிற்சி வழங்கப்பட்டது. அதனால்தான் வரமுடியவில்லை.”

“நானும் கேட்க வேண்டும் என்று நினைத்தேன். என்ன புதிதாகத் தோளில் வில், அம்பு எல்லாம்?”

“இது என்னுடையதுதான். வில் பயிற்சிதான் எனக்கு அளிக்கப்பட்டது.”

“அப்படியா?” என்று அவள் உதடு குவித்து வியந்தபோது அவளது முகத்தினைப் பார்த்த ஏகலைவனுக்கு உடலில் ஒருவித சிலிர்ப்பு உண்டாகியது.

இருவருக்கும், இதுவரை இல்லாத தயக்கம் வெட்கம் எல்லாம் இப்போது எங்கிருந்து வந்தது என்பது புரியாத புதிராகவே இருந்தது.

பேசிக்கொண்டிருக்கும்போது மூங்கில் குடுவையின்மீது கை பட்டதும் அது தன்னிடம் இருப்பதை உணர்ந்த ஏகலைவன் இடையிலிருந்து அவிழ்த்து என்ன சொல்வதென்றே தெரியாமல் கவிகையிடம் கொடுத்தான். அதைப் பெற்றுக்கொண்ட கவிகையின் உள்ளம் மகிழ்ச்சியடைந்தது. அதை வெளிக்காட்டிக் கொள்ளாமல், "என்ன இது?" என்றாள்.

"மருதோன்றி இலைகள்" எனக்கூறி வெட்கத்தில் தலை குனிந்தான்.

"ஓ... இன்னும் இதை நீ மறக்கவில்லையா?"

"மறப்பதற்கா நினைவுகள்'' என்று ஏகலைவன் கூறியதும் கவிகை கண்கள் அசைய மறுத்தன.

இத்தனை நாளும் அவன், அவளைப் பற்றிய நினைவுகளுடனும் அவள், அவனைப் பற்றிய நினைவுகளுடன் இருந்தாலும்கூட இந்த எதிர்பாராத சந்திப்பில் என்ன பேசுவதென்றே தெரியாமல் தயங்கி தவித்து நின்றுகொண்டிருந்தனர்.

மூங்கில் குடுவையைக் கையில் பிடித்தபடி நின்றுகொண்டிருந்த கவிகையைப் பார்த்துக்கொண்டே நின்றிருந்தான் ஏகலைவன். அதனைப் பார்த்து கவிகை, "எனக்காக இதைத் தோன்றிமலையிலிருந்து கொண்டுவந்தாயா?"

'ஆம்' என்று தலையசைத்தான்.

"இம்மருதோன்றி இலைகள் இங்கும் இருக்கிறது என்பது உனக்குத் தெரியாதா?" என்று புன்னகைத்துக் கேட்டாள்.

"தெரியும். ஆனால், அது நான் கொண்டுவந்தது இல்லையே?" என்று ஏகலைவன் கூறியதும் கவிகை மௌனமானாள்.

அப்போது அங்கு நிலவிய மௌனத்தைக் கலைக்கும் வண்ணம் 'கவிகை... கவிகை...' என்று யாரோ அழைத்தது கேட்டது. அக்குரலைக் கேட்டதும் கவிகை சட்டென்று திகைத்தாள்.

பின் அழைப்பது தந்தை என அறிந்ததும் அமைதியானாள். அருகில் நின்ற ஏகலைவன் என்ன செய்வதென்றே புரியாமல் குழம்பிப்போனான். அவன் உள்ளத்தில் 'இப்போது அவர் நம்மை அடையாளம் கண்டுகொள்வாரா? நம்மால் அவரை அடையாளம்

கண்டுபிடிக்க முடியுமா? இவ்வளவு நாட்களிலும் மாறாத அதே குரல். உருவ மாற்றம் இல்லாமல் இருக்குமா? பார்ப்போம். என்ன செய்கிறார் என்பதை. அய்யோ! நான் கவிகையுடன் அல்லவா இருக்கிறேன்? அவர் என்ன நினைத்துக்கொள்வார்? முதலில் என்னைக் காண வரவில்லையே? என்று கோபித்துக்கொள்ள மாட்டாரா?' என எண்ணிக்கொண்டிருக்கையிலேயே 'கவிகை' என்று அழைத்தக் குரல் நின்றுவிட்டது.

'என்ன குரல் நின்றுவிட்டது' என்று குரல் வந்த திசையை நோக்கினான். அருகில் வந்தார் கவிகையின் தந்தை சாலன்.

சாலனைப் பார்த்தான் ஏகலைவன், அவரது அடையாளத்தில் ஒன்றிரண்டு நரை மயிர்களே புதிதாக அவன் கண்களுக்குத் தெரிந்தன. பின் சாலனின் கண்களைப் பார்த்த ஏகலைவன் அக்கண்கள் தன்னைப் பார்த்துக்கொண்டிருப்பதை உணர்ந்தான்.

அப்போது ஏகலைவனின் உள்ளத்தில் ஏதோ ஒன்று பொங்கி மேலே வந்து மீண்டும் உள்ளே சென்றது. அருகில் நின்ற கவிகையின் உதட்டில் புன்னகை தோன்றித்தோன்றி மறைந்துகொண்டிருந்தது. புன்னகையை மறைக்க உதட்டைக் கடித்துக்கொண்டாள்.

சாலனின் குரல் மீண்டும் கேட்டது. அது 'கவிகை' என்பதற்குப் பதில் 'ஏகலைவன்' என ஒலித்தது. ஏகலைவனுக்கு மகிழ்ச்சியினால் கண்கள் விரிந்து வாய் லேசாக திறந்து, "ஐயா தங்களுக்கு என்னை அடையாளம் தெரிகிறதா?" எனக் கேட்டான்.

"தெரியாமலா ஏகலைவன் என்று அழைத்தேன்" என்றதும் ஏகலைவன் இருவருடன் சேர்ந்து சிரித்தான்.

"நன்றாக இருக்கிறீர்களா?"

"நன்றாக இருக்கிறேன். குழந்தையாக இருந்த நீ, எப்போது வீரனாக மாறினாய்? இறுதியில் அம்பாறத்தூணியைப் பெற்றுவிட்டாய்" என்று சாலன் கூற ஏகலைவன் முகத்தில் வெட்கம் குடியேறியது.

"இப்போதுதான் வெளிமான்மலையின் வாசம் உனக்குத் தேவைப்பட்டதா? எப்போது வந்தாய்?"

"சற்றுநேரத்திற்கு முன்புதான் ஐயா."

"தனியாகவா?"

"இல்லை. என் தோழனும் வந்துள்ளான்."

"இன்னும் கோதையின் வீட்டுக்குச் செல்லவில்லையா?"

"வந்ததிலிருந்து அங்குதான் இருந்தேன். இப்பொழுதுதான் இங்கு வந்தேன். கதக்கண்தான் ஓடைக்கு எங்களை அழைத்து வந்தான். அதன்பின் இங்கு வந்தேன்."

"இல்லை... வில்லோடு வந்திருக்கிறாயே..? அதனால் கேட்டேன்" என்றதும் ஏகலைவன் தன் வில்லைத் தொட்டு சிரித்து, "அதற்குக் காரணமும் கதக்கண்தான் ஐயா. அவன்தான் 'உனக்கு வில்லில் என்ன தெரிகிறதென்று பார்ப்போம்' என்று எடுத்துவரச் சொன்னான். கோதைத் தாய் அழைத்ததனால் குடிசைக்குச் சென்றிருக்கிறான்."

"அவன் அப்படித்தான். பல இடங்களுக்குச் சென்றுவருகிறான் அல்லவா அங்கு நம்மைவிடவும் திறமை வாய்ந்தவர்கள் இருப்பார்கள். அவர்களின் திறமையையும் நமது திறமையையும் ஒப்பிட்டுப் பார்ப்பான். அதிலும் துரோணாச்சாரியரிடம் வில்வித்தை பயின்றவனாயிருந்தால் எவனும் அவனுக்கு இணையாக முடியாது" என்று சாலன் கூறியதும் ஏகலைவனின் விரல்கள் அம்பினைப் பிடிக்கத் துடித்தது.

பின் கவிகையிடம், "எங்கு அம்மா சென்றிருந்தாய்? உன்னைத்தேடி நான் பல இடங்களுக்குச் சென்றுவிட்டு வந்தேன். ஆனால் நீயோ, இங்கு நின்று பேசிக்கொண்டிருக்கிறாய். அது போகட்டும், இது என்ன உனது கையில்?" என்று ஏகலைவன் கொடுத்த மூங்கில் குடுவையை வாங்கிப் பார்த்தார்.

"மருதோன்றி இலைகள் தந்தையே. வானதி கொடுத்தாள்" என்று கவிகை கூறியதும் ஏகலைவன் உள்ளம் அதிர்ச்சியோடு மகிழ்ச்சியடைந்தது.

"இவ்விலைகள் நம் குடிசையின் அருகிலேயே இருக்கிறதே?"

"இருக்கிறதுதான். ஆனால் அவள் ஆசையோடு கொடுக்கும்போது மறுக்க மனம் வரவில்லை" என்று கவிகை கூற ஏகலைவன் தனக்கும் அதற்கும் சம்மந்தமே இல்லாததுபோல் நின்றுகொண்டிருந்தான். இருந்தும் அவன் மனதில், 'ஏன் நான் கொடுத்ததாகக் கூறவில்லை?' என்று சிந்தித்துக்கொண்டு இருந்தான்.

"சரி இருக்கட்டும். உன் தாய் உன்னைத்தேடிக் கொண்டிருந்தாள்."

"நான் சென்று பார்க்கிறேன்" என்று சொல்லிவிட்டு மூங்கில் குடுவையோடு சென்றாள் கவிகை. அவள் சென்றதும் தன்னிடம் எதையோ இழந்ததைப்போன்று உணர்ந்தான் ஏகலைவன்.

"உனது பயிற்சி முடிவடைந்துவிட்டதா?" என்று சாலன் கேட்டதை மறந்து அவன் மனம் எதையோ நினைத்துக் கொண்டிருந்தது. மீண்டும் சாலன் ஏகலைவனை அழைத்ததும் அவரைப் பார்த்து "பயிற்சி தினந்தோறும் செய்துகொண்டுதான் இருக்கிறேன் ஐயா" என்றான்.

"சரி. நாம் பிறகு சந்திப்போம். நாங்கள் மூலிகை இலைகளைத் தேடிச்செல்கிறோம். நாளை மாலை வந்துவிடுவோம். அப்போது பேசிக்கொள்வோம். வேண்டுமானால் நீயும் எங்களோடு வாயேன்."

"இல்லை ஐயா. என் தோழனும் இருக்கிறான் அவனைவிட்டு..." என்று முடிப்பதற்குள், "சரி. அப்போது, நான் புறப்படுகிறேன். மாலை சந்திப்போம்" என்று சொல்லிவிட்டு சாலன் புறப்பட்டார். ஏகலைவன் மனதில் பல எண்ணங்கள் ஓடையாய் உருவெடுத்து ஓடிக்கொண்டிருந்தன. அவன் உள்ளத்தில் ஓடிய ஓடையின் இரு கரைகளிலும் கவிகையே நிறைந்திருந்தாள்.

அதன்பின் கயிலனை அழைத்துக்கொண்டு குடிசைக்குச் சென்று ஓய்வெடுத்தான். அப்போதும் அவனது மனம் கவிகையையே நினைத்துக்கொண்டிருந்தது.

◉

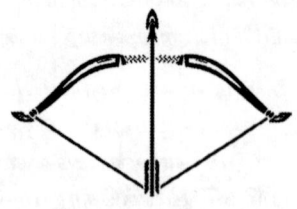

32

குடிசையினுள், ஏகலைவனும் கயிலனும் உறங்கிக்கொண்டிருக்க வாசலில் அவ்வப்போது தன் குஞ்சுகளோடு வந்து 'கொக்... கொக்...' என்று அழைத்தவாறு உணவைப் பகிர்ந்து கொடுத்துக் கொண்டிருந்தது கோழி. அதை 'கீச்... கீச்...' என்று கத்தியவண்ணம் ஒவ்வொரு குஞ்சும் உணவைத் தூக்கி ஓடிக்கொண்டிருந்தது. அருகிலுள்ள மரங்களில் கிளியும் அணிலும் போட்டிப்போட்டு கத்தி விளையாடிக்கொண்டிருந்தன. எங்கேயோ ஒரு மரக்கிளையில் அமர்ந்து குயிலானது கூவிக்கொண்டிருந்தது.

வாசலில் நின்று கத்திக்கொண்டிருந்த கோழியினை விரட்டியவாறு உள்ளே நுழைந்த வானதி உறங்கிக்கொண்டிருந்த ஏகலைவன் அருகில் வந்து அவனது தோளைப் பிடித்து குலுக்கி, "அண்ணா எழுந்திருங்கள்... எழுந்திருங்கள்..." என்றாள்.

ஏகலைவன் மெல்ல கண்களைத் திறந்தான்.

அவன் கண்கள் திறந்ததைக் கண்டதும் அமைதியானாள். அமைதி நிலவியதும் மீண்டும் கண்களை மூடி உறங்கினான். மீண்டும் வானதி அவனைக் குலுக்கி எழுப்பினாள். பெருமூச்சுவிட்டுக் கண்களைத் திறந்து வானதியைப் பார்த்தான். அவனது முகத்தில் உறக்கம் ஊர்ந்துகொண்டிருந்தது.

"அக்கா அழைத்தாள்" என்று வானதி கூறியதும் ஏகலைவன் முகம் எழுந்து ஏழு நாழிகை ஆனதைப்போல் மாறி, "எங்கே?" என்றான்.

"ஓடை அருகில்" என்றதும் வேகமாக எழுந்தான்.

“எங்கே செல்கிறீர்கள் அண்ணா?”

“ஓடைக்கு!”

“இப்போதா?”

“ஆம். நீதானே அக்கா அழைத்தாள் என்றாய்?”

“ஆமாம். ஆனால், இப்போது இல்லை.”

“பின் எப்போது?”

“நான் விளையாடிவிட்டு வந்து சொல்கிறேன்” என்று கூறிவிட்டு ஓடிப்போனாள்.

அப்போது, எங்கோ சென்றுவிட்டு வந்த கதக்கண் உள்ளே நுழைந்தான். நின்றுகொண்டிருந்த ஏகலைவனைப் பார்த்ததும், “எங்கே இவள் இப்படி ஓடுகிறாள்?” எனக் கேட்டான்.

“விளையாடச் செல்கிறாள்.”

“விளையாடிவிட்டு வரட்டும் பார்த்துக்கொள்கிறேன்.”

“ஏன்? என்னவாயிற்று?”

“என்னை எங்கெல்லாம் அலைய வைத்துவிட்டாள் தெரியுமா?”

“......”

“நாம் பேசிக்கொண்டிருக்கும்போது, என்னை அம்மா அழைத்ததாகக் கூறினாள் அல்லவா? அது பொய். மீண்டும் என்னைச் சந்தித்தபோது சாலன் அழைத்தாகக் கூறினாள். சரியென்று வேகமாகச் சென்று பார்த்தால் அவர் மூலிகை இலைகளைப் பறிப்பதற்காக பலருடன் முன்பே சென்றுவிட்டாராம். அருகில் இருப்பவர்களிடம் கேட்ட போது ‘அவருக்குத் தெரியாத வழியா நீ சொல்லிவிடப் போகிறாய்?’ என்று என்னைப் பரிகசித்து அனுப்பிவிட்டனர். இப்படியாக இன்று என்னைப் பல இடத்திற்கு அலைய வைத்துவிட்டாள். வரட்டும். இன்று அவளா நானா என்று பார்த்துவிடுகிறேன்.” என்று கதக்கண் கூறியபோது ஏகலைவன் சிரித்துவிட்டான்.

பின் அவனது மனதில் ‘தன்னையும் இதேபோல் அலைய வைத்துவிடுவாளோ?’ என்று எண்ணி ஐயம் கொண்டான்.

ஏகலைவன் நின்றுகொண்டிருக்க உறங்கிக்கொண்டிருக்கும் கயிலனின் அருகில் அமர்ந்தான் கதக்கண். அப்போது குடிசையினுள்

புகுந்த காற்று அனைவரையும் மெல்ல தீண்டிவிட்டுச் சென்றது. ஏகலைவன் மனதில் கயிலனையும் அழைத்துக்கொண்டு செல்லலாம் என்று தோன்றியது. கதக்கண் அருகில் இருப்பதனால் அவனை அழைக்கும்போது இவனையும் அழைத்துச்செல்ல நேரிடும் என்பதால் நின்றபடியே சிந்தித்துக்கொண்டிருந்தான்.

நின்றுகொண்டிருந்த ஏகலைவனைப் பார்த்து, "எங்கே செல்ல இருக்கிறாய்?" எனக் கேட்டான் கதக்கண்.

"தூங்கி எழுந்ததனால் உடல் ஒரு மாதிரியாக இருக்கிறது. அதான் குளித்துவிட்டு வரலாம் என்றிருக்கிறேன். வருகிறாயா?" என்று கேட்டுவிட்டு 'வருகிறேன் என்று சொல்லிவிடுவானோ?' என அவன் பதிலை நோக்கிக் காத்துக்கொண்டிருந்தான்.

"இல்லை ஏகலைவா, நான் களைத்துப்போய் இருக்கிறேன். உறக்கம் வேறு வருகிறது. நாம் பிறகு செல்லலாம்" என்று கூறிவிட்டு கயிலனின் அருகில் படுத்துக்கொண்டான்.

'வரவில்லை' என்று அவன் கூறியதும் ஏகலைவன் பெருமகிழ்ச்சியடைந்தான். கயிலனை எழுப்புவதற்கும் மனம் வராமல் ஓடையை நோக்கிச் சென்றான். கதிரவன் கதிர்களைக் குறைத்துக்கொண்டு கண் அயர சென்றுகொண்டிருந்தான். ஆங்காங்கே பறவைகள் பலவாறு சுற்றிக்கொண்டு பல குரல்களில் கூச்சலிட்டுக்கொண்டிருந்தன. இவற்றைப் பார்த்துக்கொண்டே ஓடையை அடைந்தான் ஏகலைவன். ஓடை யாரையும் எதிர்பார்க்காமல் ஓடிக்கொண்டிருந்தது. ஓடையின் அருகில் கவிகையைத் தேடிக்கொண்டிருந்தான்.

அவன் தேடியலையும் உயிரைத் தவிர பல உயிரினங்களும் அங்கு உலாவிக்கொண்டிருந்தது. அவனருகில் அலைந்து கொண்டிருக்கும் வண்டினைப் போலவே அவனது கண்களும் அலைந்துகொண்டிருந்தது.

யாரோ ஒருவர் தூரத்தில் நடந்து வருவதை உணர்ந்தவனாய்த் திரும்பிப்பார்த்தான். முகத்தில் புன்னகையோடு ஓடிவந்தாள் வானதி. அவளைப் பார்த்ததும் சற்றே கோபமடைந்தான். அங்கு ஏகலைவன் நிற்பதை உணர்ந்த வானதி அவனிடம் அகப்பட்டுக் கொள்ளாமல் ஓடோடிப்போனாள். அவள் ஓடிப்போனதைப் பார்த்துக் கோபம்கொண்டு நின்றிருந்தான் ஏகலைவன்.

பின் தன்னிடம் வானதி கூறியது பொய் என்று எண்ணிவிட்டு ஓடையில் குளிப்பதற்குத் தயாரானான். ஓடையின் அருகே

செல்லும்போது, தொலைவில் விரல்களை விரித்துக்கொண்டு கைகளை மெல்ல வீசிக்கொண்டு நடந்துவந்தாள் கவிகை. கவிகையைக் கண்டதும் ஏகலைவனுக்கு வானதியின் மீதிருந்த கோபம் அவளைப் போலவே ஓடிப்போனது. 'தன்னை மெய்யாகவே வரச்சொல்லியிருக்கிறாள்' என்று நினைத்ததும் ஏகலைவனுக்குத் தண்ணீரில் குதித்துக் கத்த வேண்டும்போல் தோன்றியது.

'பாவம் வானதி. நான்தான் தவறாக நினைத்துக் கொண்டுவிட்டேன். இப்போதும் பயந்து ஓடிவிட்டாள். அவளுக்கு நிச்சயம் நன்றி செலுத்த வேண்டும்' என்று ஏகலைவன் கவிகையைப் பார்த்துக்கொண்டே நினைத்துக்கொண்டிருந்தான். கவிகை கண்ணெதிரே வந்ததும் ஏகலைவனுக்கு வேறு எவ்வித சிந்தனையும் இல்லாமல் போனது.

அவனருகே வந்த கவிகை, "எதற்காக என்னை அழைத்தாய்?" என்று கேட்டதும் ஏகலைவன் புருவங்களைச் சுருக்கிக்கொண்டு "நான் அழைத்தேனா? நீதான் என்னை அழைத்ததாக வானதி வந்து கூறினாள்?"

"என்னிடம் வானதி வந்து, நீ என்னை அழைத்ததாகக் கூறினாள்" என்றதும் இருவரது மனதிலும் ஒருவித கோபமும் மகிழ்ச்சியும் ஒருசேர தோன்றியது.

பின் கவிகையின் கைகளைப் பார்த்த ஏகலைவன் மேலும் மகிழ்ச்சியடைந்தான். அவள் உள்ளங்கைகளிலும் விரல்களிலும் மருதோன்றி இலைகள் மசிந்து பிடித்துக்கொண்டிருந்தன.

அதனைக்கண்ட ஏகலைவன், தனது விரல்கள் கவிகை விரல்களோடு பிணைந்திருப்பதைப்போல் உணர்ந்தான். ஏகலைவன், தனது கைகளைப் பார்த்துக்கொண்டிருப்பதைக் கண்டு கைகளை மறைத்துக்கொண்டாள் கவிகை.

அதனைக் கண்ட ஏகலைவன், "ஏன் மறைத்துக்கொள்கிறாய் அவ்விலைகளை நான்தானே கொடுத்தேன்"

"அழகாயிருக்கிறதே?"

"உண்மையாகவா?"

"உண்மையாகவே நீ சொல்லும் பொய் அழகாயிருக்கிறது" என்றாள் கவிகை.

"பொய்யா?"

"ஆமாம். இவ்விலைகளை நீ கொடுத்தேன் என்கிறாயே? அது பொய் இல்லாமல் வேறென்ன?"

"இவற்றை நான்தானே உன்னிடம் கொடுத்தேன்."

"நீ கொடுத்தது உண்மைதான். ஆனால், அது இதுவல்ல" என்று கவிகை கூறியதும் ஏகலைவன் பதைபதைத்தான்.

"அப்போது நான் கொண்டுவந்து கொடுத்தது எங்கே?"

"என்ன கொண்டுவந்துவிட்டாய்ப் பெரியதாக? இங்கு இல்லாததையாய்க் கொண்டுவந்தாய்? சோம்பேறியாகிய நீ, பச்சைப் பசேலென இருக்கும் இலைகளைப் பறித்து ஒரு மூங்கில் குடுவையில் அடைத்து அதனை வாடிவதங்க செய்து கொண்டுவந்து கொடுத்தாய். அதனை வைத்து என்ன செய்ய முடியும்?" என்றதும் ஏகலைவன் அசையாமல் நின்றான்.

"நான் என் விரல்களில் வைத்திருப்பது, என் கைகளினால் பறித்து அரைத்து வைத்த மருதோன்றி இலைகள்" என்று கவிகை கூறியது ஏகலைவன் நினைத்துக்கொண்டிருந்த நினைவுகளை எல்லாம் சிதற வைத்துவிட்டது.

அப்போது ஏகலைவனைப் பார்த்துச் சிரிக்கும் வண்ணம் ஒரு கிளியானது மரக்கிளையில் இருந்து கத்திக்கொண்டே பறந்து சென்றது. ஏகலைவன் சோகம் நிறைந்து காணப்பட்டான்.

"அப்போது நான் கொண்டுவந்த இலைகளை என்ன செய்தாய்?" என்று கேட்டான்.

"அதனை நான் சொல்ல முடியாது. வேண்டுமானால் வானதியிடம் கேட்டுத் தெரிந்துகொள்" என்று படபடவென்று கூறிவிட்டு நின்றாள்.

ஏகலைவன் என்ன கேட்பது, என்ன பதிலளிப்பது என்று தெரியாமல் வாயடைத்துப்போய் நின்றான். கவிகை மெல்ல அவளது குடிசையை நோக்கி நடக்கலானாள். கொஞ்சதூரம் சென்றதும் ஏகலைவன் நின்ற இடத்தைத் திரும்பிப் பார்த்தாள். அவன் அங்கேயே நின்று அவளையே பார்த்துக்கொண்டிருந்தான்.

அவனைப் பார்த்து கவிகை, "வானதியிடம் கேட்டுத் தெரிந்துகொண்டதும், அவள் என்ன கூறினாள் என்பதை என்னிடம் தெரியப்படுத்த வேண்டும்" என்று சொல்லிவிட்டுச் சென்றாள்.

'எப்படித் தெரியப்படுத்துவது?' என்று எண்ணிக்கொண்டிருந்த அதேசமயம் 'ஒருவேளை கவிகை பொய் சொல்லியிருப்பாளோ?' என்று எண்ணினான். பின் குடிசைக்குச் செல்லும் முன்பு கதக்கணிடம் கூறியதைப்போல் குளித்துவிட்டுச் சென்றான்.

குடிசையின் வாசலை அடைந்த ஏகலைவனின் செவிகளில் கயிலனின் குரலும் கதக்கணின் குரலும் குறுக்கிட்டன. ஆனால், ஏகலைவனின் செவிகளோ வானதியின் குரலை எதிர்பார்த்துக் கொண்டிருந்தது.

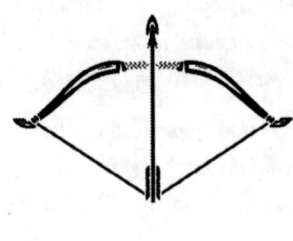

33

ஏகலைவன் குடிசையினுள் நுழைந்ததும் கயிலனும் கதக்கணும் அமைதியாக அவனைப் பார்த்தனர். ஏகலைவனின் கண்கள் அங்கே அமர்ந்திருந்த இருவரையும் தாண்டி வேறு ஒருவரைத் தேடிக்கொண்டிருந்தது.

"இவ்வளவு நேரமாகவா குளித்தாய்?" என்று கதக்கண் கேட்டதைக் கவனிக்காமல் கண்களை அலையவிட்டு "வானதி எங்கே?" என்று கேட்டான்.

"நானும் அவளுக்காகத்தான் காத்துக்கொண்டிருக்கிறேன்" என கதக்கண் கூற எதுவும் புரியாதவனாய் கயிலன் விழித்துக் கொண்டிருந்தான்.

"எங்கே சென்றாய் ஏகலைவா? இவ்வளவு நேரமாகவா குளித்தாய்?" என மீண்டும் கேட்டான் கதக்கண்.

'ஆம்' என்று தலையசைத்து, "நீங்கள் எப்போது எழுந்தீர்கள்?" எனக் கேட்டான்.

"சற்று முன்புதான் எழுந்தோம். எழுந்து பேசிக்கொண்டிருந்தோம். நீ வந்தாய்" என்றான் கதக்கண்.

"நான், நீதான் என் அருகில் உறங்குகிறாய் என்று எழுப்பிவிட்டேன் பின்புதான் தெரிந்தது நீயில்லை என்று. பாவம், 'இப்பொழுதுதான் உறங்கிப்போனேன்' என்று சொல்லிக்கொண்டே எழுந்தான்'' என்று கதக்கணைக் கைகாட்டி கூறி "சரி வந்தது வந்தாய், இந்தக் கதையைக் கேள்" என்று கயிலன் கூற "எது கதை? இது கதையல்ல உண்மையில் நடந்தவை" என்று சீறினான் கதக்கண்.

"என்ன நடந்தது?" என்று கேட்டுக்கொண்டே அவர்கள் அருகில் அமர்ந்தான் ஏகலைவன். இருவரையும் பார்த்துக்கொண்டே கதக்கண் கூறினான், "வெளிமான்மலையில் 'பதவன்' என்று சொல்லிக்கொள்ளும் அளவிற்கு ஐந்து, ஆறுபேர் மட்டுமே உள்ளனர். ஆனால், ஒருநாள் எங்கிருந்தோ ஒரு கும்பல் பலவிதமான ஆயுதங்களையும் உணவுகளையும் எடுத்துக்கொண்டு வெளிமான்மலையில் சமதளப் பரப்பாக அமைந்திருக்கும் இடத்திற்கு வந்து சேர்ந்தனர். அவர்கள் அனைவரும் புது மனிதர்களாக இருப்பதால் நாங்கள் அனைவரும் அவர்களைக் காணச் சென்றோம். அவர்களில் பெண்களும் ஒருசில தடியர்களும் இருந்தனர். அவர்கள் வைத்திருக்கும் ஆயுதங்கள் எல்லாம் எவற்றையும் வெட்டி வீழ்த்தக்கூடிய அளவிற்கு வலிமையும் கூர்மையான அமைப்பையும் கொண்டிருந்தது. பின் அங்கிருந்த ஒருவனை, என் குரு அழைத்து விசாரித்தார். அவன் தன்னை, பதவன் என்றும் இவர்கள் அனைவரையும்..." என்று சொல்லிக்கொண்டு இருக்கும்போதே எதையோ சிந்தித்தான் கதக்கண்.

அவன் கூறுவதை உற்றுக்கவனித்த கயிலன், "என்னவாயிற்று?"

"இல்லை... அவன் ஏதோ ஒரு இடத்தின் பெயரைக் கூறினான். அது என்னவென்று ஞாபகம் வரவில்லை. அதைத்தான் சிந்தித்துக் கொண்டிருக்கிறேன்" என்றான் கதக்கண்.

கயிலன், "சரி, பெயர் வேண்டாம். மேலே கூறு."

"எங்கு முடித்தேன்?"

"உனது குரு விசாரித்தார் என்றாயே?"

"ஆம். என் குரு ஒருவனை அழைத்து விசாரித்தபோது, அவன் தன்னை பதவன் என்றும் இவர்களை ஓரிடத்திற்கு அழைத்துச் செல்வதாகவும் கூறினான். அந்த இடம்தான் ஞாபகம் வரவில்லை..."

"அவ்விடம் வரவில்லை என்றால் பரவாயில்லை. முதலில் இவ்விடத்தைவிட்டு நகரு" என்றான் கயிலன்.

"அவன் பதவன் என்றதும் சரியென்று கூறிவிட்டுக் குடிசைக்குத் திரும்பினோம். குடிசைக்கு வரும் வழியில் எங்கள் குரு கூறினார் 'அவர்கள் வேறு ஏதோ பெரும் திட்டத்துடன் வந்துள்ளனர். நான் அழைத்துப் பேசியவன் பதவனேயில்லை. பதவன் என்பவன், ஒருவர் கூறுவதையும் ஒரு கூற்றையும் உற்றுக் கவனிப்பான்.

ஆனால், அவனோ இடைமறித்து இடைமறித்து பதில் கூறுகிறான். ஆகையால் அவன் பதவனாக இருக்க வாய்ப்பே இல்லை' என்று அப்பொழுதே எங்களை எச்சரித்தார். ஆனால், அப்போது நாங்கள் இதை ஒரு பொருட்டாக எண்ணவில்லை. மறுநாள் காலையில்தான் அவர்களின் நோக்கமே எங்களுக்குப் புரிந்தது" என்றுகூறி கனத்த மனத்தோடு நிறுத்திப் பெருமூச்சுவிட்டுக் கீழே குனிந்த வண்ணம், "காலையில், பலரின் அலறல் சத்தம் கேட்டு ஓடிப்போய்ப் பார்த்தோம். அங்கு, அக்காட்சியைக் கண்ட எங்கள் விழிகள், இன்றுவரை பார்த்துக் கொண்டிருப்பதை எங்களால் நம்பவே முடியவில்லை. அங்குவந்த அந்த மனித மிருகங்கள்..." என்றுகூறி நிறுத்தியபோது கதக்கணின் கண்களிலில் நீர் துளிர்த்தது.

தொடர்ந்தான், "அந்த மனித மிருகங்கள் அங்கிருந்த அனைத்துவிதமான உயிர்களையும் அடியோடு வெட்டி அழித்திருந்தனர். அதுவரை யாரும் கண்டிரா காட்சியைக் கண்ட வெளிமான்மலை மக்களாகிய நாங்கள் செய்வதறியாது திகைத்து நின்றோம். பிறகு அந்தக் கும்பலில் ஒரு சிலர் உறக்கம் கலைந்து எழுந்து வந்தபோது, வெறியேறி நின்ற எங்கள் ஆசான் எறிந்த ஈட்டியானது 'பதவன்' என்று கூறியவனின் கழுத்தில் சொருகி குரல்வளையை வெளியில் தள்ளியது.

பின் அவர்கள் அனைவரும் குருதி கசிய வெளிமான்மலையில் இருந்து விரட்டப்பட்டனர். அன்று கேட்ட அழுகை ஓலம் இன்றுவரை என் செவிகளில் வேறு எங்கும் கேட்டதில்லை" என்று கதக்கண் கூறுகையில் கயிலனின் மனம் தோன்றிமலையில் கண்ட காட்சியைக் கண்முன் நிறுத்தியது.

அப்போது அவனது உள்ளத்தில் 'இங்கு விரட்டப்பட்டவர்கள்தான் அங்கு வந்து இருப்பார்களோ? ஆனால், அவர்களில் யாருக்கும் காயம் இருந்ததா என்பதை நாம் கவனிக்கவில்லையே?' என்று சிந்தித்துக்கொண்டே கதக்கணிடம், "இதேபோல்தான் தோன்றிமலையிலும் ஒரு கும்பல் எங்களது உயிர்களை வதைத்தது. அவர்களை நாங்கள் விரட்டி வழியனுப்பி வைத்தோம்" என்று கூறியதும் "ஆம். நானும் கேள்விப்பட்டேன். இங்கு வந்தவர்கள்தான் அங்கும் வந்துசேர்ந்தார்கள்" என்றான்.

"அதுதான் எனக்குச் சந்தேகமாக இருந்தது. உனக்கு எப்படித் தெரியும் அவர்கள்தான் என்று?"

"நான் பதவன். இதுபோன்ற பல விஷயங்கள் எனக்குத் தெரியும்" என்று கதக்கண் கூறியதும் கயிலன் அமைதியானான்.

சற்று நேரத்திற்குப்பின் ஏகலைவன், "வேறு ஏதேனும் கூறேன்?" என்றான் எதையும் கவனிக்காத வண்ணம்.

அவன் அப்படிக் கேட்பதற்குக் காரணம், வானதி இன்னும் குடிசைக்கு வந்து சேரவில்லை என்பதுதான். அவள் வரும்வரை அவனுக்கு நேரம் போக வேண்டும்.

"உனக்கு எதைப்பற்றிக் கூறவேண்டும் என்று கூறு. நான் அதைப்பற்றிக் கூறுகிறேன்" என்றான் பதவன்.

"கடலைப் பற்றிக் கூறேன்" என்று சொல்லி புன்னகைத்தான் கயிலன்.

"வேண்டாம். வேண்டாம். நான் கடலைப்பற்றி ஆரம்பித்தால், நீங்கள் மூன்றெழுத்துத்தான் என்று முடித்துவிடுவீர்கள். வேறு எதையாவது பற்றிக்கேளுங்கள் நான் கூறுகிறேன்" என்று கதக்கண் கூறியதும் அனைவரும் வாய்விட்டுச் சிரித்தனர்.

கயிலன், "என்ன கேட்பது என்று தெரியவில்லை. நீயாக எதையாவது கூறு" என்றான்.

குழப்பத்தில் இருந்த கதக்கண், இருவரது முகங்களையும் மாறிமாறிப் பார்த்துக்கொண்டிருந்தான். என்ன சொல்வது என சிந்தித்துக் கொண்டிருக்கையில் அவர்களுக்குப் பின்னால் தொங்கிக்கொண்டிருந்த ஏகலைவனின் வில்லினையும் அம்பறாத்தூணியையும் பார்த்துப் புன்னகைத்துவிட்டு கூறத் தயாரானான் பதவன்.

கயிலன் ஆர்வம் மிகுந்து காணப்பட்டான். ஏகலைவனோ வானதியை எதிர்பார்த்தும் கவிகையின் செயலை நினைத்தும் சிலந்தி வலையில் சிக்கிய பூச்சியைப்போல் இறக்கை இருந்தும் பறக்க முடியாமல் தவித்துக்கொண்டிருந்தான்.

◎

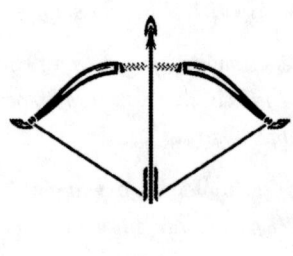

34

கதக்கண் தொடங்கினான், “உங்களுக்கு வில் பயிற்சியையும் வால் பயிற்சியையும் அளித்தவர் எவ்வளவு திறமையாகப் பயிற்சி அளித்திருந்தாலும் அதனை மிஞ்சும் அளவிற்கு திறமை வாய்ந்த ஒருவர் இருக்கிறார்.

அவரது திறமையையும் பயிற்சி அளிக்கும் முறைகளையும் என்னவென்று சொல்வது. ஆகா... அவரிடம் பயிற்சி பெறுவதற்கு நாம் கொடுத்து வைத்திருக்க வேண்டும். அப்படிப்பட்ட ஒருவரை நான்தான் இங்கு இந்த வெளிமான்மலைக்கு அவரது மாணவர்களுடன் அழைத்துவந்தேன் என்று நினைக்கையில் என் மெய் சிலிர்க்கிறது” என்று பூரித்துப்போனான்.

கயிலன் பதவனைப் பார்த்து, “யார் அவர்? எங்கள் குருவை விடவா சிறந்தவர்?” என்றான்.

“அவரவர்களுக்கு அவரவர் குருதான் சிறந்தவர். ஆனால், இவர் அவர்களிலும் சிறந்தவர்.”

“யார் அவர்?” என மீண்டும் கேட்டான் கயிலன்.

“துரோணாச்சாரியார்” என்று பதவன் கூறியதும் ஏகலைவனுக்கு மீண்டும் இதே பெயரைக் கேட்கிறோமே எனச் சிந்தித்தான். ஏனோ அப்பெயரின்மீது அவனுக்கு ஆர்வம் கூடியது.

கதக்கண் தொடர்ந்தான், “அவரிடம் பயிற்சி பெற்ற வீரர்களை அவ்வளவு எளிதில் எவராலும் வீழ்த்திவிட முடியாது என்று பலர் சொல்ல கேட்டிருக்கிறேன். பல இடங்களிலும் இவரது பெயர் பரவியிருப்பதைக் கண்டு வியந்தும் இருக்கிறேன். அப்படிப்பட்ட

ஒருவர், என்னைப் பதவனாக அழைத்துக்கொண்டு வந்தது எவ்வளவு மகிழ்ச்சியை அளித்தது என்பதை என்னால் சொல்லிவிட முடியாது" என்று கதக்கண் பெருமிதத்துடன் கூறிக்கொண்டிருக்க,

கயிலன் அலட்சியத்துடன், "வனத்தில் வழி தெரியாதவர் எப்படி வனத்தைப் பற்றி அறியவைக்க முடியும்?" எனக் கேட்டதும் உதட்டின் ஒருபுறம் புன்னகைத்துவிட்டு கயிலனைப் பார்த்து பதவன் கூறினான், "நானும், என்னை அவர் அழைத்தபோது அப்படித்தான் எண்ணினேன். பிறகுதான் அவர் என்னை அழைத்ததன் காரணத்தை அறிந்தேன். அவர் என்னை அழைத்தது வழி தெரியாமல் அல்ல, அப்போது அவருக்கு வழி தெரியாததால்" என்று கூறிக்கொண்டிருக்க, ஏகலைவன் தன்னையறியாமல் "அப்போது என்றால்? முதல்முறை வருவதனால் வழி தெரியவில்லையா? யாருக்கும்தான் முதல்முறை வரும்போது வழி தெரியாது. இதில் வியப்பதற்கு என்ன இருக்கிறது?" எனக் கேட்டான்.

"வியப்பதற்கு என்ன இருக்கிறதா? அவரும் அவரது மாணவர்களும் முதல்முறை வருகிறார்களா என்றெல்லாம் எனக்குத் தெரியவில்லை. ஆனால் அவரை அழைத்துச் செல்லும்பொழுது அருகில் என்னென்ன மரங்கள், செடிகள், பூக்கள், பறவைகள், விலங்குகள் இருக்கின்றன என்பதைத் தெள்ளத்தெளிவாக மாணவர்களுக்கு எடுத்துரைத்து வந்ததைக் கண்டு வியந்துபோனேன். அதிலும் குறிப்பாக கிளையில் அமர்ந்து கத்திக்கொண்டிருந்த கிளி எந்தத் திசையினைப் பார்த்துக் கத்திக்கொண்டிருக்கிறது என்பதைப் பார்க்காமல் கூறியதைக் கண்டு வியந்துபோனேன். ஓசைகளை உன்னிப்பாகக் கவனித்து அவை என்னென்ன ஓசைகள் என்று கூறுவதை அன்றுதான் முதன்முதலாகப் பார்த்தேன்" என்று பதவன் கூறிக்கொண்டிருக்க இருவரும் அமைதியாக இருந்தனர்.

ஏகலைவன் மனதில் 'துரோணாச்சாரியார்' என்ற பெயருக்கு ஏனோ மதிப்பும் மரியாதையும் கூடிக்கொண்டே சென்றது. கயிலனின் மனதிலோ மலையனே நிறைந்திருந்தார்.

பதவன் தொடர்ந்தான், "அதுமட்டுமல்லாமல் அவ்வப்போது என்னிடம், 'நான் சொல்வது சரிதானே? அங்கு அம்மரம்தானே இருக்கிறது? அப்பறவைதானே?' எனக் கேட்கையில் நான் தலையசைப்பதைத் தவிர வேறெதையும் சொல்ல முடியாதவனானேன்" என்று கூறிவிட்டு "அவர் என்னை மீண்டும் அழைத்தாரேயானல், நிச்சயமாக அவரிடம் எனக்கு என்னென்ன

கேள்விகள் கேட்கவேண்டும் என்று தோன்றுகிறதோ அனைத்தையும் கேட்டுவிடுவேன். ஆனால் அவர் என்னை அழைப்பாரா?" என்று கேட்டான்.

அப்போது ஏகலைவன், "இப்போது அவர் எங்கு இருக்கிறார்?" என்று கேட்க, "இப்போது எங்கு இருப்பார் என்று சொல்லிவிட முடியாது. அவரது மாணவர்களைப் பயிற்சிக்காக அழைத்து வந்துள்ளார் என்பதால் இன்னும் சிலநாட்களுக்கு இங்குதான் இருப்பார் என்பது எனக்கு நிச்சயமாகத் தெரியும்" என்று கதக்கண் கூறியதும் ஏகலைவன் உள்ளம் பெருமகிழ்ச்சியடைந்தது.

அவனது மனமோ, 'எப்படியாவது அவரைச் சந்தித்து, தனது 'வில்'லின் திறமையை அவரிடம் நிரூபித்து, தனக்கும் பயிற்சி அளிக்கும்படி செய்துவிட வேண்டும்' என்று துடிக்கத் தொடங்கியது. கயிலன் எவ்வித வியப்பும் இன்றி அமைதியாக அமர்ந்திருக்கத் துடிப்பாய் உள்ளே நுழைந்தாள் வானதி.

மூவரது கண்களும் வானதியின் மீது திரும்பியது. வானதியைக் கண்டதும் கதக்கண் சட்டென்று எழுந்து அவளது காதினைப் பிடித்து "பொய்யா கூறுகிறாய்?" என்று கிள்ளினான்.

அவள், "வலிக்கிறது... வலிக்கிறது..." என்று கத்திக்கொண்டு காதிலிருந்து கதக்கணின் கையை விடுவிக்க முடியாமல் ஒரே இடத்தில் சுற்றிக்கொண்டிருந்தாள். அப்படி அவள் சுற்றிக் கொண்டிருக்கும்போது அவளது கைகளைக் கண்ட ஏகலைவன் கவிகையின் நினைவு திரும்பி அவளிடம் எழுந்துபோனான்.

வானதியின் கைகளோ மருதோன்றி இலைகளினால் சூரியனைப்போல பிரகாசித்துக்கொண்டிருந்தது. ஏகலைவன் அருகில் வந்தும், கதக்கண் வானதியின் காதினை விடுவதாயில்லை. வானதியோ வலியினாலும் இன்பத்தினாலும் கத்திக்கொண்டும் சிரித்துக்கொண்டும் இருந்தாள்.

"இனிமேல் என்னுடன் விளையாடினாயேயானால்!" என்று கதக்கண் எச்சரித்துவிட்டு வானதியின் காதினை விடுவித்ததும், மருதோன்றி இலைகளினால் சிவந்து போயிருந்த அவளது விரல்களினால் சிவந்துபோன காதினைத் தடவிக்கொண்டு நின்றாள். அவளது அருகில் வந்தான் ஏகலைவன்.

ஏகலைவனைப் பார்த்ததும், அவளது இடது கை அவளை அறியாமலேயே இடது காதினைப் பொத்திக்கொண்டது. அதனைப்

பார்த்துவிட்டு ஏகலைவன், "பயப்படாதே, நான் உன் காதினைக் கிள்ளமாட்டேன்" என்று கூறியதும் சற்று ஆறுதல் அடைந்த வானதி விஷயம் புரிந்தவளாய்த் தனது கைகளை மறைத்துக்கொண்டாள்.

"நான் பார்த்துவிட்டேன். நீ மறைப்பதால் பயன் ஒன்றுமில்லை" என்று ஏகலைவன் கூறியதும் வானதி கண்களை உருட்டினாள்.

"கவிகை உன்னிடம் என்ன கூறினாள்?" என்று அருகில் அமர்ந்திருக்கும் இருவருக்கும் கேட்காத வண்ணம் வானதியிடம் கேட்டான் ஏகலைவன்.

"ஒன்றும் கூறவில்லையே அண்ணா."

"பொய் சொன்னாயேயானால், உன் காது, என் கைகளிலும் சிக்கிவிடும்" என்று வலது கையை வானதியின் காதருகில் கொண்டுசென்றான்.

திடுக்கிட்டவளாய் வானதி, "நீங்கள் ஏதேனும் கேட்டால்தானே கூறுவதற்கு?"

"நான் என்ன கேட்பேன் என்று உனக்குத் தெரியாதா?"

"கேட்பது எப்படி அண்ணா தெரியும்?" என்று வானதி சொன்னதும் முறைத்துக்கொண்டே வலது கையை அவளது காதருகில் கொண்டுசென்றான்.

"வேண்டாம் அண்ணா! சொல்லிவிடுகிறேன்" என்று கத்தினாள்.

அவள் கத்தியதும் கயிலனும், கதக்கணும் ஏகலைவனைப் பார்த்துவிட்டு அவர்களுக்குள் மீண்டும் பேசத்தொடங்கினர்.

"நீங்கள் கொண்டுவந்த மருதோன்றி இலைகள்தான் இதற்குக் காரணம்" என்று கைகளைக் காட்டியபடி வானதி மெல்ல கூறியதும் ஏகலைவனது முகம் சிவந்துபோனது.

சோகப் புன்னகை புரிந்துவிட்டு, கயிலனும் கதக்கணும் அமர்ந்திருக்கும் இடத்துக்குச் செல்ல திரும்பியவனிடம், "அப்படித்தான் அக்கா என்னைச் சொல்லச் சொன்னாள்" என்றதும் ஏகலைவன் சட்டென்று வானதியின் பக்கம் திரும்பி அவளைப் பார்த்தான்.

'வழக்கம்போல் பொய் கூறுகிறாளோ?' என்று சந்தேகித்து, "பொய் கூறுகிறாயா?" என்று கேட்டான்.

வானதி முகத்தினைச் சுருக்கிக்கொண்டு, "நான் பொய் சொன்னால் மெய் என நம்பிவிடுகிறீர்கள். மெய் சொன்னால் பொய்

என்று சந்தேகிக்கிறீர்களே? இது எந்த விதத்தில் நியாயம் அண்ணா? பொய் என்றால் நீங்கள் மருதோன்றி இலைகள் கொண்டுவந்தது எனக்கு எப்படித் தெரியும்?" என்று வானதி கேட்டதும் ஏகலைவன் மகிழ்ச்சியில் மூச்சுவிடவும் மறந்துபோனான்.

பின் நிதானம் அடைந்து வானதியிடம், "அப்போது நான் கொண்டுவந்த இலைகள் எங்கே?" எனக் கேட்டான்.

வானதி ஏகலைவனின் முகத்தைப் பார்த்து, "அவை கவிகை அக்காவின் கைகளில் சிவந்து போய்விட்டன" என்று கூறியதும் ஏகலைவன் மகிழ்ச்சியில் அவளது இரு காதுகளையும் பிடித்து உலுக்கிச் சிரித்தான்.

வானதி வலியில், "ஆ... அண்ணா... வலிக்கிறது... வலிக்கிறது..." என்று கத்தினாள். அதனைப் பார்த்து கதக்கண், "விடாதே ஏகலைவா. அவளது குறும்புத்தனம் நாளுக்குநாள் அதிகரித்துக்கொண்டே வருகிறது" என்று கத்தினான்.

வானதியின் காதினைவிட்டுவிட்டு பெருமகிழ்வோடு கயிலனுக்கு அருகில் சென்று அமர்ந்தான். கயிலன் கதக்கணிடம், "அவர்கள் என்ன செய்ய முயன்றார்கள் என்று அவருக்குத் தெரியுமா?" என்று கேட்டுக்கொண்டிருந்தான். வானதி, 'பேசாமல் பொய்யே கூறியிருக்கலாம் காதாவது தப்பியிருக்கும்' என்று நினைத்தவாறு காதினைப் பிடித்துக்கொண்டு ஏகலைவனைப் பார்த்தாள்.

"ஆம் கயிலா, அவரே என்னிடம் அதைக்கூறினார்."

"நீ கேட்டாயா?"

"கேட்காமல் எப்படிக் கிடைக்கும்" என்று கதக்கண் கூறினான்.

இது ஏதும் புரியாமல் ஏகலைவன் மகிழ்ச்சியில் இருந்தான். ஏகலைவன் முகத்தில் புன்னகை ததும்பிக்கொண்டிருப்பதைக் கண்ட இருவரும் அவனைச் சற்றுநேரம் உற்றுநோக்கினர். அவர்கள் பார்ப்பதைக் கண்டதும் செய்வதறியாது, "என்ன தெரியும்? யாருக்கு?" என்று ஏகவைலன் புன்னகையை மறைத்துக் கேட்க, கயிலன் ஏகலைவனைப் பார்த்துக் கூறினான்...

◎

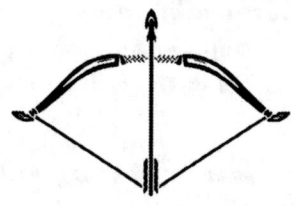

35

வானதியிடம் பேசிக்கொண்டிருக்கும்பொழுது கயிலனும் கதக்கணும் என்ன பேசிக்கொண்டிருந்தார்கள் என்பது தெரியாமல் வந்தமர்ந்த ஏகலைவனுக்கு ஏதும் புரியாததால், 'என்ன தெரியும்? யாருக்கு?' என்று கேள்வி கேட்டுவிட்டு முகத்தில் தோன்றிய மகிழ்ச்சியை மறைக்க முயன்றான்.

கயிலன் ஏகலைவனிடம், "நாம் பயிற்சி பெற்று, வெளிமான்மலையில் இருந்து விரட்டியடிக்கப்பட்டவர்களை மீண்டும் தோன்றிமலையில் இருந்து விரட்டியடித்தோம் அல்லவா?"

"ஆமாம்" என்று தலையசைத்துக் கூறினான்.

"அவர்கள் ஏன் ஒவ்வொரு இடத்திலும் மரங்களை வெட்டி சமதள பரப்பாக்கப் பார்த்தனர் என்பதை அறிந்தவர், கதக்கணிடம் கூறியிருக்கிறார்."

"அப்படியா! யார் அவர்?" என்று கேட்டபோது, மரங்களை வெட்டி அவர்கள் செய்திருந்த கொடூரக்காட்சி அவன் கண் முன்னால் வந்து சென்றது.

மீண்டும் "யார் அவர்?" என்று ஏகலைவன் கேட்டதும் உடனே கதக்கண், "வேறு யார், துரோணர்தான்" என்று அவன் கூறி முடித்ததும் ஏகலைவனின் மனதில் பயமும் மரியாதையும் ஒருசேர தோன்றியதை அப்போது அவன் நிமிர்ந்து அமர்ந்தது காண்பித்தது.

"அவர் உன்னிடம் கூறினாரா? எப்போது? எங்கே?" என படபடப்புடன் கேட்டான் ஏகலைவன்.

கதக்கண் எவ்வித பதட்டமுமின்றி நிதானமாகக் கூறத் தொடங்கினான், வெளிமான்மலைக்கு வந்தடைந்ததும் அவர் என்னிடம், 'எங்களை அழைத்து வந்ததற்கு நன்றி' என்று கூறினார். அவர் அப்படிக் கூறியதும் என் செவிகள் அடைத்துக் கொண்டுவிட்டன.

நான் மெல்ல அவரிடம், "ஐயா, நான் தங்களை அழைத்துக்கொண்டு வந்தேனா? விழிமூடிய நிலையிலும் சரியாக வழிநடத்தி வந்தது நீங்கள்தானே? நான் எப்படித் தங்களை அழைத்துவந்தேன் என்கிறீர்கள்?"

"விழிமூடிப் போனாலும் சரியாக வழிநடத்த வேண்டியது ஒரு குருவான எனது கடமை. அதை நான் நிறைவேற்ற வேண்டும். நான், முன்னால் சென்ற உனது பாதங்களைப் பின்தொடர்ந்துதான் வந்தேன்" என்று அவர்கூற கதக்கண் மரம்போல் நின்றான். இலைகளைப்போல் இமைகள் மட்டும் அசைந்துகொண்டிருந்தன.

பின் அவர், "முன்பு இங்கே ஒரு கும்பல் பல உயிர்களையும் சேதப்படுத்தி அழித்துவிட்டு சென்றதல்லவா? அவ்விடம் எங்கே இருக்கிறது என்று உனக்குத் தெரியும்தானே?" எனக் கேட்டார்.

"நன்றாகத் தெரியும் ஐயா" என்று மெல்ல கூறினான்.

"மன்னித்துக்கொள். நீ பதவன் என்பதை மறந்து, 'தெரியுமா?' என்று கேட்டுவிட்டேன். என்னை, எங்களை அங்கு அழைத்துச்செல்வாயா?"

"என்னிடம் தாங்கள் மன்னிப்புக் கேட்பதா? ஐயா, இதுபோன்ற வார்த்தைகளை என்னிடம் இனிமேல் தயவுகூர்ந்து பயன்படுத்தாதீர்கள். என் மனம் புண்பட்டுவிடும்" என்று பதவன்கூற மெல்ல சிரித்தார் துரோணர்.

மேலும், "தாங்கள் அழைத்துச்செல் என்று கூறினால் அழைத்துச் செல்லப்போகிறேன். ஆனால் நீங்களோ என் மனதைக் காயப்படுத்துகிறீர்கள்" என்று பதவன் வருத்தத்துடன் கூற, "சரி அழைத்துச்செல்" என்று புன்னகையுடன் அவர் கூறியதும் அனைவரும் புறப்பட்டனர்.

பதவனும் துரோணரும் முன்னே சென்றுகொண்டிருக்க பின்னால் அவரது மாணவர்கள் வந்துகொண்டிருந்தனர்.

அப்போது பதவன் துரோணரிடம், "ஐயா கேட்கிறேன் என்று தவறாக எண்ணிக்கொள்ள வேண்டாம். தங்களுக்கு எப்படி இந்த

நிகழ்வைப் பற்றித் தெரியும்?" என்று கேட்டுவிட்டுப் பதிலை எதிர்நோக்கி காத்திருந்தான்.

"வனத்தைப் பற்றி அறிந்தவனும் அறியப்படுத்துபவனும் அவ்வனத்தில் நடப்பவற்றையும் அறிந்து வைத்திருக்க வேண்டுமல்லவா?" என்று முடிக்கவும் பதவன் பூரித்துப்போய் 'ஆம்' என்று தலையசைத்தான்.

பின், "ஆனால், எதற்காக அந்தக் கும்பல் இப்படிப்பட்ட கொடூர நிகழ்வை நிகழ்த்தியது என்றுதான் எங்களுக்கு இன்றுவரை தெரியவில்லை" என்றான்.

"நிகழ்த்திக்கொண்டிருக்கிறது" என்று துரோணார் கூறியதும் நடையை நிறுத்தி துரோணரைப் பார்த்தான் கதக்கண்.

அவர் மேலும் கூற வருவதை உணர்ந்து, மீண்டும் நடையைத் தொடர்ந்தான். அவனது உள்ளம் அப்போது அன்று நடந்த காட்சியினை நினைவுப்படுத்தி அவனைக் கலங்க வைத்துக்கொண்டிருந்தது.

அவர் கூறினார், "இன்றும் அந்தக் கும்பலைச் சேர்ந்தவர்கள் பல இடங்களில் இப்படிப்பட்ட சம்பவத்தை நிகழ்த்திக்கொண்டுதான் இருக்கின்றார்கள்."

"ஏன் ஐயா?"

"உணவுக்காக"

"உணவுக்காகவா? உணவுக்காக உணவையளிக்கும் உயிர்களைக் கொல்வதா? அப்படி இவ்வுயிர்களை அழித்து என்ன செய்துவிட முடியும்?"

"அவ்வுயிர்களை அழிப்பதோ சிதைப்பதோ அவர்களது நோக்கமல்ல. அவ்வுயிர்கள் இருக்கும் இடம்தான் அவர்களின் நோக்கம்."

"இடமா?" என யோசித்து பின், "மலையா?" என்று தவித்துப்போனான்.

"மலையல்ல, சமதளமாய் அமைந்திருக்கும் அவ்விடமும் அதற்கு அருகிலேயே செழிப்பாய் ஓடிக்கொண்டிருக்கும் அவ்வோடையும்தான் அவர்களின் நோக்கம்."

"எதற்கு ஐயா?"

“அவர்களுக்குத் தேவையான உணவை அவர்களே உருவாக்கிக்கொண்டு அதனைச் சேமித்துக் கொள்வதற்குத்தான்.”

“அதெப்படி ஐயா முடியும்?”

“விவசாயம்” என்று துரோணர் கூறியதும் பதவன் குழம்பிப்போய், “விவசாயம் என்றால்?” எனக் கேட்டு துரோணரைப் பார்த்தான்.

துரோணர் சற்று அமைதியாக இருந்துவிட்டு, “ஒரு குறிப்பிட்ட பகுதியை ஆக்கிரமிப்பு செய்து தங்களுக்குப் போதுமான உணவைத் தேவையான அளவு உற்பத்தி செய்து சேமித்துக் கொள்வதுதான் விவசாயம்.”

“எதற்கு ஐயா, இப்படிப்பட்ட ஒன்று?”

“நம்மிடம் பசுமையும் அதனால் வளமும் செழித்திருப்பதால் ஒரு காலத்திலும் நாம் பசியால் தவித்தது கிடையாது. ஆனால் பல இடங்களில், உண்ண உணவின்றி உயிரிழந்தவர்கள் பலர். அவர்களின் உணவுத்தேவை தீரவேண்டும் என்பதற்காகத்தான் இம்முறையைத் தேர்வுசெய்து, நீர் இருக்கும் இடத்தில் அதனை உருவாக்க முயற்சி செய்தனர். அப்படி அவர்கள் சமதளப்பரப்பை உருவாக்க முயன்ற போதுதான் வெளிமான்மலையிலிருந்து விரட்டியடிக்கப்பட்டனர்” என்று துரோணர் கூறியதை உள்வாங்கிய பதவனின் செவிகள் அவனைத் துன்பத்தில் மூழ்கச்செய்தது.

பின் மௌனமாக அனைவரையும் அவ்விடத்திற்கு அழைத்துச்சென்றான். அங்கு செல்லும்வரை துரோணரும் எவ்வித வார்த்தையுமின்றி அமைதியாக வந்தார். இடத்தை அடைந்ததும் பதவனின் வாடியிருந்த முகத்தைப் பார்த்த துரோணர், “அவர்கள் எண்ணியது மீண்டும் நடவாமல் இருக்க, மீண்டும் இங்கு உயிர்கள் விதைத்து வளர்க்கப்பட வேண்டும்” என்று அவர் கூறியதை கவலைக் கண்களோடு கதக்கண் இருவரிடமும் கூறினான்.

அவர்கள் இருவரது உள்ளத்திலிலும் அப்போதுதான் அன்று நடந்த சம்பவத்திற்கான காரணம் புரிந்தது. இருவருக்குள்ளும் அந்நிகழ்வின் காரணத்தை மற்றவர்களுக்கும் தெரியப்படுத்த வேண்டும் என்று தோன்றியது. மேலும், ஏகலைவனுக்கு துரோணரின் மீது மதிப்புக் கூடிக்கொண்டே சென்றது. கயிலனுக்கு மலையனை நினைக்க நினைக்க வியப்பாக இருந்தது.

பின் மூவரும் அமைதியாக அமர்ந்திருக்க, எங்கோ சென்றிருந்த கோதை, கையில் 'பலா'வுடன் உள்ளே நுழைந்தாள். பின் அனைவரும் பலாப்பழத்தை உண்டனர். அதனை உண்பதற்கு உதவிசெய்த கயிலனின் வாள் பலாவின் பால் பட்டு காய்ந்து கொண்டிருந்தது. ஏகலைவனின் வில் அவனது அம்பறாத்தூணியின் அருகில் காற்றில் அசைந்தாடிக்கொண்டிருந்தது.

அதன்பின் பல நிகழ்வுகளைப் பற்றிப் பேசி சிரித்துவிட்டு உறக்கத்திற்குச் சென்றார்கள். கயிலனும், ஏகலைவனும் அவ்வப்போது சிரித்தபோதிலும், அவர்களது உள்ளத்தில் அந்தச் சம்பவம் அணைந்த நெருப்பிலிருந்து வரும் புகையைப்போல புகைந்துகொண்டே இருந்தது.

அன்று மாலையில் மூவரும் உறங்கியிருந்த காரணத்தால் இரவில் உறக்கம் வராமல் விழித்துக்கொண்டிருந்தனர்.

ஏகலைவனுக்குத் துரோணரைச் சந்தித்தே ஆகவேண்டுமென தோன்றிக்கொண்டே இருந்தது. அதன் காரணத்தால் அவனது சிந்தனை துரோணரை மனதில் உருவப்படுத்திக்கொண்டிருந்தது. வெகுநேரம் உறங்காமல் விழித்துக்கொண்டிருப்பதை உணர்ந்த ஏகலைவன் குடிசையைவிட்டு வெளியே வந்தான். அவன் சென்றதையடுத்து அவன் பின்னேயே கயிலனும் கதக்கணும் வெளியே வந்தனர்.

அவர்களோடு சேர்ந்து தரையில் படுத்துக்கொண்டு நிலவையும் நட்சத்திரங்களையும் ரசிக்க முடியாமல் பார்த்துக்கொண்டிருந்தான். அவனது சிந்தனையில் அப்போது துரோணர் நிறைந்திருந்ததால் அவனது விரல்கள் அம்பினைப் பற்ற ஆயத்தமாக இருந்தது. அதனால் அவனது கண்கள் நட்சத்திரங்களுக்குக் குறிவைத்து அம்பினைக் கற்பனையாக எய்துகொண்டிருந்தது.

நட்சத்திரங்களுக்கு அருகிலிருந்த நிலவினைப் பார்த்ததும் கவிகையின் நினைவு வந்து கண்களை மூடினான்.

நிலவை, மேகங்கள் சூழ்ந்தும் காற்று அதனை விலக்கியும் விளையாடிக் கொண்டிருந்தது. இவற்றையெல்லாம் பார்க்காமல் எப்போது உறங்கினோம் என்று தெரியாமலேயே உறங்கிப்போனார்கள்.

◉

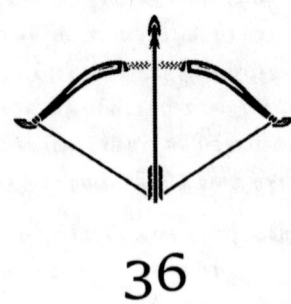

36

நிலவின் ஒளி மெல்ல குன்றத்தொடங்கியதும், 'தினந்தோறும் எங்களைப் பிரிந்து செல்கிறாயே' என்று பூச்சிகளும் பறவைகளும் கூச்சலிடத் தொடங்க, ஒரு சில பறவைகள் மறைந்து பிரிந்து சென்ற சூரியன் மறைவிலிருந்து வெளிப்படுவதைக் கண்டு ஆனந்தத்தில் அவனை வரவேற்றுக்கொண்டிருந்தன.

நிலவின் பிரிவைத் தாங்க முடியாமல் கனத்த வேருடன் மரங்கள் அசையாமல் நின்றுகொண்டிருந்தன. நிலவு பிரிந்து சென்றாலும் தன்னுடன் இருக்கும் பறவைகளை நினைத்து மகிழ்ந்தன மரங்கள். இப்படியாகப் பல கூடுகளில் இருந்து நிலவைப் பிரிகிறோம் என்ற துக்கத்திலும் கதிரவனின் கண்களைக் கண்ட களிப்பிலும் பறவைகள் கூவிக்கொண்டிருக்க எவ்வித சஞ்சலமுமின்றி, மூவரும் புல்தரையின்மீது படுத்து உறங்கிக்கொண்டிருந்தனர்.

பாவம் அப்புறக்களுக்கோ நிலவையும் நட்சத்திரத்தையும் காண வழியில்லாமல் போனது. காகங்கள் கரையவும், சேவல் கூவவும், கிளிகள் கூச்சலிடவும் தொடங்கியதால் ஒலி மெல்ல அதிகரித்து அவர்களை எழுப்பியது. ஒலி அதிகரித்ததும் கண்களை விழித்துப் பார்த்தான் ஏகலைவன். நிலவு ஓர் ஓரத்தில் மெல்ல மறைந்துகொண்டிருந்தது. கூடுகளைவிட்டு பறவைகள் அங்கும் இங்கும் பறந்துகொண்டிருந்தன.

அவன் பின்னே ஒவ்வொருவராக எழுந்து, அவரவர் கடமைகளை முடித்துவிட்டு குடிசைக்கு வந்தனர். குடிசையின் வாசலில் வானதி கோழிகளை விரட்டி விளையாடிக் கொண்டிருந்தாள். பூங்கோதை முதிர்ந்த தென்னை மட்டைகளை

ஊற வைத்துக் குடிசையின் கூரைக்குத் தேவையான மட்டைகளைப் பின்னுவதற்குச் சென்றிருந்தாள்.

குடிசையினுள் சென்ற மூவருக்கும் மூன்று விதமான எண்ணங்கள் இருந்தன. கயிலனுக்கு, தான் அறிந்த செய்தியை மலையனிடம் தெரிவிக்க வேண்டும் என்றும், பதவனுக்கு துரோணார் தன்னை எப்போது மீண்டும் அழைப்பார் என்றும், ஏகலைவனுக்கு துரோணாச்சாரியாரைச் சந்தித்து அவரிடம் பயிற்சி பெற வேண்டும் என்றும் கவிகையைச் சந்திக்க வேண்டும் என்ற எண்ணமும் ஒருசேர எழுந்து உறுத்திக்கொண்டிருந்தது.

ஏதோ யோசித்தவனாய் கதக்கண், "ஏகலைவா வருகிறாயா? துரோணார் ஐயா எங்கு இருக்கிறார் என்று பார்த்துவிட்டு வருவோம்" என்று கேட்டதும் ஏகலைவன் குதூகலம் அடைந்து, "வா போகலாம். கயிலா நீயும் வருகிறாயா?" என்று கேட்டான்.

"இல்லை, நான் வரவில்லை. நீங்கள் போய்வாருங்கள்" என்று சொல்லிவிட்டு இருவர் போகும் திசையினைப் பார்த்துக் கொண்டிருந்தான். பின் சற்றுநேரம் கழித்து உள்ளே நுழைந்த வானதி, அமர்ந்திருந்த கயிலனை வற்புறுத்தி விளையாட அழைத்துச் சென்றாள். வேண்டா வெறுப்பாகச் சென்றாலும், வானதியின் குரலும் குறும்பும் அவனை வசியப்படுத்திவிட்டது.

கதக்கணும் ஏகலைவனும் குதூகலத்துடன் சென்று கொண்டிருந்தனர். ஏகலைவனோ அவரைச் சந்திக்கும் வாய்ப்புக் கிடைத்தால் தன் திறமையை நிரூபிக்கும் பொருட்டு வில்லினை எடுத்துக்கொண்டு வந்திருந்தான். கதக்கண் மனதிலோ, 'தன்னை அடையாளம் கண்டுகொள்வாரா? இல்லை மறந்திருப்பாரா?' என எண்ணியவன், 'இதுவென்ன இப்படித் தோன்றுகிறது. ஒலிகளை வைத்தே எதுஎது என்னவென்று கூறியவர். தன் குரலைக் கேட்டதும் உருவத்தையே வர்ணித்துக் கூறிவிடுவார் அல்லவா' என்று நினைத்தவாறே துரோணரை எங்கு விட்டுவிட்டு வந்தானோ அவ்விடத்திற்கே ஏகலைவனை அழைத்து வந்தான்.

அங்கு அம்புகளும் ஈட்டிகளும் உடைந்து சிதறிக்கிடந்தன. பலரும் பயிற்சி பெற்றதற்கு அடையாளமாக காலடித் தடங்கள் நிறைந்து அவ்விடத்திலுள்ள புற்கள் எல்லாம் நசுங்கி சுருண்டு கிடந்தது.

அதனைக் கண்டு கதக்கண், "இங்குதான் பயிற்சி அளித்திருக்கிறார் போலும், இப்படிப் புற்கள் எல்லாம்

நசுங்கிக்கிடக்கின்றன" என்று கூறவும், "அதனாலென்ன? நல்லதுதான். இல்லையென்றால் இப்போது எங்கே இருக்கிறார் என்று எப்படித் தெரிந்துகொள்ள முடியும்?" என்றான் ஏகலைவன்.

"அவர் எப்போது வருவார் என்று தெரியவில்லையே?"

"எப்பொழுது வந்தாலும் பார்த்துவிட்டுத்தான் செல்ல வேண்டும்" என்று உறுதியோடு கூறினான் ஏகலைவன்.

"பார்த்துவிட்டுப் போகலாம். ஆனால், நாம் அவருக்காகக் காத்திருந்தோம் என்பது அவருக்குத் தெரியக்கூடாது" என்றான் பதவன்.

"ஏன்?"

"நாம் அவருக்காகக் காத்திருந்தால், அவர் வந்ததும் நம்மைப் பார்த்துப் பேசிவிட்டு அனுப்பிவிடுவார். அதுமட்டுமல்லாமல் 'ஒருமுறை அழைத்து வந்ததற்கே வந்து தொல்லை செய்கிறான்' என்று அவர் எண்ணிவிடக் கூடாதல்லவா?"

"ஆம். அதுவும் சரிதான்" என்று சொல்லிவிட்டு மனதினுள் 'பயிற்சியின்போது அவரைச் சந்தித்தால்தான் நமது திறமையை நிரூபிக்க ஒரு வாய்ப்புக் கிடைக்கும். ஒருவேளை எனது வில்லினையும் அம்பினையும் பார்த்து அவரே என்னைப் பயிற்சியில் சேர்த்துக்கொண்டாலும் வியப்பதற்கில்லை' என்று எண்ணி ஏகலைவன் நின்று கொண்டிருக்க, "வா அந்த மரத்தடியில் அமர்ந்துகொள்வோம்" என கதக்கண் கூற, இருவரும் அங்கிருந்த வேப்பமரத்தை நோக்கி நடந்தனர்.

அம்மரத்தடியில் வேப்பம் பழங்கள் விழுந்து மணம் வீசிக்கொண்டிருந்தது. எறும்புகளும் பறவைகளும் வேப்ப மரத்தினை விதைக்க அரும்பாடுபட்டுக் கொண்டிருந்தன.

வானதியும் கயிலனும் ஓடை நீரில் கல்லெறிந்து விளையாடிக் கொண்டிருக்க அவர்களுக்குச் சற்றுதூரத்தில் வானதியைப் பார்த்துக்கொண்டே நடந்து வந்துகொண்டிருந்தாள் கவிகை.

கவிகை மனதில், 'வானதி யாருடன் விளையாடிக் கொண்டிருக்கிறாள்? ஏகலைவன் எங்கே? இவளிடம் நான் என்ன சொல்லியிருந்தேன்? இவள் என்ன செய்துகொண்டிருக்கிறாள்? இருக்கட்டும். 'விளையாட, வா அக்கா' என்று அழைப்பாள் அல்லவா? அப்போது கவனித்துக்கொள்கிறேன். ஏகலைவனிடமும்

'வானதி என்ன பதில் கூறுகிறாள் என்று என்னிடம் சொல்லவேண்டும்' என்று கூறியிருந்தேனே? ஆனால், அவனும் வரவில்லை. ஒருவேளை என்னைத்தேடி போயிருப்பானோ? அதெப்படிப் போக முடியும்? நான் அவ்வழியாகத்தானே வந்தேன். இல்லை ஒருவேளை தோன்றிமலைக்கே சென்றுவிட்டானா? என்னிடம் சொல்லிக்கொள்ளாமல் அவன் சென்றுவிடுவானா? ஒருவேளை நேற்று அவனிடம் விளையாடியதை நினைத்துக் கவலைப்பட்டுக் கொண்டிருப்பானோ? சரி. எதுவானாலும் வானதியிடம் கேட்டுத் தெரிந்துகொள்வோம்' என்று எண்ணிக்கொண்டே வானதியின் அருகில் வந்து அமைதியாக நின்றாள்.

கயிலனைப் பார்த்துவிட்டு, 'இது யார்? இதற்கு முன்பு பார்த்ததில்லையே? யாராக இருக்கும்? யாராக இருந்தால் என்ன? நான் பார்த்து பேச வந்தது வானதியிடம்' என்று கவிகை தைரியம் வரவழைத்துக்கொண்டு முன்னே செல்ல... எதற்கோ திரும்பிய வானதி, கவிகையைக் கண்டதும் ஓடிவந்தாள்.

"நீங்கள் எப்போது அக்கா இங்கு வந்தீர்கள்?" என்று கேட்டு அவள் அருகில் வந்து நின்றாள் வானதி.

கயிலன், தன் கையில் இருந்த கடைசிக் கல்லினையும் ஓடையில் எறிந்துவிட்டு திரும்பிப் பார்த்தான். கவிகை, கயிலனைப் பார்த்ததும் சற்றே தயங்கி நின்றாள். பின் வானதியிடம் மெல்லிய குரலில், "நான் உன்னிடம் என்னடி சொன்னேன். நீ என்னடி செய்துகொண்டிருக்கிறாய்?" என்று கவிகை கேட்க அமைதியாக இருந்தாள் வானதி.

அவள் பதில்கூற வாய் திறக்கும்பொழுது, "யார் இது? இதற்கு முன்பு பார்த்ததே இல்லையே?" என்று கேட்டதும் 'யாரைப்பற்றி அக்கா கேட்கிறாள்?' என்று குழம்பி, பின் கயிலனைப் பார்த்துவிட்டு, "அக்கா, இவர் அண்ணாவுடன் வந்தவர்" என்று உரத்தக் குரலில் வழக்கம்போல் கூறினாள்.

அது கயிலனின் செவிகளுக்கும் கேட்க 'யார் இவள்? என்னைப் பற்றி விசாரிக்கிறாள்?' என்று நினைத்துக்கொண்டு அவர்களை நோக்கி நடந்துவந்தான்.

கவிகை, "கதக்கணோடு இதுவரை நான் பார்த்ததே இல்லையே?" என்று வானதியிடம் கேட்க.

"ஏகலைவன் அண்ணனுடன் வந்தவர் அக்கா."

"இதை முதலிலேயே சொல்வதற்கென்ன?"

"இப்பொழுதுதானே கேட்டீர்கள்."

"அப்பொழுது சொன்னதையே இப்பொழுதுவரை நீ செய்யவில்லை" என்று அலுத்துக்கொண்ட வண்ணம் கூறினாள் கவிகை.

"நான் எல்லாவற்றையும் ஏகலைவன் அண்ணாவிடம் கூறிவிட்டேன் அக்கா" என்று வானதி கூறியதும் கவிகை மகிழ்ச்சியானாள். இருப்பினும் அவளுள் 'எல்லாம் கூறியிருப்பாளா? இல்லை நம்மிடமும் பொய் கூறுகிறாளா? இருக்காது. நம்மிடம் இதுவரை பொய் கூறியதில்லையே? இவள் கூறிய பின்பும், ஏன் ஏகலைவன் என்னை வந்து சந்திக்கவில்லை? ஒருவேளை வருத்தத்தில் இருப்பானோ? இவள், எல்லாம் கூறிவிட்டேன் என்று கூறுகிறாள். எல்லாம் என்றால்? ஒருவேளை உண்மையைக் கூறியிருப்பாளோ? என்ன கூறியிருப்பாள்? அவளிடமே கேட்டுவிடுவோம்' என்று கவிகை வானதியைக் கவனிக்கும்போது, "அண்ணா இதுதான் கவிகை அக்கா" என்று கயிலனிடம் கவிகையை அறிமுகம் செய்து வைத்தாள் வானதி. கயிலன் கவிகையைப் பார்த்தான். கவிகை, கயிலனைச் சட்டென்று பார்த்துவிட்டுத் திரும்பிக்கொண்டாள்.

"உங்களைக் காணத்தான் அவன் வந்தானா?" என்று கயிலன் கேட்க சற்று அமைதியாய் இருந்துவிட்டு, "எவன்?" என்று கேட்டாள் கவிகை.

"ஏகலைவன்."

"ஆமாம் அண்ணா. அன்று நீங்கள் ஓடையில் இருந்தபோது, நான் ஏகலைவன் அண்ணாவை அழைத்துக்கொண்டு சென்றேன் அல்லவா? அது இந்த அக்காவைக் காணத்தான்" என்று படபடவென்று வானதி கூறியதும் கவிகை வெட்கத்தில் குறுகிப்போனாள். கயிலன் எவ்வித சலனமுமின்றி நின்றான்.

கவிகை, வானதியை அருகில் இழுத்து உடலோடு உடலாக ஒட்ட வைத்துக்கொண்டாள். பின் மெல்ல தைரியத்தை வரவழைத்து, "ஏகலைவன் எங்கே?" என்று கேட்டாள்.

"அவன் கதக்கணுடன் சென்றிருக்கிறான்."

"எங்கு?"

"துரோணாச்சாரியாரை காண்பதற்கு."

"யார் அவர்? ஏன் அவரைக் காணச் சென்றிருக்கிறார்கள்?"

"அவரைப்போல் வேறு எவராலும் 'வில்' பயிற்சி அளிக்க முடியாது என்று கதக்கண் கூறினான். அவரை அவன்தான் வெளிமான்மலைக்கு அழைத்து வந்தானாம், அவனுக்கு அவரைப் பார்க்கவேண்டும் என்று தோன்றியது. அவனோடு இவனும் சென்றிருக்கிறான்."

"வில்லா?"

"ஆமாம். அவன், வில்லையும் எடுத்துக்கொண்டுதான் சென்றான்."

"ஏன்?" என பல கேள்விகளையும் எவ்வித இடையூறும் தடங்கலுமின்றி கேட்டாள் கவிகை.

கயிலன் புன்னகைத்துவிட்டு, "அவனுக்கு வில்-இன்றி வேறெதுவுமில்லை. எங்கு எப்பொழுது சென்றாலும் வில்லினையும் அம்பறாத்தூணியையும் எடுத்துக்கொண்டு சென்றுவிடுவான். மற்ற சமயத்தில் அவற்றைப் பயன்படுத்தும் முறைப் பற்றியும் பயிற்சி செய்த முறைப் பற்றியுமே கூறிக்கொண்டிருப்பான். அவனுக்கு இவ்வனத்தில் பிடித்ததே 'வில்லும் அம்பும்' மட்டும்தான்" என்று கயிலன் நிறுத்தியதும் கவிகையின் முகத்தில் புன்னகை மறைந்து கவலைக் குடியேறியது.

வானதி, கவிகையின் மௌனத்தைக் கண்டு தலைநிமிர்ந்து அவளைப் பார்த்தாள். கவிகையின் மனதிலோ, 'அப்போது ஏகலைவன் தன்னைப்பற்றி யாரிடமும் எதுவுமே கூறியதில்லையோ?' என்று எண்ணி உள்ளம் குமுறினாள். இருப்பினும் அவளுள் இருந்த ஒரு குழப்பம் தீர்ந்துபோனது.

◉

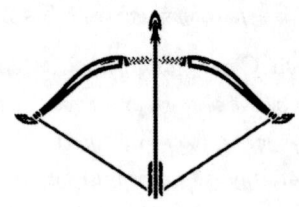

37

கயிலன் ஏகலைவனுக்கு என்ன பிடிக்கும் என்பதைக் கூறியதும் கவிகை பெருமளவில் மகிழ்ச்சியடையாவிட்டாலும் ஓரளவிற்கு உள்ளத்தினுள் மகிழ்ச்சியடைந்தாள். அவளது மகிழ்ச்சிக்குக் காரணம் அவளது குழப்பம் தீர்ந்து போனதுதான். ஏனெனில் ஏகலைவன் கவிகைக்கென தோன்றிமலையிலிருந்து மருதோன்றி இலைகளைக் கொண்டுவந்து கொடுத்தான்.

அதிலிருந்து கவிகையின் மனதில், "நமக்காக தோன்றிமலையிலிருந்து மருதோன்றி இலைகளைக் கொண்டுவந்து கொடுத்திருக்கிறான். ஆனால், அவனுக்கென நாம் ஒன்றுமே கொடுத்ததில்லையே? என்ன கொடுப்பது?" என்று தெரியாமல் சிந்தித்துக்கொண்டிருந்த கவிகைக்கு கயிலன் கூறியதும், ஏகலைவனுக்கு வில்லினைப் பரிசளிக்க முடிவு செய்தாள்.

அவளது முகம் புன்னகையால் நிரம்பியதைக் கண்டு, "அவன் எதற்கு வில்லினை எடுத்துக்கொண்டு போனானென்றால், அவரிடம் தனது திறமையை நிரூபித்துக்காட்டத்தான். அப்படி அவன் ஏதேனும் செய்தால் நிச்சயம் அவர் அசந்துபோய்விடுவார்."

"அவனுக்குப் பயிற்சி முடிவடைந்துவிட்டதா?"

"எப்பொழுதும் பயிற்சி முடிவடையாது. ஆனால், அவனைப்போல் வேறு எவரும் இதுவரை வில்லினைப் பயன்படுத்தி நான் பார்த்ததேயில்லை" என்று கயிலன் கூறியதும் கவிகை மகிழ்ந்தாள்.

இருவரும் பேசிக்கொண்டிருப்பதைக் கவனிக்காமல் பார்த்துக்கொண்டிருந்த வானதி கவிகையின் இரு கைகளையும் பிடித்துத் தொங்கியபடி, "வாருங்கள் அக்கா விளையாடச் செல்லலாம். எவ்வளவு நேரம் பேசிக்கொண்டிருப்பீர்கள்?" என்று கெஞ்சலோடு சிறுபிள்ளையின் ஆர்வம் கலந்து கேட்டாள்.

பின் கயிலன், "ஆம் நல்லவேளை நினைவுப்படுத்தினாய், நான் சென்று கிளம்புவதற்கு ஆயத்தமாகிறேன்" என்று கூறிய அடுத்த கணமே "ஏகலைவனுடனா?" எனப் பதறினாள் கவிகை.

"நிச்சயமாக. அவனை விட்டுவிட்டு நான் எப்படிச் செல்வேன்?"

"அவன் என்னிடம் இதைப்பற்றி எதுவும் கூறவில்லையே?" என்று குரல் தாழ்த்தி கூறிய கவிகையின் மனதினுள், 'அவன் கூறுவதற்கும் நான் எவ்வித சந்தர்ப்பமும் அளிக்கவில்லை' என்று எண்ணிக்கொண்டே முகம் சுருங்கினாள். இறக்கும் தருவாயில் நினைவுக்கு வரும் இருந்த நாட்களின் நினைவினைப்போல, ஏகலைவனைச் சந்தித்த இரண்டு நிகழ்வுகளும் கவிகைக்குச் சட்டென்று நினைவுக்கு வந்தது.

"அவனிடம் நானே இன்னும் கூறவில்லை."

"......"

"வெளிமான்மலைக்கு வந்து விரட்டியடிக்கப்பட்ட கும்பல் தோன்றிமலைக்கும் வந்தது. அதனை நாங்கள் விரட்டியடித்தோம். ஆனால் அக்கும்பல், ஏன் வந்து வனத்தை வதம் செய்தது என்ற காரணத்தை கதக்கண் கூறியபின்பு, அதை என் குருவிடம் சொல்லவேண்டும் என்று என் மனம் என்னைத் தூண்டிக்கொண்டே இருக்கிறது. அதனை விரைவில் குருவிடம் சொல்லவேண்டும். அப்பொழுதுதான் அவர் அடுத்தகட்ட பயிற்சிக்கு எங்களை அழைத்துச்செல்வார்" என்று கயிலன் கூறியபோது கவிகை அவன்மீது கோபம் கொண்டாள். அதை வெளிக்காட்டிக் கொள்ளாமல் நின்றுகொண்டிருந்தாள்.

"நான் புறப்படுகிறேன்" என்று கூறிவிட்டுச் சென்றான் கயிலன்.

அவன் சென்றதும் கவிகை மனதினுள், 'இப்போதே புறப்படுவார்களா? ஏகலைவனை வெகுநாட்களுக்குப் பிறகு சந்தித்து, வெகுநேரம் பேசமுடியாமல் போயிற்றே? இன்று புறப்பட்டார்களேயானால்? அவனைச் சந்திக்க முடியுமா? எப்படியும் அவனைச் சந்தித்துவிட முடியும். சந்தித்தாலும் பேச

முடியாமல் போகலாம். ஆனால், நாளை காலையில் புறப்பட்டால் நிச்சயமாகச் சந்தித்துவிட முடியும். சந்தித்து அவனிடம், 'நான் என்றும் உன்னை எண்ணி உனக்காகக் காத்திருப்பேன்' என்று கூறிவிடலாமா? ஏன் கூறவேண்டும்? ஏன் கூறவேண்டுமா? அவனிடம்தானே இதைக்கூற முடியும்? வேறு யாரிடம் கூறுவது? இப்போது கூறலாமா? இல்லை வில்லினைக் கொடுக்கும்போது கூறலாமா? இப்போது கூறினாள், என் சொல்லை வைத்து மட்டும் என்னை நினைத்துக்கொள்வான். அப்போது கூறினாள் வில்லாக என்னை நினைத்து விரும்பி ஏற்றுக்கொள்வான்.

ஆனால், அதுவரைக் காத்திருக்க வேண்டுமே? இவ்வளவு நாள் அவனைக் காண காத்திருந்தும், அவனைக் கண்ட பின், காத்திருந்து அவன் கேள்விகளுக்குப் பதிலளிக்க முடியவில்லையே?' என்று அவள் எண்ணிக்கொண்டிருக்கும்போதே அவளை அறியாமல் அவளது கண்களில், காத்திருந்த கண்ணீர் வழியத் தொடங்கியது.

கதக்கண் மற்றும் ஏகலைவனோடு வேப்பமரமும் துரோணருக்காகக் காத்திருக்க, காலம் அவர்களோடு காத்திருக்காமல் சென்றுகொண்டிருந்தது. காலம் சென்றால்தானே காத்திருக்க முடியும்.

காலம் செல்வதை உணர்த்தும் விதத்தில் வேப்பமரம் இலைகளை உதிர்த்து மண்ணை மூடிக்கொண்டிருக்கக் காற்று, இலைகளைக் கலைக்க வேண்டும் என்று எண்ணிக் காலத்தோடு அவர்களைக் கடந்து சென்றுகொண்டிருந்தது.

கதிரவனும் காத்திருப்பவர்களைக் காண்பதற்காகப் பின்னாலிருந்து முன்னால் வரப் பெரும் முயற்சி செய்துகொண்டிருந்தான். அங்கு வந்துபோய்க் கொண்டிருந்த பறவைகள் சில அவர்களைப் பார்த்துச் சிரிக்கும் விதத்தில் கத்திக்கொண்டுச் சென்றன. அவ்வப்போது நகர்ந்த அவர்களது கால்களினால் வெகுநேரமாக எறும்புகளால் பாதையாகப் பயன்படுத்தப்பட்ட இடம் நகர்ந்து கொண்டேயிருந்தது. தனது வீரத்தை நிரூபித்துப் பாதையை மீட்டெடுக்க பல எறும்புகளும் முயற்சி செய்து வீரமரணம் அடைந்துகொண்டிருந்தது.

வெகுநேரக் காத்திருப்புக்குப்பின், காத்திருந்த ஒருவனான கதக்கண், "ஏகலைவா எனக்கு நன்றாகப் பசிக்கிறது. குடிசைக்குச் சென்றுவிட்டு வருவோமா..? இன்று ஒருவேளை பயிற்சி இல்லாமல் இருக்கலாம். இல்லையேல், வேறு எங்காவது நடக்கலாம்.

சென்றுவிட்டு நாளை வருவோம் வா" என்று கதக்கண் கூறியதும் ஏகலைவன் தன் அருகே இருந்த வில்லினைப் பார்த்துவிட்டு, "பயிற்சி இல்லாமல் ஒருபோதும் இருக்காது. என் மனதில் இன்னும் நம்பிக்கை இருக்கிறது. அது என்னை இங்கேயே காத்திருக்கும்படி சொல்கிறது. நீ வேண்டுமானால் சென்றுவிட்டு வா. நீ சொன்னபடி வேறு எங்கேயாவது பயிற்சி நடக்கிறதென்று தெரிந்தால், என்னை அழைத்துக்கொண்டு போ."

"......"

"நீ இருந்தால்தான், என்னை அவருக்கு அறிமுகம் செய்துவைப்பாய். நீ சென்றுவிட்டால் நான் எப்படி அவரிடம் சென்று பேசுவது?"

"அவர் என்ன சிங்கமா? புலியா? கடித்து விழுங்கிவிட. அவரும் நம்மைப் போன்று மனிதர்தானே எவ்வித ஐயமும் இன்றி தைரியமாகப் பேசு. எனக்கு மிகவும் பசிக்கிறது, நான் சென்றுவருகிறேன். நீ வருகிறாயா இல்லையா?" என்று பசியினால் கடுகடுத்தான்.

"நான் அவரிடம், உன்னை எனது நண்பன் என்று அறிமுகப்படுத்திக்கொள்ளவா?"

"நீ என்ன வேண்டுமானாலும் சொல்லிக்கொள். இப்போது நீ வருகிறாயா இல்லையா? முதலில் அதைச்சொல். உன்னை அழைத்துவரவில்லை என்றால் என் தாயிடம் பதில் சொல்ல முடியாது" என்று சீறினான்.

"நான் காத்திருக்கப் போகிறேன். நீ சென்றுவிட்டு விரைவாக வா" என்றுகூறி மரத்தின் மீது சாய்ந்துகொண்டான்.

வேறேதும் பேசாமல், கதக்கண் குடிசையை நோக்கி வேகமாக நடந்தான்.

பசியின் தாக்கம் இருவருக்குமே அதிகமாக இருந்தது. இருப்பினும் துரோணரைக் காணும் ஆர்வம் கதக்கணைவிட ஏகலைவனுக்கு அதிகம் இருந்ததால் பசி மறந்து காத்திருந்தான்.

பலரின் பசியைப் போக்கிய மரங்கள் அனைத்தும் இருந்த இடம் தெரியாமல் அழிந்துபோன காரணத்தினால்தான் கதக்கண் அவ்விடத்தைவிட்டுச் சென்றான். மரங்கள் இருந்திருந்தால் பசி தீர்ந்திருக்கும்.

கதக்கண் குடிசையை நெருங்கநெருங்க அவனது செவிகளில் பலரின் அழுகுரல்கள் கேட்கத்தொடங்கியது. பசியின் காரணமாக அவனது செவிகள் ஒலியினை உள்வாங்க மறுத்தாலும், அக்குரல்கள் அவனது செவிகளை ஊடுருவிச் சென்றுகொண்டிருந்தது.

குரல்கள் வந்துகொண்டிருந்த இடத்தினை நெருங்கினான்.

அவனது நினைவில் அது மாதிரியான ஒரு காட்சி அதுவரை இல்லை. ஒரு குடிசையின் வாசலில் கூட்டமாக அனைவரும் நின்றுகொண்டிருப்பதும், பின்னால் வந்த பலரும் அவனை முந்திக்கொண்டு ஓடுவதும், அவனைப் பசியின் உணர்வினைத் தாண்டி வேறு ஒரு உணர்வை உணரச் செய்தது.

அழுகுரலின் காரணமாக அவனது மனதில் வேதனை குடியேறியது. பசியின் சோர்வினால், மெல்ல அக்குடிசையினை நோக்கி வந்துகொண்டிருந்தான்.

'அய்யோ!'வென அலறும் குரலும், கதறி அழும் உடலின் உதறலையும் கண்டு நடக்க முடியாமல் ஸ்தம்பித்து நின்றான். அவன் கண்களில் அவனை அறியாமலேயே கண்ணீர் திரண்டது. ஆனால், இமைகள் கண்ணீரைச் சிந்தவிடாமல் காத்திருக்க வைத்தது.

அவனது கண்கள் அக்காட்சியைக் கண்டது.

உயிரற்ற உடல், உறங்கிக் கொண்டிருப்பதைப்போல் கிடக்க அருகில் கண்ணீரில் முகத்தை நனைத்தவாறு பலரும் அலறிக்கொண்டிருந்தனர். அவர்களில் வெளிமான்மலையின் வைத்தியரான சாலனும் ஒருவர் என்பதைக் கண்டதும், கதக்கணின் கண் இமைகள் காத்திருந்தது போதும் என்று இமைத்து கண்ணீரை வழியச் செய்தது. சாலனது அருகில் உறங்குவதைப்போல் கிடந்த உடல் யாரென்று? தெரியாத போதிலும் கதக்கணின் கண்களில் இருந்து கண்ணீர் வழிந்தது.

◎

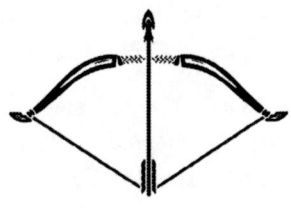

38

இறந்த உடலின் அருகில் பலரும் பலவித நினைவுகளை நினைவுப்படுத்திக் கண்ணீரில் வெளிப்படுத்திக்கொண்டிருக்க அவர்கள் கூறி அழுத கதையையும், நினைவுப்படுத்தும் நினைவையும் அறியாதவனான கயிலனுக்கும் கண்கள் கலங்கின.

பசி மறந்து உடலின் அருகில் மெல்ல நெருங்கி சென்றான் கதக்கண்.

கண்கள் மூடி மூச்சற்றுக் கிடந்த அந்த உடலை, அவனது கண்கள் கண்டதும் அவனது நினைவுகள் அவனைக் கதறி அழவைத்தன. அவன் அலறி அழுததில் கயிலனுக்கும் கண்களிலிருந்து கண்ணீர் வழியத் தொடங்கியது. கதக்கணைக் கண்டு கோதையும் அலறினாள். கவிகை, வானதியைப் பிடித்துக்கொண்டு அழுதாள்.

கதக்கணின் உயிருக்கு உயிரான தோழன் 'நிகரன்' இறந்துகிடப்பதைக் கண்டு பறந்து செல்வதையும் மறந்து கிளைகளிலேயே அமர்ந்திருந்தன பறவைகள். அவைகளுக்கும் அன்பிருக்கும்தானே?

மூலிகை இலைகளைப் பறிப்பதற்காக சாலன் அழைத்துச் சென்றதில் நிகரனும் ஒருவன்.

பதவனாகிய நிகரன், வனத்தின் வாசத்தை அறிந்தவனாக இருந்தாலும் மலரின் வாசத்தை மறந்துபோயிருந்தான். மூலிகை இலைகளை ஒவ்வொருவரும் ஒவ்வொரு திசையில் பறிக்கத் தொடங்கியபோது, அங்கிருந்த ஒரு மலரின் மீது நிகரனின் பார்வை

திரும்பியது. அம்மலரின் மீது ஈர்ப்புக்கொண்டு அருகில் சென்றான். அதன் வாசனையை உணர்ந்ததும் அவனை அறியாமலேயே அவனது கண்கள் மெல்ல மூடத்தொடங்கி மயக்கமடைந்து கீழே விழுந்தான்.

மூலிகை இலைகளைப் பறித்துவிட்டுத் திரும்பியவர்கள் நிகரனைத் தேடியபோது 'குல்லை' மலர்களின் கூட்டத்தினருகில் கிடந்ததைக் கண்டு அவன் அருகில் சென்றனர்.

அங்குவந்த சாலன், நிகரனின் உடலில் விஷம் ஏறியிருப்பதை உணர்ந்து அவனைத் தூக்கிக்கொண்டு அருகிலிருந்த அரசமரத்தடிக்கு வந்தார். ஏதோ ஒரு சர்ப்பம் தீண்டியிருக்கிறது என்பதை உணர்ந்த சாலன் பலவித முயற்சிகளையும் செய்து பார்த்தார்; எதுவும் பலனளிக்கவில்லை.

பின் அனைவரும் கண்களில் கண்ணீர் வழிய நிகரனைத் தூக்கிக்கொண்டு குடிசையை அடைந்தனர். பலரின் அழுகுரலைக் கேட்ட சாலனின் மனதில் குற்றவுணர்ச்சி உருவாகி வளர்ந்துகொண்டிருந்தது. 'வெளிமான்மலையின் வைத்தியர் அழைத்துச்சென்று இறந்துபோனான்' என்று பலரும் கூறுகையில் சாலனின் மனம் என்ன செய்ய முடியும்?

'காலம் கடந்ததனால்தான் காப்பாற்ற முடியவில்லை' என்ற உண்மை சாலனுடன் வந்தவர்களுக்கு மட்டுமே தெரியும். சாலன் மனமுடைந்து அழுதுகொண்டிருந்தார்.

அங்கு பலரும், அவரவர் நினைவுகளைக் கண்ணீரால் வெளிப்படுத்திக்கொண்டிருந்தனர். அந்நிலையிலும் கயிலனைக் கண்ட கவிகையின் கண்கள் ஏகலைவனைத் தேடியது. அவன் அங்கு இல்லை என்பதை உணர்ந்த கவிகை, மனதினுள் எங்கோ ஓரிடத்தில் அவனைத்தேடி அலைந்து கொண்டிருந்தாள்.

கயிலன் அங்கு நடந்த எல்லாவற்றையும் கவலையுடன் கவனித்து வந்தான். ஒருசிலர் மூங்கிலால் பின்னப்பட்ட கூடைகளில் பூக்களைப் பறித்துக்கொண்டு வந்திருந்தனர். இன்னும் சிலர், தண்ணீரைப் பானைகளில் எடுத்துவந்து அதில் வாசனையைச் சேர்க்கும் வண்ணம் பூக்களைப் போட்டு நிரப்பி வைத்தனர். பின், பூக்களினால் வாசனை நிரம்பிய நீரை எடுத்து இறந்த உடலின்மீது ஊற்றினர்.

ஒவ்வொரு செயலையும் முற்றிலும் புதிதாக பார்ப்பதனால் கவனமாகப் பார்த்துக்கொண்டிருந்தான் கயிலன். நீரூற்றி உடலைக்

கழுவி, காத்திருந்தனர். சற்றுநேரம் கழித்து ஆறுபேர் வியர்வையுடன் வந்து, ‘எல்லாம் முடிவடைந்துவிட்டது’ என்றதும் உடலைத் தூக்கிக்கொண்டு அவர்களின் பின்னே புறப்பட்டனர்.

புறப்பட்டுச் செல்லும் வழிநெடுகிலும் கூடைகளிலுள்ள பூக்களை அள்ளி எறிந்துகொண்டே சென்றனர். இதுவரை இப்படியொரு காட்சியைக் கண்டிராத கயிலன் அப்பூக்களைப்போல் வாடிப்போயிருந்தான். பூக்கள் வாடிப்போயிருந்தாலும் வாசம் அளித்துக்கொண்டுதான் இருந்தது.

நிகரனின் உடலைத் தூக்கிக்கொண்டு செல்லும்போது கேட்ட அலறலில் அந்த வனமே ஆடிப்போனது. உடலைத் தூக்கிச் செல்பவர்கள் கண்களிலும் கண்ணீர்த் தாரைத்தாரையாக வழிந்துகொண்டிருந்தது. வியர்வையுடன் வந்து அழைத்து வந்தவர்கள் ஏற்படுத்தியிருந்த குழியின் அருகில் வந்து நின்றனர்.

அவர்கள் அருகிலேயே நிகரனைத் தூக்கிவந்து மெல்ல அவ்வாழமான குழியில் இறக்கிப் படுக்கவைத்தனர். அப்போது அவனது உடலைக் கண்ட பலரும் அவர்களது ஆழமான அன்பினைக் கண்ணீரால் வெளிப்படுத்தினர். பின் நிகிரனைவிட்டும் குழியினை விட்டும் அனைவரும் வெளியே வந்து, மேலே இருந்த மண்ணை மெல்ல குழியினுள் தள்ள நிகரனின் உடல் மெல்ல மண்ணினால் மறைந்துகொண்டிருந்தது.

அதனைக் கண்ணீருடன் கண்டுகொண்டிருந்த கதக்கணின் மனதில் நினைவுகள் நிறைந்துகொண்டேயிருந்தன. ஒவ்வொரு நினைவும் கதக்கணை மீண்டும் மீண்டும் அழவைத்துக்கொண்டே இருந்தது. கதக்கணின் கண்களில் வழியும் கண்ணீரைப் போலவே நிகரனின் உடலும் மெல்ல மறைந்துகொண்டிருந்தது. மண்ணினால் முழுவதும் மூடி ஒரு கூடையில் தனியாகச் சேர்த்து வைக்கப்பட்ட மலர்களை அந்த மண்ணின் மீது எங்கும் வீசினர்.

கதக்கணின் அருகில் நின்று இவை அனைத்தையும் பார்த்துக்கொண்டிருந்தான் கயிலன். அவனது மனதில், ‘மணம் வீசி மணக்கக்கூடிய மலர்களை இப்படிப் பறித்துவந்து மண்மீது ஏன் எறிகிறார்கள்?’ என்று ஓடிக்கொண்டிருந்தது.

பின்னர் அனைவரும் அவ்விடத்தைவிட்டு அவரவர் குடிசையை நோக்கிச் சென்றனர். கதிரவனும் நிகரனுக்காகக் கண்ணீர்வடிக்கும் பொருட்டு கவலைக் குடியேறியவனாய் ஒளிகுன்றி காட்சியளித்துக் கொண்டிருந்தான்.

ஒரு சிலர் சாலனைப் பார்த்து என்ன சொல்வதென்றே தெரியாமல் வந்துகொண்டிருந்தனர். சாலனோ கண்ணீரை விழுங்கி கவலையை வெளியிட்டுக்கொண்டிருந்தார்.

கதிரவன் மேற்கு நோக்கி சென்றுகொண்டிருக்கையில் எங்கிருந்தோ பல கருமேகங்கள் இடிஇடித்துக்கொண்டு வந்து சேர்ந்தன. கதிரவன் மறைவதற்குக் காலம் இருந்தாலும், கருமேகங்கள், நிகரனை மறைத்துக்கொண்டிருக்கும் மண்ணினைப் போல கதிரவனை மறைத்துக்கொண்டிருந்தது.

அனைவரும் அவரவர் குடிசைகளுக்குச் சென்ற பின்பும் நிகரனின் நினைவு மலரின் வாசனையால் வெளிப்பட்டுக் கொண்டிருந்தது. குளித்துவிட்டு வந்த நீரின் ஈரம் காய்ந்த போதிலும் ஒவ்வொருவர் கண்களிலும் கண்ணீரினால் ஈரம் காயாமல் ஊறிக்கொண்டேயிருந்தது. நிகரன், கதக்கணின் தோழன் என்று அறிந்த பின்பு ஆறுதல் கூறவும் கயிலனுக்கு வழியின்றி போனது.

கதக்கணின் தோழனான நிகரன் யாருடனும் ஒப்பிட முடியாத அளவிற்கு நிகரற்றவன். எப்பெரும் துன்பத்திலும் அவனது சிறுசிறு குறும்புகள், அத்துன்பத்தை ஒதுக்கிவைத்து சிரிக்க வைத்துவிடும் என்பதை உணர்ந்துகொண்டிருந்த கதக்கண் இப்போது நிகரனால் ஏற்பட்டிருக்கும் பெருந்துன்பத்தை மறக்க எண்ணியெண்ணிக் கதறிக்கொண்டிருந்தான்.

எப்பொழுதும் ஏதேனும் குரல்களின் மூலம் கலகலவென்று இருக்கும் வெளிமான்மலை அன்று கருமேகங்கள் சூழ்ந்து இருள் நிலவிய போதும் அமைதியை நிலைநிறுத்திக்கொண்டிருந்தது. பறவைகளும் விலங்குகளும் திடீரென்று சூழ்ந்த கருமேகங்களின் காரணமாகக் கூச்சலின்றி கூடுதிரும்பிக் கொண்டிருந்தன.

கவலை, காற்றோடு உலாவிக்கொண்டிருக்க மழைத்துளிகள் மெல்ல ஓசையை எழுப்பிக் குடிசையை நோக்கி வந்துகொண்டிருந்தது. நிகரனின் நினைவை மலரின் வாசனையோடு மண்ணின் வாசனையும் சேர்ந்து மரங்களினூடே வீசி நினைவுப்படுத்திக் கொண்டிருந்தது. மரங்களின் கண்ணீராய் மழைத்துளிகள் விழுந்து ஓடையை நோக்கி ஓடின.

மலரின் வாசனையோடு சேர்ந்தெழுந்த மண்ணின் வாசனை கதக்கணை மேலும் கவலைகொள்ளச் செய்தது. அவ்வப்போது இருளினைக் கிழித்துக்கொண்டு மின்னலும் இடியும் வந்து மழைத்துளிகளை மண்ணில் சேர்த்துக்கொண்டிருந்தன.

மழைத்துளிகள் மண்ணில் நிறைந்துகொண்டிருக்க, ஒவ்வொருவர் மனதிலும் நிகரனின் நினைவு வந்து துன்பப்படுத்திக் கொண்டிருந்தது.

கவலையோடு அமர்ந்திருந்த அனைவரையும் பார்த்துக்கொண்டு அமர்ந்திருந்த கயிலனுக்கு மனதின் ஓரத்தில், 'எப்போது மலையனைச் சந்திப்போம்?' என்றிருந்தது. அப்படித் தோன்றியபோது அவனது உதடுகள் அவனையறியாமலேயே, "ஏகலைவன் எங்கே?" என்று கேட்டுவிட்டது.

அக்குரலைக் கேட்டு ஒவ்வொரு திசையினைப் பார்த்து அமர்ந்திருந்த மூவரும் கயிலனைப் பார்த்து, "ஏகலைவன் எங்கே?" என்று கேட்டுச் சிந்திக்கத் தொடங்கினர்.

மனதினுள் ஒரு கணம் நிகரனை மறந்து ஏகலைவனைத் தேடினான் கதக்கண்.

◉

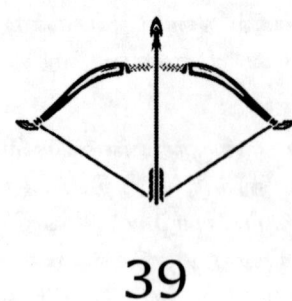

39

காத்திருந்தான். கதிரவன் அவனது முகத்தினை முழுவதும் காணும்வரை. அவனையே பார்த்துக்கொண்டிருந்ததால் கதிரவனுக்கும் கண்களில் களைப்புத் தெரிந்தது.

ஏகலைவன், கதக்கண் சென்றதும் அங்கு நடந்தும், பறந்தும், ஊர்ந்தும் சென்றுகொண்டிருந்த பல உயிர்களைப் பார்த்தவாறு காத்துக்கொண்டிருந்தான்.

பொழுது செல்லச்செல்ல அவனது மனம் தனிமையை உணரத்தொடங்கியது. அவனது தனிமையை உணர்ந்த கருமேகங்கள் மெல்ல அவனை நோக்கி வந்துகொண்டிருந்தன. அவனது மனம், 'எப்போது துரோணரைச் சந்திப்போம்? அவர் முன் அம்பு எய்ய சந்தர்ப்பம் கிடைக்குமா? அவரிடம் எப்படி அறிமுகம் செய்துகொள்வது? இன்னும் கதக்கணை வேறு காணவில்லையே?' என்றெல்லாம் எண்ணிக்கொண்டிருந்தது.

காற்று மெல்லமெல்ல மேகங்களை ஏகலைவனை நோக்கி இழுத்துவந்தது. அவ்வப்போது மண்வாசனையோடு மலரின் வாசனையும் சேர்ந்து வந்து ஏகலைவனைக் காற்று வந்த திசையினை நோக்கித் திரும்பச் செய்தது.

அதுவரை அமைதியாக அமர்ந்திருந்த பறவைகள் சட்டென்று கிளைகளைவிட்டுப் பறந்து ஒலியெழுப்பின. பறவைகள் பறக்கவும் அத்திசையை நோக்கினான். ஏதும் தெளிவாகப் புலப்படாததால் எழுந்தான். எழுந்திருக்கும்பொழுது தன் தோளில் இருந்து நழுவிய வில்லினை மீண்டும் தோளில் மாட்டிக்கொண்டு எழுந்தான்.

அவன் வயதினையொத்த பலரும் இரைச்சலாகக் கத்திக்கொண்டும் பேசிக்கொண்டும் அவ்விடம் நோக்கி வருவதைக் கண்டதும் நெஞ்சினில் அம்பு தைத்ததைப்போல் உணர்ந்தான்.

அவர்களுக்குப் பின்னால் சற்றே தலைமயிர் நரைத்த ஒருவர் நிதானமாக அனைத்தையும் கவனித்தவாறு வந்துகொண்டிருந்தார். அவர்தான் 'துரோணர்' என்பதைக் கண்டதும் கண்டுகொண்டான். அவரைக் கண்டதும் ஏகலைவனுக்கு 'இப்போது என்ன செய்வது?' என்ற குழப்பம் நிலவியது. 'கதக்கண் வரவில்லையே? நான் எப்படிச் சென்று அவரிடம் பேசுவது?' என்று எண்ணிக்கொண்டிருக்கையில் நடந்து வந்துகொண்டிருந்த துரோணர், அவர் அருகிலிருந்த புங்கைமரத்தின் நிழலில் சென்று அமர்ந்தார்.

அவரது மாணவர்கள் அனைவரும் ஏகலைவனை நோக்கி வந்துகொண்டிருந்தனர். அவர்கள் அவனருகில் வந்து கொண்டிருந்தும் அவனது கவனம் முழுவதும் துரோணரின் மீதே இருந்தது.

ஏகலைவனின் அருகில் வந்தவர்கள் அவனைப் பார்த்துக்கொண்டு நின்றனர்.

பின், "யார் நீ? ஏன் எங்களது ஆசானை வைத்த கண் வாங்காமல் பார்த்துக்கொண்டிருக்கிறாய்? உனக்கு என்ன வேண்டும்?" என்று அவர்களில் ஒருவன் கேட்க மற்ற எல்லோரும் ஏகலைவனையே பார்த்தபடி நின்றனர்.

"ஏய்... வனவாசியே யார் நீ? பதில் சொல். இல்லையேல் உன்னைக் கொன்றுவிடுவோம்!" என ஒருவன் கூறியதும் அனைவரது முகத்திலும் கோபம் வெளிவரத் தொடங்கியது.

கழுத்திலும் காதிலும் கைகளிலும் உலோகங்களை மாட்டிக் கொண்டிருந்தவர்களைப் பார்த்து, "எனக்கு 'வில்' பயிற்சி பெறவேண்டும்" என்றான் ஏகலைவன்.

"யாரிடம்?"

"துரோணாச்சாரியாரிடம்."

"ஏய்... எங்கள் குருவின் பெயரை உச்சரிக்க உனக்கென்ன தகுதியிருக்கிறது? இன்னொருமுறை உச்சரித்தாயே உன் நா அறுபடும்."

"நீங்கள்தானே யாரிடம் என்று கேட்டீர்கள்?"

"அதற்கு, எங்கள் ஆசானின் பெயரை உச்சரிப்பாயா?"

"மன்னித்துக்கொள்ளுங்கள். உங்கள் ஆசான் எனக்கும் ஆசானாக, நான் என்ன செய்ய வேண்டும்?" என்று ஏகலைவன் கேட்டதும் அனைவரும் அவனைக் கேலியாகப் பார்த்துச் சிரித்தனர்.

நா.கௌசிகன் | 173

அவர்கள் சிரித்ததும் அவனுள் இருந்த நம்பிக்கை மெல்லமெல்ல உடைந்தது. பின் கதக்கணை நினைத்துக்கொண்டு, "நான் கதக்கணின் நண்பன்தான்" என்று மெல்ல சிரித்தவாறு கூறினான். அப்போது வானில் மேகங்கள் மெல்ல மோதி இடிஇடித்தது.

"யார் கதக்கண்?"

"பதவன். உங்களை இங்கு அழைத்துவந்தானே அவன்தான். உங்கள் குருவுக்குத் தெரியும்."

"என்ன பிதற்றுகிறாய்? எங்களை எங்கள் குருதான் இங்கு அழைத்துவந்தார். நீ பொய் சொல்லி எங்களை ஏமாற்றப் பார்க்கிறாய்."

"……"

"உண்மையைச் சொல். உனக்கு என்ன வேண்டும்? ஏன் எங்கள் குருவைப் பார்த்துக்கொண்டு நின்றாய்?"

"அவரிடம் எனக்கு வில் பயிற்சி பெறவேண்டும் அவ்வளவுதான். வேறு எந்த எண்ணமும் கிடையாது" என்று ஏகலைவன் கூற எல்லோரும் வாய்விட்டுச் சிரித்துக்கொண்டே, "நீ வைத்திருக்கும் வில்லினால் ஒரு ஈ'யைக்கூட விரட்ட முடியாது. இதை வைத்துக்கொண்டு எங்களது ஆசான் உனக்குப் பயிற்சியளிக்க வேண்டுமா? வனவாசியே உன்னைக் கொல்வதற்குள் ஓடிவிடு. இல்லையேல்…" என்று ஒருவன் எச்சரிக்க, "உன் வில்லினைச் சற்றுக்கொடு" என்று ஒருவன் ஏகலைவனின் தோளில் மாட்டியிருந்த வில்லினை எடுத்து இருகைகளிலும் பிடித்து, "இதனை வைத்துக்கொண்டு பயிற்சியளிக்குமாறு கேட்க வந்தாயா? இது இருந்தால்தானே" என்று வில்லினை முறிக்க முயன்றான்; அவனால் முடியவில்லை.

அதனைப் பார்த்த ஏகலைவன் அவனது கைகளிலிருந்து தனது வில்லினைப் பற்றி இழுத்தான். ஏகலைவனின் செயலைக் கண்டு ஒவ்வொருவரும் ஏகலைவனின் உடை, தலைமயிர், அம்பு என ஒவ்வொன்றையும் பற்றி இழுக்கத் தொடங்கினர்.

தனது அம்பினை ஒவ்வொன்றாக இழந்த ஏகலைவன், கோபமுற்று வில்லினை வேகமாக இழுக்கவும் அதனைப் பிடித்திருந்தவன் கீழே விழுந்தான். அவன் கீழே விழுந்ததும் ஏகலைவனைப் பிடித்திருந்த மற்ற அனைவரும் அவன் மேலிருந்து கைகளை எடுத்தனர். பின் வில்லினை மீண்டும் தன் தோளில்

மாட்டிக்கொண்டு பெருமூச்சுவிட்டு கண்கள் கலங்க அமைதியாக அவ்விடத்தைவிட்டுச் சென்றான்.

ஏகலைவன் செல்வதையும் கீழே விழுந்தவனையும் ஒருசேர பார்த்து, 'ஹா... ஹா... ஹா...' என்று அனைவரும் சிரித்தார்கள்.

ஏகலைவன் மெல்ல எங்கு செல்வதென்று தெரியாமல் சென்றுகொண்டிருந்தான். அவனைப் போலவே எங்கு செல்வதென்று தெரியாமல் இருந்த மேகங்கள் கண்ணீர்ப் பொழிந்தது.

மழைத்துளிகளைப் போலவே ஏகலைவன் கண்களிலிருந்தும் கண்ணீர் வழிந்துகொண்டேயிருந்தது. இதுவரை இப்படி அவமானப்பட்டு மனம் குறுகி ஒருபோதும் இருந்ததில்லை என்பதால் அவனை அறியாமலேயே அவன் அழுது கொண்டிருந்தான். அவன் தனிமையை உணராமல் இருக்க மேகங்களும் அவனுடன் சேர்ந்து கண்ணீர் வடித்துக்கொண்டிருந்தன.

மெல்ல அவனது கால்கள் வெளிமான்மலையைவிட்டு வெளியேறத்தொடங்கின. பூங்கோதை, கயிலன், கதக்கண், வானதி, கவிகை என ஒருவரையும் நினைவில் கொள்ளாமல் அவனது மனம் செல்லியை நோக்கி இழுத்துச்சென்றது.

ஏகலைவனைப் பார்க்க முடியாமல் மேகங்களின் பின் ஒளிந்துகொண்டு கதிரவன் மறைந்துபோனான். நடந்த சம்பவங்கள் எதையும் அறியாத நிலவு, கவலையும் கோபமும் கொண்டு நடந்து செல்பவன் யாரென்று மெல்ல மேகங்களை விலக்கிப் பார்த்து, மீண்டும் மேகங்களால் மூடிக்கொண்டு மேகங்களிடம் 'என்ன நடந்தது?' என்பதைக் கேட்டுக்கொண்டு மேகங்களை விலக்கி ஒளியூட்டியது.

செல்லியை அடைந்த ஏகலைவன் கதறி அழுதான். அழுதபோதும் செல்லியின்மீது வந்தமர்ந்த மரங்கொத்தியைத் தனது வில்லினால் விரட்டியடித்துவிட்டு அவள் மடியில் சாய்ந்துகொண்டான்.

கவலையின் காரணத்தினால் கண்கள் எப்போது மூடியது என்று தெரியாமலேயே உறங்கிப்போனான்.

நிலவு மறைந்து ஏகலைவனைத் தேடி கதிரவன் வந்துகொண்டிருந்தான்.

◎

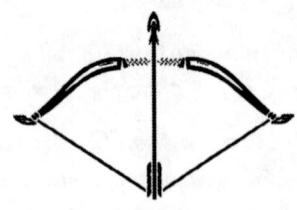

40

பொழுது விடிந்ததும் கதக்கணும் கயிலனும் வெளிமான்மலை முழுவதும் ஏகலைவனைத் தேடியலைந்தனர். பூங்கோதை, நிகரனுக்கு நிகழ்ந்ததைப் போன்றே ஏகலைவனுக்கும் ஏதேனும் நிகழ்ந்திருக்குமோ என்று நினைத்து வாடிப்போயிருந்தாள். வானதி கவலையில்லாமல் விளையாட சென்றிருந்தாள். கவிகை ஏகலைவனை நினைத்து யாருக்கும் தெரியாது அழுதுகொண்டிருந்தாள்.

கயிலனும் கதக்கணும் பல இடங்களில் ஏகலைவனைத் தேடியலைந்துவிட்டு குடிசைக்கு வந்தனர்.

அவர்கள் இருவர் மட்டும் வந்திருப்பதைப் பார்த்து, "எங்கே ஏகலைவன்?" எனக் கேட்டாள் கோதை.

"எங்கு தேடியும் காணவில்லை அம்மா" என்று கதக்கண் கூறியதும் கோதை ஏதும் சொல்ல முடியாமல் அழுதாள். அதனைக் கண்டு கதக்கண், "ஒருவேளை அவன் தோன்றிமலைக்குச் சென்றிருந்தால்?"

"என்னை விட்டுவிட்டுச் செல்லமாட்டான் என்கிற நம்பிக்கையில்தான் நான் இருக்கிறேன்" என்று கயிலன் கூறினான்.

"ஒருவேளை சென்றிருந்தால்?"

"அப்படி அவன் சென்றிருக்கமாட்டான். என்னிடம் விடை பெறாமல் சென்றுவிடுவானா?" என அழுதுகொண்டே கேட்டாள் கோதை.

"வெளிமான்மலையில் எங்கெல்லாம் ஏகலைவன் சென்றிருக்க முடியுமோ? அங்கெல்லாம் அவனைத் தேடிச்சென்று வந்துவிட்டோம். அவன் இங்கு இல்லையெனில் அங்குதானே சென்றிருக்கவேண்டும்" என்று கதக்கண் கூறியதும் "ஆம். வாய்ப்பிருக்கிறது" என்று கயிலனும் கூறினான்.

"அப்போது உடனே இருவரும் புறப்படுங்கள். அவன் அங்குதான் இருக்கின்றானா என்பதை அறிந்துவாருங்கள்" என்றாள் கோதை.

"நான் மட்டும் செல்கிறேன் அம்மா. கதக்கண் இங்கேயே இருக்கட்டும்."

"உன்னை மட்டும் தனியாக எப்படி அனுப்புவது? நீ கதக்கணையும் அழைத்துச்செல்."

"ஏகலைவன் தோன்றிமலையில் இருந்தால், நாங்கள் இருவரும் இங்கிருந்து சென்று பின் கதக்கணை மட்டும் தனியாக அனுப்புவதா?"

"......"

"அவன் அங்கிருந்தால், மீண்டும் நாங்கள் இருவரும் கதக்கணை வெளிமான்மலையில் சேர்க்க வரவேண்டும். ஏன் வீண் சிரமம்? நான் தனியாகச் செல்கிறேன். இந்த நண்பகலில் எந்த விலங்கும் தொந்தரவு செய்யாது. அப்படியே செய்தாலும் என் வாள் இருக்க பயமேன்" என்றுகூறி தோன்றிமலைக்குச் செல்லத் தயாரானான்.

மனதில் ஏதோ தோன்றியவளாய் பூங்கோதை, "நீ தனியாகச் செல்கிறாய். நீ சொல்வது போலவே ஏகலைவன் தோன்றிமலையில் இருக்கிறான் என்றால் அதை நான் எப்படி அறிவது? நீ, நான் சொல்வதைக் கேள். கதக்கணையும் உன்னோடு அழைத்துச்செல். ஏகலைவன் அங்கு இருந்தானேயானால் கதக்கண் வந்து எனக்குத் தகவல் தெரிவிப்பான்" என்று கோதை கூறியபின் யோசித்த கதக்கண், "சரி புறப்படு கதக்கா" என்றான்.

இருவரும் தோன்றிமலையை நோக்கிப் புறப்பட்டனர்.

வழியில் எதையோ தேடிக்கொண்டு வந்த கயிலனைக் கவனித்த கதக்கண், "என்ன தேடுகிறாய்?" எனக் கேட்டான்.

"ஒன்றுமில்லை" என்று கூறிவிட்டு மீண்டும் எதையோ தேடுபவன் போல தேடிக்கொண்டு வந்தான். அதைக் கவனித்த

கதக்கண் அவனிடம் எதுவும் கேட்காமல் அமைதியாக வந்துகொண்டிருந்தான்.

பின் கயிலன், மாமரத்தின்கீழ் முறிந்த அம்பினைக் கண்டதும் வேகமாகச் சென்று எடுத்துக்கொண்டான். அதனைப் பார்த்து கதக்கண், "இதைத்தான் தேடிக்கொண்டு வந்தாயா? இது எதற்கு? இது முறிந்துபோய்விட்டது. இதனைக் கொண்டு எய்ய முடியாது."

"இதனை எய்ய முடியாது என்று தெரியும். அதனால்தான் எடுத்துக்கொண்டேன்."

"எதற்கு?"

"இது என் நினைவிற்காக"

"நினைவிற்காகவா?"

"ஆம். நான் இத்தனை நாட்கள் வெளிமான்மலையில் இருந்ததன் நினைவுகள் இப்போது இதனுள் பொதிந்துகிடக்கின்றன."

"உனக்கு வெயிலின் தாக்கத்தினால் ஏதேனும் ஆகிவிட்டதா?"

"ஏன் இப்படிக் கேட்கிறாய்?"

"இல்லை, முறிந்த அம்பினை வைத்துக்கொண்டு நினைவிற்காக என்கிறாயே... அதான் கேட்டேன்."

"எங்கள் குரு சொல்லியிருக்கிறார். நீங்கள் ஏதேனும் ஒரு இடத்திற்குச் சென்றுவந்தால், அங்கிருந்து ஏதேனும் ஒரு பொருளை; மற்றவர்களுக்குத் தேவைப்படாமல் இருக்கும் பொருளை எடுத்துக்கொண்டு வருமாறு..."

"ஏன்?"

"முதிர்ந்த காலத்தில் இப்பொருட்களைக் காணும்போது அப்பொருட்களின் மூலம் மீண்டும் அவ்விடத்திடத்திற்கே சென்று வந்ததைப்போன்று தோன்றும் என்று கூறினார். அதனால்தான் இதை எடுத்துக்கொண்டேன். இப்போது இது முறிந்த அம்பு அன்று என் நினைவுகளில் ஒன்று" என்றுகூறி கையில் இருந்த முறிந்த அம்பினை இடையில் சொருகிக்கொண்டான்.

கதக்கண், 'நாம் சென்ற இடங்களின் நினைவுகளும் பொருட்களாக இருந்தால் நன்றாக இருக்குமே' என்று அப்போதுதான் உணர்ந்தான்.

பின் சற்றுதூரம் சென்றதும் கயிலன் கதக்கணிடம், "ஏகலைவன் துரோணரைச் சந்தித்து அவருடன் சென்றிருப்பானோ?" என்று மூன்றாவது முறையாகக் கேட்டான்.

"எத்தனை முறை கூறுவது, அவரையும் அவரது மாணவர்களையும்தான் அங்கு பார்த்தோமே, அங்குதான் அவன் இல்லையே. பின் ஏன் மீண்டும் மீண்டும் உனக்கு இந்தக் கேள்வி எழுந்துகொண்டே இருக்கிறது?"

"அவரைக் காணத்தானே இருவரும் சென்றீர்கள்... அப்படியிருக்க, அவன் அவரைக் காணாமல் வரமாட்டான் என்கிற நம்பிக்கையில்தான் கேட்கிறேன்" என்று கூறிவிட்டு தோன்றிமலையை நோக்கி இருவரும் நடந்தனர்.

வானதி விளையாடிக்கொண்டிருப்பதைக் கண்டு அவளருகில் வந்தாள் கவிகை. அவளது முகத்தில் சோகத்தைவிட தவிப்பு அதிகமாக இருந்தது.

விளையாடிக்கொண்டிருந்த வானதியைப் பார்த்து, "வானதி... வானதி... இங்கே வா" என்று கவிகை மெல்ல அழைக்க, துள்ளல் குறைந்து கவிகை அருகில் வந்தாள் வானதி.

"என்ன அக்கா?" என்றாள்.

"என்ன நீ விளையாடிக்கொண்டிருக்கிறாய்?"

"வேறென்ன செய்ய வேண்டும்? நீங்கள் என்னிடம் ஏதும் சொல்லவில்லையே?"

"உனக்கு ஏகலைவனைப் பற்றித் தெரியாதா?"

"தெரியுமே."

"என்ன தெரியும்? அவனைக் கண்டுபிடித்தாகிவிட்டதா?"

"அவரை ஏன் கண்டுபிடிக்க வேண்டும்?"

"என்னடி என்னைக் கேள்வி கேட்கிறாய்? தெரியும் என்று கூறினாயே?"

"என் அண்ணனில் ஒருவர் ஏகலைவன் என்று தெரியும்."

"அய்யோ! நேற்றிரவு முதல் குடிசைக்கு அவர் வரவில்லையாமே அதாவது தெரியுமா?"

"நேற்று இரவு வரவில்லையென்பது தெரியும். அவர் உங்களைத்தான் காண வந்திருப்பாரோ என்று எண்ணியிருந்தேன்?"

என்று வானதி கூறியதும் 'அப்படி இருந்திருந்தால் எப்படி இருந்திருக்கும்' என்று எண்ண கவிகையின் கன்னங்கள் சிவந்தன.

உள்ளுக்குள் மகிழ்ந்ததை வெளிக்காட்டிக்கொள்ளாமல், "அவன் என்னைக் காண வரவில்லையே?" என்றாள் கவிகை.

"அப்போது வேறு யாரையாவது காண சென்றிருப்பார்" என்று வானதி கூறியதும் கவிகைக்குக் கண்கள் சிவந்தன. அதனைக் கவனிக்காமல் வானதி, "அக்கா நான் போய் விளையாடவா?" எனக் கேட்டாள்.

"நீ விளையாடியது போதும். என்னுடன் வா, குடிசைக்குச் செல்வோம்" என்று வானதியின் கரத்தைப் பற்றி இழுத்தாள்.

"இப்படியே உங்களால் நான் பலமுறை ஆட்டத்தைப் பாதியில் விட்டுவிட்டு வருவதால், மறுமுறை என்னை விளையாட்டில் சேர்த்துக்கொள்ள மறுக்கிறார்கள் அக்கா."

"இனி, நீ விளையாடவே வேண்டாம் வா" என்றுகூறி வானதியை வேகமாக அழைத்துக்கொண்டு சென்றாள்.

"எங்கே செல்கிறோம் அக்கா?"

"உன் அம்மாவிடம்."

"அக்கா, வேண்டாம் அக்கா, நான் அவளிடம் சொல்லிக்கொள்ளாமல் வந்துவிட்டேன். இப்போது சென்றால் என்னை அடித்தாலும் அடித்துவிடுவாள்."

'என்னிடம் சொல்லிக்கொள்ளாமல் சென்றவனை நான் என்ன செய்ய?' என்று மனதினுள் எண்ணி வானதியிடம் எதுவும் பேசாமல் அழைத்துச்சென்றாள்.

குடிசையின் வாசலில் அமர்ந்து கவிகையும் வானதியும் வந்துகொண்டிருந்ததை பார்த்துக்கொண்டிருந்தாள் கோதை. அவளருகில் வந்ததும் கவிகை, "அம்மா, எங்கே கதக்கண்?"

"ஏன் அம்மா? அவன் வெளியில் சென்றிருக்கிறான்" என்று கவலையோடு கூறினாள் கோதை.

"எல்லாம் ஏகலைவன் அண்ணாவைப் பற்றி விசாரிப்பதற்குத்தான். வேறு எதற்குக் கேட்பார்கள்?" என்று வானதி கூற கவிகை பயத்தினால் செய்வதறியாது விழித்து, மெல்ல வானதியின் தோளைக் கிள்ளினாள்.

வானதி, வலியினால் வாயை மூடினாள். கோதை, கவிகையின் செயலைப் பார்த்து உள்ளுக்குள் மெல்ல சிரித்துவிட்டு முகத்தில் எவ்வித மாற்றமுமின்றி, "ஏகலைவன் தோன்றிமலைக்குச் சென்றிருக்கலாம் என்கிற நம்பிக்கையில் கதக்கணும் கயிலனும் சென்றிருக்கிறார்கள்."

"எங்கு சென்றிருக்கிறார்கள்?"

"இதுகூடவா அக்கா தெரியாது. தோன்றிமலைக்குத்தான்" என்று வானதி கூறியதும் கவிகையின் மனம் வெளிமான்மலையை விட்டுப் பறந்தது.

◎

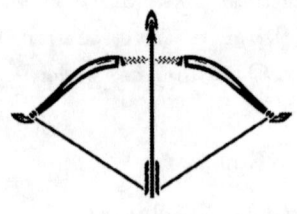

41

செல்லியின் அரவணைப்பில் உறங்கிக்கொண்டிருந்தவனைப் பறவைகள் கூச்சலிட்டு எழுப்பின. மெல்ல கண்களைத் திறந்த ஏகலைவன், தான் இருப்பது தோன்றிமலை என்பதை உணர்ந்தான். பின் நிதானமாக நேற்று மாலை முதல் என்ன நடந்தது என்பதை நினைவுகூர்ந்து எழுந்தான்.

மீண்டும் நேற்றைய நிகழ்வுகளை நினைத்து வருந்தினான். சட்டென்று அவனது மனம் கயிலனை நினைத்தது.

'அய்யோ! கயிலனை அங்கேயே விட்டுவிட்டு வந்துவிட்டோமே! கோதைத் தாயிடமும் எதுவும் சொல்லிக்கொள்ளாமல் வந்துவிட்டோம். என்னைக் காணவில்லையென்று தேடியலைவார்களோ? கதக்கணை என்ன சொல்லியிருப்பார்கள்? நான் இப்படிச் சொல்லிக்கொள்ளாமல் வந்தது எவ்வளவு பிசகாகிவிட்டது. கோதை தாயிடம் அதிகம் பேசக்கூட இல்லையே? அய்யோ, என்னைக் காணவில்லையென்று தவித்திருப்பாள். துரோணரைக் காணாது இருந்திருந்தால் கவலையில்லாமல் இருந்திருக்கலாம்.

இது என்ன, அவரை நான் சந்திக்கவே இல்லையே? அவரால் என்ன கவலை ஏற்பட்டது? அவரது மாணவர்கள், எங்கே நான் அவர்களது குருவைத் தாக்கிவிடுவேனோ? என்கிற அச்சத்தினால் என்னை விரட்டிவிட்டார்கள். இதனை அறிந்திருந்தும், ஏன் என் மனம் இதனை நம்ப மறுக்கிறது? ஏன் என்னைக் கவலைக்குள் தள்ளித்தள்ளி விடுகிறது? இருப்பினும் நான் இப்படிப்பட்ட அவமானத்தை அடைந்ததேயில்லை? அவரும் அங்குதானே

இருந்தார் அவர் ஏன் கவனிக்கவில்லை?' என்று ஏகலைவன் எண்ணிக்கொண்டிருக்கையிலேயே அவனையறியாமல் அவனது கண்களில் கண்ணீர் வழிந்தது.

அப்படியே கவலை அவனை மெல்ல ஆட்கொண்டு அமரச் செய்தது.

வெகுநேரம் அதையே நினைத்துச் சோர்ந்துபோயிருந்தான். கவலை, அவனைப் பசியையும் மறக்கச் செய்திருந்தது. செல்லியின் அருகிலேயே இருந்தான். அவனுக்கு அவள் அடைக்கலம் கொடுத்து ஆறுதல் அளித்துக்கொண்டிருந்தாள்.

சற்று நேரத்திற்குப்பின், காரியும் அகவனும் கையில் கொய்யாப்பழத்தை வைத்து விளையாடிக்கொண்டே செல்லியை நோக்கி வந்துகொண்டிருந்தனர். அப்போது, கண்கள் கலங்கிய நிலையில் அமர்ந்திருந்த ஏகலைவனை அவர்கள் கவனிக்கவில்லை.

மெல்ல நெருங்கநெருங்க யாரோ அமர்ந்திருப்பதை உணர்ந்த அகவன், அது ஏகலைவன் என்பதை அறிந்தவனாய் வேகமாக அவனருகில் சென்றான். அவன் சென்றதையடுத்து காரியும் ஏகலைவனை அறிந்துகொண்டு அவன் பின்னே சென்றான்.

செல்லும்பொழுதே, "ஏகலைவா, எப்போது வந்தாய்? ஏன் தனியாக அமர்ந்திருக்கிறாய்?" என்று கேட்டுக்கொண்டே அவன் எதிரே சென்றான் காரி.

"எப்போது வந்தாய்?" என்று கேட்டுக்கொண்டே அவனருகில் அமர்ந்தான் அகவன்.

"......" பதில் ஏதும் கூறாமல் மௌனமாக அமர்ந்திருந்தான் ஏகலைவன்.

ஏகலைவனது அம்பறாத்தூணியில் இருந்த ஒற்றை அம்பினைப் பார்த்துவிட்டு, "என்ன ஒரேயொரு அம்புதான் இருக்கின்றது? மற்ற அம்புகள் எங்கே?" என்று கேட்டான் அகவன்.

"வெளிமான்மலையில், ஏதேனும் போட்டி நிகழ்ந்திருக்குமோ என்னவோ? இல்லையேல் ஏதேனும் பெண்ணை வியக்க வைப்பதற்காக வித்தைக்காட்டியிருப்பான். யாருக்குத் தெரியும்?" என்று காரி கூறியதும் ஏகலைவன் கவிகையை நினைத்தான். கவிகையை நினைக்கும்போதே அவனது மனம் அவனை வருத்தியது.

எதற்கும் பதில் கூறாமல் அமர்ந்திருந்த ஏகலைவனைப் பார்த்துச் சற்றே இருவரும் யோசித்தனர். அவனது முகத்தைப் பார்த்த அகவன், "எங்கே கயிலன்?" என்று கேட்டுவிட்டு யோசித்தான்.

"ஆமாம், நான் மறந்துவிட்டேன். எங்கே அவன்?"

"......" பதிலேதும் கூறாமல் கவலையோடு நிமிர்ந்த ஏகலைவனைப் பார்த்து "என்ன நடந்தது. கயிலன் எங்கே?" என்று கோபமும் படபடப்பும் கலந்து கேட்டான் அகவன்.

"வரும் வழியில் ஏதேனும் ஆபத்தா? உனது அம்புகளின் எண்ணிக்கை வேறு குறைந்துள்ளது. உன் கண்களில் கண்ணீர் நிறைந்துள்ளது. எங்கே கயிலன்? என்ன நடந்தது?" என்று காரி சினத்துடன் கேட்க அப்போதும் பதிலேதும் கூறாமல் அமர்ந்திருந்த ஏகலைவன் கண்ணத்தில் 'ஐ'விரல்களும் பதிந்துபோகும் அளவிற்கு அறைந்தான் காரி.

பின் ஏகலைவன் வலியோடு, "கயிலன் வெளிமான்மலையில் இருக்கிறான்" என்றான்.

"என்னது?"

"அவனை விட்டுவிட்டு நீ எப்படி வந்தாய்?"

"அவனை நீதானே அழைத்துச் சென்றாய்? பிறகு எப்படி அவனை அங்கேயே விட்டுவிட்டு வந்தாய்?"

"எதற்காக உன்னுடன் அவன் வரவில்லை? என்ன நடந்தது? பதில்கூறு ஏகலைவா!" என்று இருவரும் மாறிமாறிக் கேள்வி கேட்டபின், "நான் சென்றுதான் அழைத்துவர வேண்டும்" என்றான்.

"வரும்பொழுதே அழைத்துக்கொண்டு வரவேண்டியதுதானே?"

"'அவனை அங்கு விட்டுவிட்டு இங்கு வரும் அளவிற்கு உனக்கு என்னவாயிற்று?"

"உங்களது கேள்விகளுக்கெல்லாம் நான் பிறகு பதில் கூறுகிறேன். இப்போது சிறிது நேரம் என்னைத் தனிமையில் இருக்க விடுங்கள்."

"சரி. நீ எப்போது இங்கு வந்தாய்?"

"இரவு."

"இரவா? அப்போதிலிருந்து இங்குதான் இருக்கிறாயா?" என்று கேட்க, 'ஆம்' என்று தலையசைத்தான் ஏகலைவன்.

"என்னவாயிற்று உனக்கு? ஏதேனும் உண்டாயா? இல்லையா?" என அகவன் கேட்க, "இந்தா, இந்தக் கொய்யாவைச் சாப்பிடு" என்று தன்னிடம் இருந்த கொய்யாவைக் கொடுத்தான் காரி.

'வேண்டாம்' என முதலில் மறுத்த ஏகலைவன் பின் பசியினாலும் வற்புறுத்தலினாலும் வாங்கி உட்கொண்டான். பின் ஒருவரையொருவர் பார்த்துக்கொண்டே மூவரும் அமர்ந்திருந்தனர்.

காரி மீண்டும், "என்ன நடந்தது?" என்று கேட்க ஏகலைவன் பெருமூச்சுவிட்டு மெல்லமெல்ல வெளிமான்மலைக்குச் சென்றதிலிருந்து நிகழ்ந்த சம்பவங்கள் அனைத்தையும் கூறினான். கவிகையை மட்டும் மனதினுள் மறைத்து வைத்துக்கொண்டான். துரோணரைப் பற்றி பதவன் கூறியது முதல் கூறத்தொடங்கி அவரது மாணவர்கள் அவனைப்பற்றிக் கூறியதுவரை கூறி முடித்தான்.

அவ்விருவரிடம் கூறும்பொழுது அச்சம்பவங்களைச் செல்லியும் கேட்டுக்கொண்டு மனம் வருந்தினாள்போல் இலைகளை உதிர்த்தாள். கதிரவனும் அவர்களோடு கதைக் கேட்டுக்கொண்டே கதைபோல் நகர்ந்துகொண்டிருந்தான்.

துரோணரைச் சந்திக்கச் சென்று தனக்கு நேர்ந்த அவமானத்தைப் பற்றிக் கூறும்பொழுது அவனது உதடுகள் வார்த்தைகளை விழுங்கியது. அவனது கண்கள் கண்ணீரைப் பொழிந்தது.

ஏகலைவன் கூறிமுடித்ததும், அகவனும் காரியும் கயிலனை விட்டுவிட்டு வந்ததன் காரணத்தை உணர்ந்தனர். மேலும் துரோணரின் மீது வெறுப்புக்குள்ளாகி, "அப்படி என்ன அவர் 'வில்' பயிற்சி அளித்துவிடுவார். நமது குருவைவிட" என்று சற்றே கோபத்துடன் கேட்டான் அகவன். பின் ஒவ்வொரு கேள்விகளாக ஏகலைவனை அகவனும் காரியும் மாறிமாறிக் கேட்டுக்கொண்டிருந்தனர்.

கவலையும் அலைச்சலும் ஒருவனை எப்படியெல்லாம் மாற்ற முடியுமோ அப்படியெல்லாம் மாற்றி வைத்திருந்தது கதக்கணை.

கயிலன் செய்யும் சிறுசிறு செயல்களால் அவ்வப்போது கதக்கண் மகிழ்ந்தாலும், நிகரனின் நினைவு அவனைச் சோகத்தில் மூழ்க வைத்துக்கொண்டிருந்தது.

கயிலன், ஏகலைவன் தோன்றிமலையில்தான் இருப்பான் என்கிற நம்பிக்கையிலும், இதே பாதையில் ஏகலைவனுடன் மெல்லமெல்ல வேடிக்கைப் பார்த்துக்கொண்டே நடந்து வந்ததையும், இப்போது விரைவாக நடந்து சென்றுகொண்டிருப்பதையும் நினைத்துப்பார்த்த வண்ணம் வந்துகொண்டிருந்தான்.

தோன்றிமலையை நெருங்கநெருங்க கயிலனின் மனதில், 'ஏகலைவன் இங்கு இருப்பானா?' என்கிற சந்தேகம் தோன்றி மறைந்தது.

இருவரும் தோன்றிமலையினை அடைந்தனர்.

"இங்கு எங்கு சென்று தேடுவது? என்று கதக்கண் கேட்டதும் பதில் கூறாமல் அவனை அழைத்துச் சென்றான் கயிலன்.

கயிலன் மனதினுள், 'வேறு எங்கு சென்றிருப்பான்? அங்குதான்' என்று செல்லியை நினைத்துக்கொண்டு நடந்தான்.

காரி, அகவன், ஏகலைவன் மூன்றுபேரும் அமர்ந்து பேசிக்கொண்டிருக்க அவர்களுக்குப் பின்னால் கயிலனும் கதக்கணும் அவர்களை நோக்கி வந்துகொண்டிருந்தனர்.

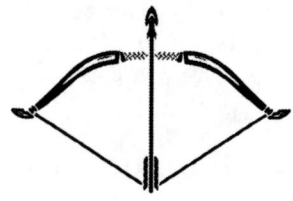

42

செல்லியின் இறந்தகால இலைகளும் கிளைகளும் இருவரது கால்களில் மிதிபட்டு ஓசை எழுப்பியதும், மூவரும் திரும்பி இருவரைப் பார்த்து வியந்தனர்.

கயிலனைக் கண்டதும் காரியும், அகவனும் பெருமூச்சுவிட்டு நிம்மதியடைந்து, அருகில் நின்ற கதக்கணை விநோதமாகப் பார்த்துவிட்டு யாரென்று தெரியாத காரணத்தினால் மீண்டும் கயிலனைப் பார்த்தனர். கயிலனும் கதக்கணும் ஏகலைவனைப் பார்த்துக்கொண்டிருந்தனர். ஏகலைவன், அவர்களைப் பார்த்துவிட்டுத் தரையை நோக்கிய வண்ணம் அமர்ந்திருந்தான்.

அவனைப் பார்த்து கயிலன், "ஏன் இப்படிச் சொல்லிக்கொள்ளாமல் வந்துவிட்டாய் ஏகலைவா? நாங்கள் எங்கெல்லாம் உன்னைத் தேடினோம் தெரியுமா? பூங்கோதைத் தாய் உன்னைக் காணாது தவித்துப் போய்விட்டாள்" என்று கூறிக்கொண்டே அவனருகில் வந்தமர்ந்தான்.

கதக்கண் சோகம் நிறைந்த குரலில், "என்னை மன்னித்துவிடு ஏகலைவா. நான் உன்னைவிட்டு செல்லாதிருந்திருந்தால் இவையெல்லாம் நடந்திருக்காது. இருப்பினும்..." என்று கதக்கண் கூறுகையில் நிகரனின் நினைவு அவனைக் கண்கலங்க வைத்தது.

கயிலன், "இங்கு எப்போது வந்தாய்? எப்படி வந்தாய்?" என்று கேட்டதும் ஏகலைவன் கதக்கணை ஒருமுறைப் பார்த்துவிட்டு மீண்டும் ஒருமுறை தனக்கு நிகழ்ந்த நிகழ்வுகளைக் கூறினான்.

பல இடங்களில் ஏகலைவனைத் தவிர மற்ற அனைவருக்கும் மௌனமே மொழியாக இருந்தது. கதக்கண் வியப்பிலும் ஆச்சரியத்திலும் உறைந்து போயிருந்தான். கயிலன் அலட்சியத்துடனும் ஒருவித சினத்துடனும் ஏகலைவனைப் பார்த்துக்கொண்டிருந்தான்.

கயிலன், "உனக்கு போதிய பயிற்சி நம் குருவால் அளிக்கப்பட்டிருக்கும்போது, நீ மற்றொருவரிடம் பயிற்சி பெறவேண்டும் என்று நினைப்பதற்கு எங்களால் ஒன்றும் செய்ய இயலாது ஏகலைவா. இப்போது வெளிமான்மலையில், உன்னைவிட உன்னை நினைத்துப் பலரும் கவலையில் உள்ளனர். அதை நினைத்துப் பார்த்தாயா? முதலில் பூங்கோதைத் தாய்க்கு நீ இங்குதான் உள்ளாய் என்பதைத் தெரிவிக்க வேண்டும்" என்று கூறுகையில் கதக்கண் சட்டென்று எழுந்தான்.

ஏகலைவன் தலைகுனிந்திருக்க, மூவரும் எழுந்துநின்ற கதக்கணைப் பார்த்தனர். கதக்கண், நால்வரையும் பார்த்து, "நான் இப்போதே புறப்படுகிறேன்" என்றான்.

காரி எதுவும் புரியாமல், "எங்கு புறப்படுகிறாய்?" என்று கேட்டான்.

"என் தாயிடம் கூற."

"சொல்லிக்கொள்ளாமலா வந்தாய்?"

"நாங்கள் சொல்லிவிட்டுத்தான் வந்தோம், ஏகலைவன்தான் சொல்லிக்கொள்ளாமல் வந்துவிட்டான்" எனக் கயிலன் கூற, "சரி, வா கிளம்புவோம்" எனக் கதக்கணைப் பார்த்துக் கூறினான் காரி.

"கிளம்புவோமா? நான் செல்கிறேன் நீங்கள் இருங்கள்" என்றான் கதக்கண்.

"அழகாய் இருக்கிறதே. உன்னை இங்கிருந்து தனியாக அனுப்பச் சொல்லுகிறாயா?"

"ஆமாம்? நீங்கள் எங்கு செல்வது பற்றி பேசிக்கொண்டிருக்கிறீர்கள்?" என அகவன் இருவரிடமும் கேட்டான்.

"தோன்றிமலைக்கு" என்றான் கதக்கண்.

"தோன்றிமலைக்கா?"

'ஆம்' என்று தலையசைத்தான் கதக்கண்.

அவன் தலையசைத்ததைப் பார்த்துவிட்டு, “அங்குதான் உள்ளாய். இங்கு எங்கு செல்ல வேண்டும்” எனக் காரி கேட்டதும் தன் குழப்பத்தையறிந்து அமைதியாய் நின்றான்.

கயிலன், “நாங்கள் வெளிமான்மலைக்குச் செல்கிறோம்” என்றான்.

“இப்பொழுதுதானே அங்கிருந்து வந்தீர்கள். அதற்குள் ஏன் செல்லவேண்டும்?” எனக் கேட்டான் அகவன்.

“யாரிடமும் சொல்லிக்கொள்ளாமல் ஏகலைவன் வந்துவிட்டான். அங்கு பலருக்கும் பலவித எண்ணங்கள் தோன்றி மறைந்துகொண்டிருக்கிறது. அதனால் முடிந்தவரை விரைவாக சென்று இவன் இங்கிருப்பதைக் கூறவேண்டும்” என்றான் கயிலன்.

“நான் மட்டும் செல்கிறேன்” என்றான் கதக்கண்.

“உன்னை மட்டும் நாங்கள் தனியாக அனுப்ப வேண்டுமா?”

“கயிலா நான் பதவன். பயணத்தில் தனிமையை ஒருபோதும் நான் உணர்ந்ததேயில்லை” என்றதும் கயிலனுக்கு என்ன சொல்வதென்று தெரியவில்லை. காரிக்கும் அகவனுக்கும் ‘பதவன்’ என்றால் என்னவென்று தெரியாததால் ஒருவரையொருவர் பார்த்துக்கொண்டனர்.

ஏகலைவன் இவை அனைத்தையும் அமைதியாகப் பார்த்துக்கொண்டு தன் மனதினுள், ‘இவற்றிற்கெல்லாம் நான்தான் காரணம்’ என எண்ணிக் குறுகிப்போனான்.

“சரி, நீ தனியாகவே செல். நீ அங்கு சென்றுவிட்டாய் என்பதை நாங்கள் எப்படித் தெரிந்துகொள்வது?” எனக் கயிலன் கேட்டதும் கதக்கண் இடையில் வைத்திருந்த கொம்பினை எடுத்தான். அக்கொம்பினை மூவரும் பார்த்துக்கொண்டிருந்தனர். ஏகலைவன் தரையை நோக்கிக்கொண்டிருந்தான்.

கொம்பினை கையில் வைத்துக்கொண்டு, “இதன்மூலம் உங்களுக்கு நான் தெரியப்படுத்துகிறேன்” என்றான் கதக்கண்.

“இதன்மூலம் எப்படி?” என்றான் அகவன்.

பின், மூவரையும் பார்த்துவிட்டு கொம்பினை வாயில் வைத்து ஊதினான். அதிலிருந்து வந்த ஓசையின் காரணமாக உறங்குவதற்காகக் கூடு திரும்பிக்கொண்டிருந்த பறவைகள்,

உறங்கவேண்டும் என்ற எண்ணத்தையே கைவிட்டதுபோல் கத்தின. செல்லிவாழ் உயிர்களுக்கும், செல்லியில் வாழும் உயிர்களுக்கும் ஒரு கணத்தில் இதயத்தைக் கணக்க வைத்தது அந்த ஓசை. தொலைவிலிருந்த உயிர்களுக்கே ஓசையினால் செவியை மறைக்கத் தோன்றியது. அருகில் இருந்தவர்களோ விரலை செவிகளுக்குள்விட்டு செவியைச் செவிடாக்கிக்கொண்டிருந்தனர்.

கண்களை மூடிக் கதக்கண் ஊதிக்கொண்டிருக்கையில், அவனது இமையினைத் தள்ளிக்கொண்டு மெல்ல கண்ணீர் வெளிவந்துகொண்டிருந்தது.

ஒரு பயணத்தில் பதவனாக சென்ற நிகரன், திரும்பி வந்ததும் கதக்கணுக்கு இக்கொம்பினைப் பரிசளித்த நிகழ்வு அவன் மனதில் தோன்றி ஓடிக்கொண்டிருந்தது. நிகரனை, மண் மூடியதை நினைத்ததும் கொம்பிலிருந்து வெளிவந்த ஓசை நிகரனின் மூச்சைப்போல் நின்றுபோனது.

கயிலனுக்குத் தன் செவியில் சற்றே நம்பிக்கை இருந்ததனால், கதக்கணைத் தனியே செல்ல அனுமதித்தான். இருப்பினும் அவனிடம், "வழியில் ஏதேனும் ஆபத்து வந்தால்?"

"வராது கயிலா" என்று நால்வரையும் பார்த்துத் தலையசைத்து விடைபெற்றுக்கொண்டான்.

அவன் அங்கிருந்து மறையும்வரை அவனையே பார்த்துக்கொண்டு மூவரும் நின்றனர். ஏகலைவன், தரையில் விழுந்திருந்த செல்லியின் இலைகளில் சென்றுகொண்டிருக்கும் எறும்புகளைப் பார்த்துக்கொண்டிருந்தான்.

கதக்கண் அவர்கள் கண்களிலிருந்து மறைந்ததும், "பதவன் என்றால் என்ன கயிலா?" என்றான் காரி.

"சொல்கிறேன். அதற்கு முன்பு மலையன் ஐயாவைப் பார்க்க வேண்டும்."

"பொழுதாகிக்கொண்டிருக்கிறது விடிந்ததும் பார்த்துக் கொள்ளலாமே?"

"தினமும்தான் விடிகிறது. நமக்கான விடியலை நாம்தான் ஏற்படுத்திக்கொள்ள வேண்டும்" என்றுகூறி யாருக்கும் காத்திருக்காமல் முன்னே சென்றான் கயிலன்.

பின் காரி, ஏகலைவன் அருகில் சென்று அவன் தோளில் கைவைத்து, "ஏகலைவா, வெளிமான்மலையில் ஏதேனும் நிகழ்ந்துவிட்டதா?" எனக் கேலி கலந்த தொணியில் கேட்டான். ஏகலைவன் வெறுப்புடன் காரியைப் பார்த்தான்.

"இல்லை... நாம் ஒன்று கேட்டால் அதற்குப் புரியாததுபோல் பதில்கூறிச் செல்கிறானே, அதான் ஏதேனும் பெண் கயிலனின் கபாலத்தில் தாக்கிவிட்டாளா என்று கேட்டேன்?" எனக் காரி கூறியதும் மெல்ல புன்னகைத்து அவர்களோடு சென்றான் ஏகலைவன்.

செல்லி வழக்கம்போல் வேடிக்கைப் பார்த்துக்கொண்டிருந்தாள்.

◉

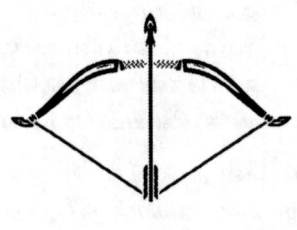

43

கதிரவன் கிழக்கில் உதித்துக்கொண்டிருக்க, அவனை நோக்கி கயிலன், அகவன், காரி மூவரும் சென்றுகொண்டிருந்தனர்.

காரி, "நான்தான் அப்போதே சொன்னேனே அகவா, இவனை யாரோ பலமாகத் தலையில் தாக்கிவிட்டார்கள் என்று இல்லையேல் நமது பேச்சைக் கேட்காமல் இரவில் செல்வானா?"

"அதைப்பற்றித்தான் நானும் சிந்தித்துக்கொண்டிருக்கிறேன்" என்றுகூறி இருவரும் கயிலனைப் பார்த்துச் சிரித்துக்கொண்டே வந்தனர்.

கயிலன், "அவர் என்னிடம் ஏதும் தவறாகக் கூறவில்லையே? காலையில் பேசிக்கொள்ளலாம் என்றுதானே கூறினார். இதில் சிரிப்பதற்கு என்ன இருக்கிறது?"

"சிரிப்பதற்கு என்ன இல்லை? நாங்கள் அவ்வளவு சொல்லியும், கேட்காமல் நீ சென்றாய் அல்லவா? கேட்டுக்கொண்டிருந்தால் இந்த அவமானம் நிகழ்ந்திருக்குமா?" என்று காரி கூறியதும் கயிலன், 'இவர்களுடன் பேசுவது வீண்' என்று புரிந்து முன்னே சென்றான். கதிரவனின் கதிர்களினால் கயிலனது நிழலும் அவனுடனே சேர்ந்து விரைவாகச் சென்றுகொண்டிருந்தது.

மலையனது குடிசையை கயிலன் அடைந்ததும், உள்ளே செல்லாமல் அவர் வெளியில் வரும்வரை காத்திருந்தான். மலையன் வருவதற்குள் அகவனும் காரியும் கயிலனிடம் வந்தனர்.

சற்றுநேரம் கழித்து, தனது தாடிமயிரைக் கோதிக்கொண்டே குடிசையைவிட்டு வெளியில் வந்தார் மலையன். அவர் வெளியில் வருவதைப் பார்த்ததும் அவரருகே சென்றான் கயிலன். மூவரையும்

பார்த்து, பாதிப் புன்னகைப் புரிந்துவிட்டு முன்னால் நடந்து சென்றார். மூவரும் அவரைப் பின்தொடர்ந்தனர்.

கயிலன், 'என்ன சொல்வது? எப்படிச் சொல்வது?' என சிந்தித்துக் கொண்டிருந்தான். அகவன், கயிலனையே பார்த்துக்கொண்டு வந்தான். காரி, 'எங்கு அழைத்துச்செல்கிறார்?' என யோசித்த வண்ணம் நடந்துகொண்டிருந்தான்.

"கயிலா, ஏதோ கூறவேண்டும் எனக் கூறினாய்? இப்போது எதுவும் கூறாமல் அமைதியாக வருகிறாய்?" என்று முன்னால் சென்றுகொண்டிருந்த மலையன் கேட்டார்.

"நேற்று பொழுதில், எல்லாம் நினைவிருந்தது. தற்போது மனதில், எதைச் சொல்வது? எதிலிருந்து தொடங்குவது என்று குழப்பமாக உள்ளது."

"நேற்றிரவு, நீ சொல்லத் தொடங்கியிருந்தால் நிச்சயம் பொழுது விடிந்திருக்கும்" என சொல்லி நகைத்தான் அகவன்.

கயிலன், "ஐயா, நாங்கள் வெளிமான்மலைக்குச் சென்று வந்தோம் என்பதைத் தாங்கள் அறிவீர். நான் கூற வந்தது, அங்கு சென்ற பின்பு, நான் பார்த்த காட்சிகளையும் கேட்டறிந்த சம்பவங்களையும் பற்றித்தான்" என மலையனிடம் கயிலன் கூற, "அதை என்னிடத்தில் கூறுவதைவிட உன் நண்பர்களிடத்தில் கூறினாயேயானால் அவர்களுக்கு ஆர்வம் மிகும். ஏனெனில், எனக்குத் தோன்றிமலையை மற்றொன்றுடன் ஒப்பிட்டுப் பார்ப்பது என்ற எண்ணமே கிடையாது. உனது பயணத்தைப் பற்றி உன் நண்பர்களிடத்தில் சொல்" என்று கூறியாவாறே நடந்துகொண்டிருந்தார்.

அவருக்கு இணையாக வந்து, "நான் பயணித்த அனுபவத்தைக் கூற வரவில்லை ஐயா" என்று கயிலன் கூறியபோதும் நடையை நிறுத்தாமல் முன்னே சென்றுகொண்டே, "வேறென்ன கூறப்போகிறாய்?" என்று கேட்டுவிட்டு மலையன் சென்றதும் அகவனும் காரியும் கயிலனைப் பார்த்துச் சிரித்தனர்.

கயிலன் மீண்டும் மலையனிடம் சென்று, "நம் மரங்களை அவர்கள் அழித்ததன் காரணம் என்னவென்று எனக்குத் தெரியும்" என்று கூறியதும் மலையன் மெல்ல நடையைத் தளர்த்தி, "என்ன காரணம்?" என்று கேட்டுவிட்டு மேலும் நடந்தார். இம்முறை நடையில் வேகமில்லை.

"மரங்களை அழித்ததன் காரணம் என்னவென்று தெரியும்" என்று கயிலன் கூறியதும் அகவனும் காரியும் ஆர்வமும் கோபமும் கலந்து அடுத்து அவன்கூற இருப்பதைக் கவனிக்கத்தொடங்கினர்.

கயிலனின் கண்கள் தரையைப் பார்த்தவண்ணம், "அவர்கள் விவசாயம் செய்வதற்காகத்தான் நமது மரங்களை அழித்தனர். அதுமட்டுமல்லாமல் பல இடங்களிலும் இதேபோல் வனத்தை அழித்துள்ளனர்" எனக் கூறவும் அகவனும் காரியும் "விவசாயமா? அப்படியென்றால்?" என்று கேட்டுவிட்டு ஒருவரையொருவர் பார்த்துக்கொண்டனர்.

மலையன் ஏதும் சொல்லாமல் அருகிலிருந்த அரசமரத்தினை நோக்கி நடந்தார். மலையன் ஏதும் சொல்லாததால் சிந்தித்துக்கொண்டே அவர் பின்னே நடந்தான் கயிலன்.

அரசமரத்தை அடைந்ததும் அமர்வதற்கு வசதியாக இருக்கும் இடத்தினைத் தேர்வுசெய்து அமர்ந்துகொண்டார் மலையன். பின் மூவரையும் அம்மரம் அளித்துக்கொண்டிருக்கும் நிழலில் அமரச்செய்து, "இதைப்பற்றி உன்னிடம் யார் கூறியது?" எனக் கேட்டார்.

உடனே, "கதக்கண்" என்றான் கயிலன்.

"அவன் யார்?"

"வெளிமான்மலையில், ஏகலைவன் பார்க்க சென்றிருந்தவரின் மகன்."

"இருக்கட்டும். விவசாயம், இதைப்பற்றியெல்லாம் நாம் அறிந்துகொள்ளவே கூடாது" என்றுகூறி அடுத்த வார்த்தைப் பேச வருவதற்குள் அகவன், "ஏன் ஐயா?" என்று கேட்டான்.

அவனைப் பார்த்துவிட்டு, "அது மனிதனின் ஆசையை வளர்க்கும். போகப்போக அது இயற்கைக்கு எதிராகிவிடும். இயற்கைக்கு எதிராகச் செய்வதுதான் விவசாயம்" என முடித்த மலையனிடம் "நம்மைப் போன்றே அனைவருக்கும் செழுமையானச் செழிப்பான இடங்கள் கிடைப்பதில்லையே. அங்கு ஏற்படும் பஞ்சத்தைத் தீர்ப்பதற்கு விவசாயம்தானே சரியான வழி" என்று கதக்கண் தன்னிடம் கூறியதை கயிலன் கூறினான்.

"பஞ்சம் என்று இவ்வுலகில் எதுவும் சுயமாக ஏற்படுவதில்லை. மனிதனால் ஏதேனும் இயற்கைக்கு எதிராக நிகழ்ந்தால், அந்த

இடத்தில் வாழும் உயிர்களுக்குப் போதுமான உணவு கிடைக்காததால் ஏற்படும் அழிவுதான் பஞ்சம். இயற்கைக்கு எதிராக ஏதேனும் செய்துவிட்டு அதனை ஈடுகட்டச் செய்வதுதான் விவசாயம்."

"விவசாயத்தால் பஞ்சம் தீரும்தானே அப்படியென்றால், அது நன்மைதானே ஐயா?"

"யாருக்குப் பஞ்சம் தீரும்? நமக்கு, அதாவது மனிதர்களுக்குத்தான் பஞ்சம் தீரும். மற்ற உயிரினங்களுக்கு அல்ல" என்று மலையன் கூறவும் மூவரும் எதுவும் புரியாதவர்களாய் விழித்தனர்.

அவர் தொடர்ந்தார், "விவசாயம் என்பது ஒரு குறிப்பிட்ட நிலப்பரப்பை ஆக்கிரமிப்பு செய்து, அதில் நமக்குத் தேவையானவற்றை விளைவித்துக் கொள்வதுதான். அப்படிச் செய்கையில் நமது உழைப்பு அதற்குத் தேவைப்படும். அதனால், நாம் விளைவிப்பது நமக்குச் சொந்தம் என எண்ணிவிடுவோம். அப்படி எண்ணுகையில் மற்ற உயிரினங்களில் பறவையோ விலங்கோ அவ்விடத்தினுள் நுழைந்தால் விரட்டியடிப்போம். விரட்ட முடியாதவற்றை வேட்டையாடுவோம். அப்படிச் செய்யத் தொடங்குகையில் மனிதன் தன் அழிவுப்பாதையைத் தேடத்தொடங்குகிறான். அதுமட்டுமில்லை, 'இங்கு எவையும் எதுவும் நமக்காகப் படைக்கப்பட்டதில்லை' எதுவும் நமக்குச் சொந்தமும் இல்லை" என்று மலையன் கூறி முடித்ததும் காரி வருத்தத்துடன், "இம்மண்மீது வாழவே தகுதியற்றவர்கள்தான் நாமோ?" என்று கேட்டான்.

மிகுந்த யோசனைக்குப் பிறகு கயிலன் மலையனிடம், "அப்போது நாம் நம் வனத்தை அழித்தவர்களை அழிக்கத்தானே வேண்டும்" என்று கேட்டான்.

"அப்படிச் செய்தால் காரி சொன்னதுபோல்தான்" என்றுகூறி முடித்தார் மலையன்.

"வேறு என்ன செய்யவேண்டும்?" என்று கேட்டான் அகவன்.

"வனத்தை உருவாக்க வேண்டும்" என்று மரத்திலுள்ள பறவைகளுக்கும் கேட்கும்படி கூறினார். மேலும், "வனத்தின் அழிவு அதிகமாக இருக்கும்பட்சத்தில் மனிதனுக்கு விவசாயத்தை விட்டால் வேறுவழி கிடையாது" என்று கூறியதும் மூவருக்கும் வனம் காக்கப்பட வேண்டியதன் அவசியம் புரிந்தது.

"இதை உன்னிடம் கூறியது யாரென்று கூறினாய்?"

"கதக்கண் ஐயா. பதவனாக இருக்கின்றான்" என்று கயிலன் கூறியதும் அகவனும் காரியும் 'அப்படியென்றால் என்னவென்று கூறுங்களேன்?' என்கிற விதத்தில் கயிலனைப் பார்த்துவிட்டு மலையனைப் பார்த்தனர்.

◎

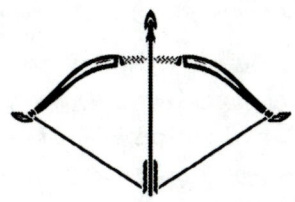

44

கயிலன், 'பதவன்' என்று கூறியதும் மலையனின் இரு புருவங்களும் ஒன்றையென்று தொட்டுக்கொள்ள அரும்பாடுபட்டுக் கொண்டிருந்தது. புருவங்கள் இணைய உதடுகள் திறந்து, "வெளிமான்மலைக்குப் பயணங்கள் அவ்வளவு அவசியம் ஆகிவிட்டதா!" என்று வியப்படைந்தார்.

கயிலன், "பயணங்களுக்கு வழிகாட்டி அழைத்துச் செல்வதுதான் பதவன் என்று, கதக்கண் கூறினான்."

"ஆம். வழிகாட்டிதான் பதவன்" என்றார் மலையன்.

"வழிகாட்டிதான் பதவனா?"

"ஏன் தோன்றிமலையில் பதவன் என்று யாரும் இல்லை?" என்று அகவன், காரி இருவரும் கேட்டனர்.

"பல இடங்களுக்குச் செல்வதென்றால் பதவன் தேவைப்படலாம். அப்படியில்லாமல் எதற்கு பதவன்?" என்று கயிலன் கூறிவிட்டு மலையனைப் பார்த்து, "ஏன் ஐயா தோன்றிமலையில் பதவன் என்று யாருமில்லை?" என்று கேட்டான். அகவனும் காரியும், 'இதைத்தானே நாங்களும் கேட்டோம்' என்று எண்ணிக்கொண்டு மலையனைப் பார்த்தனர்.

"தோன்றிமலையில் பயணம் என்று ஏதுமில்லை. அதனால், பதவன் என்பவன் தேவையில்லை" என்றார் மலையன்.

"இப்போது இல்லை ஐயா, பின் எப்போதாவது தேவைப்படலாம் அல்லவா?" என்று காரி கேட்டதும் மலையன் சற்றுநேரம் அமைதியாக மூவரையும் பார்த்துப் பெருமூச்சுவிட்டு,

"நாம் ஒவ்வொருவரும் பதவன்தான்" என்றதும் மூவரும் குழப்பத்துடனும் ஆச்சரியத்துடனும் மலையனைப் பார்த்தனர்.

மலையன் தொடர்ந்தார், "பதவன் என்றால் வழிகாட்டி, நாமும் நம் வாழ்க்கையில் எத்தனையோ பேருக்கு எப்படியெல்லாமோ வழிகாட்டி இருக்கிறோம். பிறந்த குழந்தைக்கு, தான் செய்யும் செயலில் ஏதேனும் தவறு இருந்தால் அதனைச் சுட்டிக்காட்டி நம் வழிக்கு, நாம் கொண்டுவருவதால் நாமும் பதவன்தான்" என்றார்.

காரி குழப்பத்துடன், "பயணங்களுக்கு வழிகாட்டுபவன்தானே பதவன்?" என்று கேட்க இருவரும் 'ஆம்' என்று தலையசைத்தனர்.

மலையன் சினத்துடன் கண்களை மெல்ல மூடித்திறந்து, "அழிவை நோக்கி அழைத்துச் செல்வதுதான் பயணங்கள். அதற்கு பதவன் அவசியமற்றவன். இதனை விட்டுவிடுவீர்கள் என்று நானும் திசை திருப்ப முயன்றேன்; நீங்கள் விடுவதாயில்லை. அதனால் தெரிந்துகொள்ளுங்கள். பயணங்கள் நம்மை அழிவை நோக்கி அழைத்துச்செல்பவை. பதவன் என்பவன் அதற்கு வழிகாட்டியாக வேண்டுமென்றால் அவன் அவசியமற்றவன். அழிவை நோக்கிச்செல்வது என்று முடிவெடுத்துவிட்டால் எவ்வழி சென்றால் என்ன? எப்படிச் சென்றால் என்ன?"

"அழிவையா?"

"பயணம் எப்படி அழிவாகும் அனுபவம்தானே?" என்று இருவர் கேட்டுவிட்டு அமைதியாயினர். ஒருவன் ஏதும் கேட்காமல் அமைதியாயிருந்தான்.

"பயணம் என்று நீ புறப்பட்டால்... அது தொலைவாகவும் வெகுநாட்களாகவும் இருந்தால், ஏன் ஓரிரு நாட்களாகவும் இருந்தாலும்கூட உனக்கு உணவு என்பது அவசியம். அப்படி உணவுத் தேவை ஏற்படும்போது என்ன செய்வாய்? அங்கு அவ்விடத்தில் பிற உயிர்களுக்கென்று ஒதுக்கப்பட்டிருக்கும் உணவை உண்பாய். அப்படி உண்ணுகையில் அங்குள்ள உயிர்களுக்கு உணவு அற்றுப்போகும். உணவற்றுப்போனால் பஞ்சம் என்பது ஏற்படும். பஞ்சம் என்று ஏற்பட்டால் விவசாயம் என்பது ஏற்படும். விவசாயம் என்பது ஏற்பட்டால் அழிவு என்பது ஏற்படும்" என்று சற்று சினத்துடன் மலையன் கூறி முடிக்க கயிலன், "பறவைகளும் தினமும் பயணித்துக்கொண்டுதான் இருக்கிறது. அப்போது அவைகளும் அழிவை நோக்கி அழைத்துச் செல்கின்றனவா?" என்று கேட்க, "பறவைகளுக்குக் கூடு என்பது

நிரந்தரமற்றது. மனிதனுக்குக் கூடு என்பது நிரந்தரமாகிவிட்டது" என்று மலையன் சட்டென்று கூறினார்.

மேலும் தொடர்ந்தார், "பறவைகள் உண்பதற்கு இணையாக விதைத்துக்கொண்டிருக்கிறது. அதேபோல்தான் விலங்குகளும் தன் தேவையறிந்து உணவுண்ணும். அதனால் மனிதனால் மட்டுமேதான் அழிவு என்பது சாத்தியம். முன்பு மனிதர்களாகிய நாமும் விலங்குகளைப் போன்றே அலைந்து திரிந்துகொண்டு கூடென்று ஒன்றில்லாமல் வாழ்ந்து வந்தோம். அப்போது இதுதான் செய்யவேண்டும், இப்படித்தான் வாழவேண்டும் என்றெல்லாம் எதுவும் கிடையாது. கூடென்று ஒன்று வந்தபின், இப்படித்தான் வாழவேண்டும் என்று சில வரைமுறைகளை வைத்து வாழ்ந்து வருகிறோம். அதை நாம் மீறக்கூடாது. மீறினால் அழிவுதான்."

"உடனடியாக ஏற்படுமா?" என்று கேட்டான் காரி.

"எது?"

"அழிவு."

"ஒரு மனிதனால் உடனடியாக ஏற்படாது. ஒவ்வொரு மனிதனும், 'நான் ஒருவன்தானே என்னால் என்ன ஆகிவிடும்?' என்று எண்ணினால் நிச்சயம் ஏற்படும். அதிலும் அழிவு என்பது மனிதனுக்கு விரைவாக இருக்காது; பிற உயிர்களுக்குத்தான். பிற உயிர்கள் இல்லையென்றால் நமக்கும் அழிவுதான்."

"பிற உயிர்கள் இல்லையென்றால் நாம் ஏன் அழிய வேண்டும்" என்று காரி கேட்டதும் மனதில் தோன்றிய கோபத்தின் காரணமாக மலையனின் உடலில் வெப்பம் அதிகமாகி கண்கள் சிவக்கத்தொடங்கின.

சினத்தை அடக்கிக்கொண்டு, "பிற உயிர்களால்தான் இன்று நாம் உயிர் வாழ்கிறோம். அவை அன்று விதைத்த மரங்கள்தான் இன்று இங்கிருக்கும் மரங்கள்" என்றுகூறி பெருமூச்சுவிட்டார்.

காரி, மலையனின் முகத்தைப் பார்த்ததும் மேலும் கேள்வி கேட்கவேண்டும் என்கிற எண்ணத்தையே கைவிட்டான். அகவன் மனதிலோ 'நாம் தோன்றிமலையைவிட்டு வெளியே சென்றாலே அழிவு ஏற்படுமோ?' என்று எண்ணிக்கொண்டிருந்தான்.

கயிலன் மிகவும் தெளிவாக மலையன் கூறுவதைப் புரிந்துகொண்டு அமைதியாக இருந்தான். இவர்களைக்

கவனித்தவண்ணம் எப்போதும்போல் நின்றுகொண்டிருந்தது அரசமரம்.

அவர்களது கேள்விகளுக்குப் பதிலளித்துவிட்டு, தூரத்தில் மரங்களுக்கு மேலே பறவைகள் பறந்து வட்டமிட்டுக் கொண்டிருப்பதை சந்தேகத்துடன் பார்த்துக்கொண்டிருந்த மலையனை கயிலனின் குரல் திரும்பச் செய்தது.

"ஐயா, நான் கண்ட ஒரு காட்சி என் மனதை நன்கு குழப்பிவிட்டது. அதை நீங்கள்தான் எனக்குத் தெளிவுப்படுத்த வேண்டும்" என்றான் கயிலன்.

அவனது குரலைக்கேட்டுத் திரும்பிய மலையன், "தெளிவு யார் வேண்டுமானாலும் படுத்தலாம். முதலில் குழப்பத்தைக்கூறு? எங்கு? என்ன கண்டாய்?" என்று கேட்டார்.

"வெளிமான்மலையில் இருந்து புறப்படுமுன், அங்கு எங்களது வயதையொத்த ஒருவன் இறந்துபோய்விட்டான். அவனது உடலை மண்ணில் புதைப்பதற்கு முன்பு பல செயல்கள் நடந்தேறின. அவைதான் எதற்கென்று புரியவில்லை?" என்று கூறிவிட்டு மலையனைப் பார்த்தான்.

அகவன் சற்றே எரிச்சலுடன், "என்ன நடந்தது? என்று கூறு" என்றான்.

கயிலன் தொடர்ந்தான், "அந்த உடலைப் புதைக்கும் முன், பானைகளிலிருந்த நீரில் வாசனை வீசும் மலர்களைப் போட்டு, அந்த நீரை உடலில் ஊற்றினர். பின் உடலைத் தூக்கிச்சென்ற வழி நெடுகிலும் வாசனை வீசும் மலர்களை வீசிக்கொண்டே சென்றனர். அதுமட்டுமல்லாமல் அவ்வுடலைப் புதைத்த இடத்திற்கு மேலேயும் மலர்களைத் தூவி நிரப்பிவிட்டு வந்தனர். ஏன் வாசனை வீசும் மலர்களை வீசி எறிந்தனர் என்பதைத்தான் என்னால் விளங்கிக்கொள்ள முடியவில்லை?" என்று கயிலன் முடித்ததும் மலையன் தொடங்கினார்.

"மலர்கள் வாசனை வீசுவதோடு மட்டுமல்லாமல் மற்ற வாசனைகளைத் தன் வாசனையால் தடுக்கும் திறன்பெற்றது. இறந்த உடலைத் தூக்கிக்கொண்டு சென்றபோதும் செல்லும் முன்பும் மலர்கள் பயன்படுத்தக் காரணம், இவ்வனத்தில் மனிதர்கள் கொல்லக்கூடிய விலங்குகளைப் போலவே மனிதர்களைக் கொல்லக்கூடிய விலங்குகளும் உண்டு. அப்படிப்பட்ட விலங்குகள், இறந்த உடல் புதைக்கப்பட்டிருக்கும் இடத்தினையும் அவ்வுடல்

எங்கிருந்து வந்தது என்பதை அறியாமல் இருக்கவும்தான் மலர்கள் தூவி உடலிலிருந்து வரும் வாசனையைக் கட்டுப்படுத்துகிறார்கள். அதோடு மட்டுமல்லாது அவ்வுடலருகில் இருந்த அனைவரும் மீண்டும் அவரவர் குடிசைகளுக்குச் செல்லும் முன்பு குளித்துவிட்டு செல்லவேண்டும். ஏனெனில், விலங்குகளுக்கு நம்மைவிட நுகரும் திறன் அதிகம் இருக்கிறது. அதனால் அவ்வுடலின் வாசனை நம் மீதும் இருந்தால் நாமும் அவ்வுடலின் அருகிலேயே செல்ல வேண்டியதுதான். மலரின் வாசனை தடுத்துவிடும் என்ற போதிலும் இறந்தவர் நோய்வாய்பட்டு இறந்திருந்தால் அது பரவாமல் தடுக்க குளித்துவிடுவது நல்லது" என்று அவசரமாகக் கூறிவிட்டு முன்பு பறவைகள் பறந்த திசையினைப் பார்த்தார்.

முன்பு பார்த்த இடத்தைக் காட்டிலும் பறவைகள் மிக அருகில் பறந்துகொண்டிருந்தது.

மலையன் கூறியதைக் கேட்டு மூவரும் வியந்துபோயிருந்தனர். காரி, அகவனைக் காட்டிலும் கயிலன் அதிகமாகவே வியந்துபோயிருந்தான். மூவரும் மலையனைப் பார்க்க, அவர் பறவைகள் பறக்கும் திசையினைப் பார்த்துக்கொண்டிருந்தார். அதனைக் கண்டு அனைவரும் அத்திசையினைப் பார்த்தனர்.

அவ்விடத்திலிருந்து மெல்ல குரல்கள் கேட்டன. அதன்பின் ஒருவர் பின் ஒருவராகப் பலரும் வெளிவந்தனர்.

அதனைக் கண்டு மலையனின் கண்கள் சற்றே விரிவடைந்தன.

◎

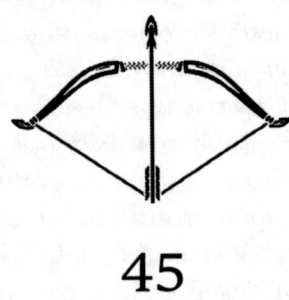

45

மலையனின் பார்வை அப்பாதையில் இருந்து வெளிவருபவர்களின் மீதே இருந்தது. ஒவ்வொருவராக வெளிவந்து கொண்டிருக்கையில் அனைவருக்கும் முன்னால் இருவர் வந்துகொண்டிருந்தனர்.

அவ்விருவரில் ஒருவர், நவிரன் என்பதைக் கண்டுகொண்டதும் மலையன் சற்று ஆறுதல் அடைந்தார்.

நவிரன், மலையனை நோக்கி வந்துகொண்டிருந்தார். அவர் பின்னால் துரோணர் வந்துகொண்டிருந்தார். அவர் துரோணர் என்பது மலையனுக்குத் தெரியாது. நவிரன் கூறியதால், மலையனை துரோணருக்குத் தெரியும்.

அவர்கள் இருவரும் முன்னே வர அவர்கள் பின்னே துரோணரின் மாணவர்கள் ஒவ்வொருவரும் ஒவ்வொரு இடத்தினைப் பார்த்தவாறு வந்துகொண்டிருந்தனர்.

மலையனின் அருகில் வந்ததும் நவிரன், "மலையனே, இவர்தான் துரோணர். உன்னைக் காண அழைத்துவந்தேன்" என்று கூறவும் அமர்ந்திருந்த மலையன் சற்றே தலைநிமிர்த்தி, துரோணரைப் பார்த்தார். அருகில் இருந்த கயிலன், இமைகள் மூடாமல் துரோணரைப் பார்த்துக்கொண்டே மனதினுள் ஏகலைவனைத் தேடினான். காரியும் அகவனும் இனிவரும் வார்த்தைகளை நோக்கிக் காத்திருந்தனர்.

"என்னைக் காணவா? எதற்கு?" என்று கேட்டார் மலையன்.

"இவர், அவர்களது மாணவர்களைப் பயிற்சிக்காக அழைத்து வந்துள்ளார். அதனால் ஆரிமலையை நோக்கிச் செல்ல வேண்டுமாம். அதன்பொருட்டே உன்னிடம் அழைத்துவந்தேன்."

“என்ன பயிற்சி?” என்று மலையன் கேட்க, “வனத்தின் வாசனை அறியும் பயிற்சிதான்” என்று அமர்ந்திருந்த மலையனிடம் கூறினார் துரோணர்.

“அதற்கு நான் என்ன செய்ய வேண்டும்? வழிகாட்ட வேண்டுமா?” என்று கேட்டுக்கொண்டே எழுந்தார்.

“ஆம். எனக்கு இல்லை. என் மாணவர்களுக்கு” என்று துரோணர் கூறியதும் மலையன் நவிரனைப் பார்த்தார்.

துரோணர் தொடர்ந்தார், “நீண்ட நாட்களாக வேட்டையாடவும் ஆயுதங்களைப் பயன்படுத்தவுமே கற்றுத்தந்த என் மாணவர்களுக்கு வனத்தில் வாழும் உயிர்களின் வாழ்க்கையைப் பற்றிக் கற்றுத்தர வேண்டும் என்ற எண்ணம் உதித்தது. அதனால்தான் தோன்றிமலைக்கு அழைத்துவந்தேன். இவர் உன்னிடம் அழைத்துவந்தார்” என்று நவிரனைப் பார்த்தார் துரோணர்.

“அதை நீங்களே செய்யலாம் அல்லவா?”

“செய்யலாம். ஆனால், வேட்டையாடக் கற்றுக்கொடுத்தவன் நான். மீண்டும் வேட்டையாடுவது தவறு என்று நானே எப்படிக் கற்பிக்க முடியும்?”

“விதைக்கும்போதே பயனுள்ள விதைகளை விதைக்க வேண்டும். முள் இருக்கும் மரத்தை நட்டுவிட்டு அதைப் பற்றினால் குத்தாது என்று கூறுவது எப்படி?”

“அழகிய ரோஜாவிலும்தான் முள் இருக்கிறது அதை ரசிப்பதில்லையா?” என்று துரோணர் கூறவும் வியந்ததன் பொருட்டு நவிரனின் புருவங்கள் உயர்ந்தன.

“அதனால்தான் ஐயம் கொள்கிறேன். அழகினால் அருகில் இழுத்து பற்றும்போது துன்புறுத்தும் ரோஜாவைப்போல், அன்பினால் அருகில் வரவைத்து துன்புறுத்திவிடுவார்களோ என்று. ஏனெனில், விலங்குகளுக்குப் பொய்யாக ஒருவரை நேசிக்கத் தெரியாது; மனிதனுக்குத் தெரியும்” என்று மலையன் கூறவும் நவிரன் தலைகுனிந்தார். துரோணர் மலையனை இமை மூடாமல் பார்த்துக்கொண்டிருந்தார்.

காரி, அகவனிடம் “இலந்தையும் முள் மரம்தானே, ஆனால் கனி சுவைக்கிறதே?” என்றதும் இருவரும் மெல்ல சிரித்தனர்.

பின் துரோணர், “அன்பை, சினம் வென்றுவிடுமா?”

"அதைத் தாங்கள் முன்பே சிந்தித்திருக்க வேண்டும். சினத்தை விதைத்துவிட்டு அன்பைக் காட்டச் சொன்னால் எப்படி?"

"இருப்பினும் அன்பை, சினம் வென்றிடாதல்லவா?"

"குணத்தைப் பொறுத்து."

"குணத்தை மாற்றத்தான் உங்களிடம் வந்தேன்" என துரோணர் கூறியதும் மலையனும் சிந்தித்தார்.

சற்றுநேர யோசனைக்குப்பின், துரோணர், அவரது மாணவர்கள், மலையன், நவிரன் அனைவரும் ஆரிமலையை நோக்கிப் புறப்பட்டனர்.

அவர்கள் சென்ற சிறிது நேரத்திலேயே கயிலன் ஏகலைவனைத் தேடியலைந்தான். பல இடத்தில் பல நேரம் தேடியும் ஏகலைவனைக் காணவில்லை. செல்லியிடம் சென்றாலும் பதிலில்லை.

தேடிக் களைத்து ஆர்வம் இழந்துபோன கயிலன், மெல்லக் குடிசையை நோக்கிச் சென்றுகொண்டிருந்தான். அப்போது அவனைவிட களைப்பாக எதிரில் ஏகலைவன் வந்து கொண்டிருந்தான்.

அவனைப் பார்த்த கயிலன், நடையை வேகப்படுத்தி அவனருகில் சென்று, "எங்கு சென்றிருந்தாய்? உன்னை எங்கெல்லாம் தேடியலைந்தேன் தெரியுமா?" என்று படபடத்தான்.

"ஏன் என்னவாயிற்று?" என்று களைப்பும் சோகமும் கலந்த குரலில் கேட்டான்.

"என்னவாயிற்றா? அவர் வந்திருந்தார்."

"எவர்?"

"துரோணாச்சாரியார்."

"எங்கு?" என்று அதே களைப்புடன் கேட்டான்.

"இங்குதான் வந்தார். வந்து, நமது குருவை அவரது மாணவர்களுக்கு வனத்தில் வாழும் விலங்குகளின் வாழ்க்கையைப் பற்றி தெரியப்படுத்துவதற்காக அழைத்தார். பின் நமது குருவும் அவரும் அவரது மாணவர்களோடு ஆரிமலையினை நோக்கி சென்றிருக்கின்றனர். அவர் வந்தபோது நீ எங்கு சென்றிருந்தாய்?"

"அவர் இப்போது இங்கு இருந்தாலும் நான் எங்கேயாவது சென்றிருப்பேன்" என்று உதடுகள் முழுவதும் திறக்காத வண்ணம் கூறினான்.

அவன் கூறியதைக் கேட்டு கயிலனிடம் இருந்த ஆர்வம் முழுவதும் காணாமல் போனது. 'துரோணரைக் காண வேண்டும் அவரிடம் பயிற்சிபெற வேண்டும் என்று கூறிக்கொண்டிருந்த ஏகலைவனா இப்போது இப்படிக் கூறினான்' என்று கயிலனின் செவிகளும் மனமும் உணர மறுத்தன.

பின் ஏகலைவன் ஏதும் கூறாமல் கயிலனைவிட்டு விலகிச் சென்றான். அப்போதுதான் கயிலன், ஏகலைவனின் தோளில் வில்லும் அம்பறாத்தூணியும் தொங்கிக்கொண்டிருப்பதைக் கவனித்தான்.

◉

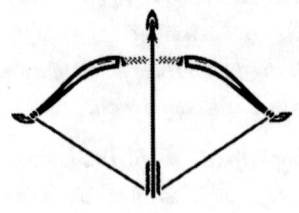

46

ஏகலைவன் அவ்வாறு கூறிவிட்டுச் சென்றது கயிலனின் மனதில் எங்கோ ஒரு மூலையிலிருந்து ஒலித்துக்கொண்டேயிருந்தது.

அன்றிரவு அவனது நினைவு முழுக்க ஏகலைவனின் பதிலிலேயே இருந்தது. நினைவு அவனைப் பின்னப்பின்ன கயிலனுக்கு மனதினுள், 'ஏகலைவன் மாறிவிட்டான்' என்று தோன்றியது. பின் இந்த எண்ணம் மனதின் ஒரு ஓரத்தில் உறங்க கயிலனும் உறங்கினான்.

எப்போதும்போல் கதிரவன் கடமையைச் செய்துகொண்டிருக்க ஒவ்வொரு நாட்களாக நகர்ந்து கொண்டேயிருந்தது. நால்வரில் மூவர் எப்போதும்போல் கூடிப்பேசி மகிழ்ந்து விளையாடிக்கொண்டிருந்தனர்.

ஏகலைவன் மட்டும் கதிரவனின் கண்களுக்கும் தெரியாமல் மறைந்துபோய்க்கொண்டிருந்தான். மூவரும் எப்போதாவதுதான் அவனைப் பார்க்கின்றனர். அப்போதெல்லாம் அவன் களைத்தே காணப்படுகிறான்.

அதனால் ஒருநாள் மூவரும், 'அவன் எங்கு செல்கிறான்?' என்பதைக் காண காலையிலேயே அவனது குடிசைக்குச் சென்றனர்.

வெகுநேரம் சென்றபின்பும் அவனைக் காணாததால் அவன் தாயிடம் விசாரித்தனர். காந்தள் வியப்புடன், "என்ன, என்னிடம் வந்து கேட்கிறீர்கள்? அவன் உங்களோடுதான் இருக்கிறான் என்றல்லவா நான் இருக்கிறேன்?" என்று கூறவும் மேலும்

குழம்பினர். மீண்டும் கயிலனின் மனதில் 'ஏகலைவன் மாறிவிட்டான்' என்றே தோன்றியது.

பின் மூவரும் கதிரவன் கண் அயரும்வரை ஏகலைவன் வரும் வழியில் காத்திருந்தனர். ஏகலைவன் அதே களைப்புடன், அவர்கள் காத்திருக்கும் வழியே வந்தான்.

அவனை மறைத்து, "தினமும் எங்கு சென்றுவிட்டு வருகிறாய்? எங்களிடம் தெரிவிக்க விருப்பமில்லையா? என்னவாயிற்று உனக்கு?" என்று கேட்க, "என்னை எதுவும் கேட்காதீர்கள்" என்று சொல்லிவிட்டுச் சென்றான்.

அப்போது காரிக்கும் அகவனுக்கும் ஏகலைவனைப் பற்றி கயிலனுக்கு என்ன தோன்றியதோ அதுவே தோன்றியது. அதன்பின் வந்த பொழுதுகளில் ஏகலைவனைப் பார்த்தாலும் அவனிடம் எதுவும் கேட்காமல் மூவரும் ஒருவித அமைதியுடனே சென்றுகொண்டிருந்தனர்.

இப்படியே பொழுதுகள் சென்றுகொண்டிருக்க, பயிற்சி போதும் என்ற எண்ணம் தோன்றியதும் மலையன் அனைவரையும் ஆரிமலையிலிருந்து தோன்றிமலையை நோக்கி அழைத்து வந்துகொண்டிருந்தார்.

வெளிமான்மலையில், கவிகை ஏகலைவனை நினைத்து நினைத்துக் கணத்துப் போயிருந்தாள். கதக்கண் ஏகலைவனைப் பார்த்துவிட்டு வந்து தகவல் கூறிய பிறகும், அவனை ஒருமுறை காணவேண்டும் என்ற எண்ணம் அவளை வாட்டிவதைத்தது.

ஏகலைவனைப் போன்றே கவிகையும் மாறிப்போயிருந்தாள். முன்பிருந்த புத்துணர்வு, பொலிவான முகம், ஆனந்தமாய்ச் சிரிக்கும் இதழ்கள் இவை எதுவும் இப்போது அவளை அவளாகக் காட்டவில்லை.

அவளது மனம் ஏகலைவனை நிரப்பி வைத்திருந்தது. சோகம் நிறைந்த மனம் கண்ணீரால் தழும்பியது. கண்ணீர் சிந்தியபோதும் கவிகையின் கவலைக் குறையவேயில்லை.

கவிகையை உலகமாகக்கொண்ட வானதிக்கு இதைப் புரிந்துகொள்ள முடியவில்லை என்ற போதிலும் அவளைப் பிரிந்தும் இருக்க முடியவில்லை. சோகத்தின்போது ஆறுதல் காட்டும் அனைவரிடமும் பகிர்ந்துகொள்ளும் மனம்போல் வானதியிடமும் சோகத்தைப் பகிர்ந்தது கவிகையின் மனம். சோகத்தைப்

புரிந்துகொள்ள முடியாதவளாயினும் அவளும் பகிர்ந்துகொண்டால் கதக்கணிடம்.

கவிகையின் மனம் புரிந்துகொண்ட கதக்கண், கவிகையிடம் வாக்களித்தான்; தோன்றிமலைக்கு அழைத்துச்செல்வதாக.

கதக்கண் கூறியதும் கவிகை செய்வதறியாது திணறிப்போனாள். கவிகையின் மனம் நினைத்தது நடந்துவிட்டதுபோல் பெருமகிழ்ச்சியடைந்தது. ஏகலைவனைச் சந்திக்கச் செல்கிறோம் என்று எண்ணுகையிலேயே அவள் அவனைச் சந்தித்துவிட்ட மகிழ்ச்சியை அடைந்தாள்.

அவள் முன்பு எண்ணியிருந்தது போலவே ஏகலைவனுக்கென வில்லினைப் பரிசாகக் கொடுப்பதற்கு எடுத்துக்கொண்டாள். காலையில் புறப்பட்டுச்சென்று மறுநாள் காலை வந்துவிடலாம் என்கிற நம்பிக்கையிலும் வந்துவிட வேண்டும் என்கிற எண்ணத்திலும் இருவரும் இருந்தனர்.

வானதியை விட்டுவிட்டுச் சென்றால் நிச்சயம் அனைவருக்கும் தெரிந்துவிடும் என்பதால் அவளையும் அழைத்துச்செல்வதாக முடிவுசெய்தனர்.

காலையில் சென்று இரவு வீடு திரும்பலாம், 'எங்கு இருந்தாய்?' என்று கேட்டாள், 'வானதியின் குடிசையில் தங்கிவிட்டேன்' என்று கூறிக்கொள்ளலாம் என்கிற நம்பிக்கையிலும் வானதியிடம் கேட்டாள், 'கவிகையோடு தங்கிவிட்டேன்' என்று சொல்லிக்கொள்ளலாம் என்றும் முடிவுசெய்து புறப்படத் தயாராயினர்.

கதக்கணைப் பற்றி கவலையில்லை; அவன் பதவன்.

புறப்படுவதற்குக் கதிரவன் கண்விழிக்க வேண்டும் என்று இரவு கதிரவனையே எதிர்பார்த்துக் காத்திருந்தாள் கவிகை. நிலவினை அன்று மட்டும் வெறுத்தது இந்த நிலவு.

கதிரவன் வெளிவர, அவனைப் பார்த்து நீண்ட நாட்களுக்குப் பிறகு சிரித்தாள் கவிகை. அன்று ஏன் இந்தப் பதட்டம்? ஏன் இந்த ஓட்டம்? யாருக்கும் தெரியவில்லை.

பறக்க மறந்த பறவையாய்த் தவிதவித்துக்கொண்டிருந்தாள். பின் கதக்கண் கூறியிருந்த இடத்திற்குக் குடிசையைவிட்டுப் பறந்துபோனாள்.

அவளுக்கு முன்னால் கதக்கணும் வானதியும் கவிகையின் வில்லோடு நின்றுகொண்டிருந்தனர்.

அவன் நிரம்பியிருந்த மனம், அவளை அவனைத் தேடி இழுத்துச் சென்றது. தோன்றிமலைக்கு இவர்களும் வந்து கொண்டிருந்தனர் வெளிமான்மலையில் இருந்து.

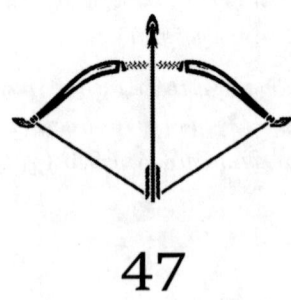

47

காற்றின் மூலம் தகவல் பரிமாறிக்கொள்ளும் மரங்கள் என்ன நிகழ்கிறது என்பது தெரியாத காரணத்தால் மௌனம் சாதித்தன.

ஆரிமலையிலிருந்து தோன்றிமலையின் குடிசைகளுக்கு அருகில் வந்துகொண்டிருக்கையில் சற்றே ஓய்வு பெறுவதற்காக அவ்விடத்திலுள்ள நிழலில் அனைவரும் அமர்ந்தனர். அவ்விடம் மணல் நிறைந்தும் மரங்கள் நிறைந்தும் காணப்பட்டது.

அவ்விடத்தில் ஆங்காங்கே புளியமரங்களும் பூவரசமரங்களும் வேப்பமரங்களும் இருந்தது. அவரவர் அவரவர்களுக்கு விருப்பப்பட்ட நிழல்களில் அமர்ந்துகொண்டனர்.

அமர்ந்து பேசிக்கொண்டிருக்கையில் காற்றின் மௌனத்தைக் கலைக்கும் வண்ணம் காற்றினைக் கிழிக்கும் சத்தத்தை ஏற்படுத்திக்கொண்டு ஒரு அம்பு புளியமரத்தின் மீது சொருகியது.

ஓசையைக் கவனிக்கும் முன்னமே அது மரத்தில் சொருகியதைக் கண்டு அனைவரும் வியந்துபோயினர்.

மலையன் மனதில், 'தோன்றிமலையில் இப்போது என்ன நிகழ்கிறது அம்பினைப் பயன்படுத்த?' என்ற சந்தேகம் உதித்தது. துரோணர் அமர்ந்துகொண்டே அம்பு சொருகியிருக்கும் ஆழத்தை அளவிட்டுக்கொண்டிருந்தார்.

அப்போது அந்த அம்பினை எடுப்பதற்காகத் துரோணரின் மாணவன் ஒருவன் எழுந்து சென்றான். மீண்டும் காற்றினைக் கிழித்துவரும் சத்தம் கேட்கும் முன் அவனைப் பற்றி இழுத்தார் மலையன். அவர் இழுத்த கணத்திற்கும் அம்பு வந்த கணத்திற்கும் இமைக்கும் கணமே இடையில் இருந்தது.

அதிலும் இரண்டாவதாக வந்த அம்பு, முதல் அம்பு சொருகியிருந்த அதே இடத்தில், அதன் மீதே சொருகி அதன் ஆழத்தை அதிகப்படுத்தியது. 'அடுத்து என்ன?' என்று மனம் தாவுவதற்குள் அடுத்த அம்பும் அதே இடத்தில் சொருகியது.

அதனைக் கண்டு வியந்துபோனார் துரோணர். மலையனோ, 'எங்கிருந்து எவர் தொடுக்கும் அம்புகள் இவை?' என எண்ணுபவராய் அம்பினை உற்றுநோக்கி, அம்பு வந்த திசையினையும் நோக்கினார்.

அம்புகள், தோன்றிமலையில் தோன்றிய அம்புகள் என அறிந்ததும் அம்புகள் வந்த திசையை நோக்கி விரைந்தார். அவர் பின்னே துரோணரும் செவியை விழிப்பாய் வைத்து விரைந்துகொண்டிருந்தார்.

※

'ஏகலைவன் எங்கு செல்கிறான்?' என்று கண்டுபிடிக்க வேண்டும் என்ற எண்ணத்துடன் காரி, அகவன், கயிலன் மூவரும் அவனது குடிசை வாசலுக்கு அதிகாலையிலேயே வந்து காத்திருந்தனர்.

அவர்கள் எதிர்பார்த்தது போலவே மெல்லிய இருளில் ஏகலைவன் குடிசையைவிட்டு வெளியே வந்து தினமும் செல்லும் பாதையில் சென்றுகொண்டிருந்தான். அவனைத் தொலைவில் மெல்லமெல்ல மூவரும் பின்தொடர்ந்துகொண்டிருந்தனர்.

குடிசையைவிட்டுத் தொலைவில் வந்த பிறகும் அவன் சென்றுகொண்டேயிருந்தான். சட்டென்று நின்று சுற்றியும் பார்த்துவிட்டு பெரிய குன்றின்மேல் ஏறத்தொடங்கினான்.

அவன் ஏறும்வரை, தொலைவில் அவனையே மூவரும் பார்த்துக்கொண்டு நின்றனர்.

அக்குன்றின்மேல் ஏறியதும் அதில் குகை போன்றிருக்கும் இடத்திற்குச் சென்று சற்றுநேரம் கதிரவனையே பார்த்துக் கொண்டிருந்துவிட்டு, உள்ளே சென்றான் ஏகலைவன்.

ஏகலைவன் உள்ளே சென்றதும் மூவரும் திகைத்துப்போயினர். அடுத்து என்ன செய்வதென்று எவருக்கும் தெரியவில்லை. பின் மூவரும் ஒருசேர முடிவுசெய்து அவ்விடத்திலேயே காத்திருந்தனர். ஒவ்வொருவரும் ஒவ்வொரு இடத்தில் மறைந்துகொண்டனர். மூவரது கண்களும் ஒரே இடத்தைக் கவனித்துக்கொண்டிருந்தது.

மெல்லமெல்ல கதிரவன் வெளிவந்து கொண்டிருந்தான். அப்போதும் ஏகலைவன் வெளிவந்த பாடாயில்லை.

காத்திருந்த காற்று மெல்ல வீசத்தொடங்கினாலும் மூவரது கண்களும் விலகுவதாயில்லை. வெகுநேரம் கழித்து அம்புகள் சரசரவென்று குகையினைவிட்டு வெளியில் சென்றுகொண்டிருந்தன. அதனைக் கண்டதும் கயிலனின் உதடு அவனையறியாமல், 'இன்னும் இவன் மாறவேயில்லை' என்று கூறியது.

அம்புகள் புறப்பட்ட சற்று நேரத்துக்கெல்லாம் அவர்கள் மறைந்திருக்கும் நேர் எதிர்த்திசையில் இருந்து பலரது காலடிகளின் ஓசை வெளிவரத் தொடங்கியது.

அப்போதும் மூவரும் மறைந்தே இருந்தனர். மெல்லமெல்ல காலடி ஓசை அதிகரித்து குரல்களின் ஓசையும் ஒலித்தது. சற்றே மறைவிலிருந்து வெளிவந்து பார்த்ததும் மலையன், நவிரன், துரோணர் மூவரும் மூவருக்கும் தெரிந்தனர்.

இவை எதையும் அறியாத ஏகலைவன் அம்புகளைத் தொடுத்துக்கொண்டே இருந்தான். அவனைப்போன்று அம்புகளும் ஏதும் அறியாததால் சென்றுகொண்டே இருந்தன.

மலையன், அம்பு புறப்படும் இடத்தினைக் கண்டறிந்தவராய் குன்றை நோக்கி விரைந்தார். அவர் பின்னே துரோணரும் அவரது மாணவர்களும் விரைந்தனர். நவிரன் மெல்லமெல்லவே நடந்து வந்துகொண்டிருந்தார்.

மலையனின் மனிதில் அம்பு எய்வது 'யாராக இருக்கும்?' என்கிற எண்ணம். துரோணருக்கு 'யாராக இருந்தாலும் காணவேண்டும்' என்கின்ற எண்ணம் இருவரையும் வேகப்படுத்தியது.

விரைவாகவும் அவசரமாகவும் தன் பின்னால் வந்துகொண்டிருப்பவர்களைப் பார்த்த மலையன், 'குன்றின்மேல் நாம் ஏறினால் அதையே பின்பற்றுவர். அவசரத்தில் பிடி நழுவவும் வாய்ப்பு இருக்கிறது' என்று எண்ணி குன்றின் சாய்வாக இருக்கும் பகுதி நோக்கிச் சென்றார்.

அவர்கள் சென்றதைப் பார்த்த மூவரும், அவர்கள் பின்னே செல்லத்தொடங்கினர். இல்லை, ஓடத்தொடங்கினர்.

மூவரும் ஓடுகையில் 'கயிலா...' என்றொரு குரல் அழைத்தது.

◎

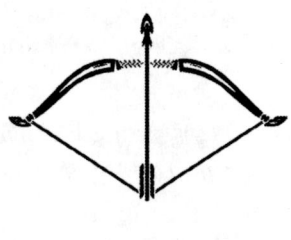

48

ஓட்டத்தை நிறுத்தித் திரும்பினான் கயிலன்.

காரியும், அகவனும் ஆர்வத்தில் கயிலனை விட்டுவிட்டு ஓடினர்.

குரல் கேட்டுத் திரும்பிய திசையில் கதக்கண், கவிகை, வானதி மூவரும் நின்றுகொண்டிருந்தனர். கதக்கணின் தோளில் வில்லானது தொங்கிக்கொண்டிருந்தது. அவர்களைப் பார்த்த கயிலன், மேலும் அதிர்ச்சிக்குள்ளானான்.

அவனது மனம், மலையன் பின்னால் ஓடிக்கொண்டிருக்க அவனது உதடுகள் "நீங்கள் எப்படி இங்கே?" என்று கேட்டது.

"ஏகலைவன் அண்ணனைப் பார்ப்பதற்காக வந்தோம்" என்றாள் வானதி. கவிகையும் கதக்கணும் சற்றே கோபப்பட்டாலும் அதுதான் உண்மை என்பதை உணர்ந்தபின் அமைதியாயினர்.

"அவனைக் காணத்தான் நானும் செல்கிறேன்" எனக் கயிலன் கூறியதும்.

"ஏன்? என்னவாயிற்று அவனுக்கு?" என்றாள் கவிகை.

"ஒன்றுமில்லை, என்ன செய்கிறான் என்று விளங்கவில்லை. அதற்காகத்தான் அவனைக் காண செல்கிறோம்" எனக் கூறியதும் கவிகையின் மனம், 'ஒருவேளை அவனும் என்னைக் காணவேண்டும் என்று தவித்திருப்பானோ? அப்படியிருந்தால் நான் வந்தது எவ்வளவு நல்லதாகப் போயிற்று. இப்போது அவன் என்னைப் பார்த்தால் என்ன செய்வான்? கட்டியணைத்துக் கொள்வானா?' என எண்ணி வெட்கத்தில் வாய்விட்டுச் சிரித்துவிட்டாள்.

அவள் சிரித்ததும் அவளை இருவரும் பார்த்தனர். வானதி குன்றின்மேல் ஏறிக்கொண்டிருப்பவர்களைப் பார்த்துக் கொண்டிருந்தாள்.

பிறகு கதக்கணிடம், "இந்த வழியே எப்படி வந்தாய்? நாங்கள் இங்கு இருக்கிறோம் என்று உனக்கு எப்படித் தெரியும்?" என்று கேட்டான் கயிலன்.

"போனமுறை வந்த வழியை மறந்து, அதற்கடுத்த ஒற்றையடிப் பாதையில் திரும்பிவிட்டேன். அது நதியோரம் வந்து சேர்த்துவிட்டது. பின் இந்த வழிதான் என்று ஒரு அசட்டு நம்பிக்கையில் வந்தோம். வருகிறபோது பலரும் இவ்வழியே விரைவாக வந்துகொண்டிருந்தனர். ஏதேனும் ஆபத்தாக இருக்கப்போகிறது என்று சற்றே பொறுமையாக வந்தோம். அப்போதுதான் உன்னைப் பார்த்தோம்" எனக் கூறினான் கதக்கண்.

"அப்போது வழிமாறிதான் எங்களை அழைத்துக்கொண்டு வந்தாயா? அக்கா, திரும்பிச் செல்லும்போது நான் உங்களை அழைத்துச்செல்கிறேன். 'பதவன்' என்று இனிக்கூறாதே அண்ணா" என்று சினங்கலந்த சிரிப்புடன் வானதி கூற அவளது காதை மெல்லத் திருகினான் கதக்கண்.

கவிகை, குன்றின்மேல் பலரும் நிற்பதைப் பார்த்து, "ஏன் எல்லோரும் குன்றின்மேல் நிற்கிறார்கள்?" என்று கயிலனிடம் கேட்டாள்.

அவள் கேட்டதும் நினைவு திரும்பியவனாய் கயிலன், "ஏகலைவனைக் காணத்தான் விரைவாக வாருங்கள்" எனக் கூறிவிட்டு முன்னே நடந்தான்.

கவிகை, கதக்கணிடம் இருந்து வில்லினை வாங்கி கையில் வைத்துக்கொண்டாள். நால்வரும் குன்றில் மலையன் சென்ற வழியில் சென்றுகொண்டிருந்தனர். விரைவாகச் செல்வதினால் குன்றில் பாதம் பிடிப்புக்கொடுக்காமல் லேசாக வழுக்கியது. இருப்பினும் சமாளித்துக்கொண்டு சென்றனர்.

அருகில் செல்லச்செல்ல குகையில்பட்டுத் திரும்பிவரும் காற்றின் ஓசை மட்டுமே கேட்கும் அளவிற்கு அமைதி நிலவியது கயிலனுக்கு ஆச்சரியத்தை அளித்தது. அவன் மனதில், 'பலர் இருந்தும் ஏன் இந்த அமைதி நிலவுகிறது?' என்று அவனைக் குழப்பத்தில் ஆழ்த்தியது. கவிகை ஏகலைவனை நினைத்து ஐயம் கொண்டாள்.

அனைவரும் குகையினை அடைந்தனர்.

வானதி, குரங்கினைப்போல் தாவித்தாவி விளையாடிக்கொண்டே வந்தாள். குகையின் வாயிலை அடைந்ததும் கயிலன், காரியையும் அகவனையும் தேடினான்.

கதக்கண், துரோணரின் மாணவர்களைப் பார்த்துவிட்டு துரோணரைத் தேடினான்.

கவிகை ஏகலைவனைத் தேடினாள்.

கயிலன், மெல்ல உள்ளே செல்லச்செல்ல கதிரவனின் கதிர்கள் மறைக்கப்பட்டு மெல்லிய இருள் படரத்தொடங்கியது.

வாயில் சிறியதாக இருந்தபோதிலும் குகையினுள்ளே நன்கு அகலமாக இருந்தது. குகையின் உள்தோற்றத்தைப் பார்த்துவிட்டுக் கண்களை மெல்ல நகர்த்தினான் கயிலன்.

அனைத்து இடங்களிலும் அம்புகள் சிதறியும், வில்கள் முறிந்தும் நாண்கள் அறுந்தும் கிடந்தன. குகையின் ஒரு மூலையில் அம்பு கட்டுகள் கிடந்தன.

வில்லில் கட்டப்படும் நாண்கள் சுருள்சுருளாகத் தரையில் கிடக்க, மெல்ல முன்னே நகர்ந்து கண்களை மேலும் நகர்த்தினான் கயிலன்.

கதிரவனின் கதிர்கள் படும் இடத்தில் அம்பின் முனையினைக்கொண்டு பாறையைக் கீறி ஒரு ஓவியம் வரையப்பட்டிருந்ததைக் கண்டான்.

அதனைக் கண்டு திடுக்கிட்ட கயிலன், மேலும் முன்னே செல்ல அந்த ஓவியத்தின் அருகில் துரோணர் நின்றுகொண்டிருந்தார். மேலும் முன்னே செல்வதற்கு அவன் கால்கள் நகரும் முன், கயிலனின் கண் மறைவில் நின்ற மலையன் அவன் எதிரே வந்தார்.

அனுமதி கேட்காமல் இமைக்கும் இமைகள் மலையனின் அனுமதிக்காகக் காத்திருந்தது. காத்திருக்கக் காரணம்? அவரது கண்களில் கண்ணீர் காத்திருந்தது.

இமைக்கா இமைகளுடன், 'ஏகலைவன் மாறிவிட்டான்' என்று மெல்ல கூறி கயிலனைக் கடந்துசென்றார் மலையன். அவர் கூறியதைக் கேட்டுவிட்டு மேலும் உள்ளே சென்றான் கயிலன்.

அவனது இமைகள் இமைக்க மறுக்கும் வண்ணம் அவ்விடத்தில் குருதி வழிந்து தேங்கிக்கிடந்தது. அந்த குருதியின் அருகில் ஏகலைவன் நின்றுகொண்டிருக்க அவனுக்கு எதிரே துரோணர் நின்றுகொண்டிருந்தார்.

விழிகளுக்கு விளங்காமல் இமை இமைக்கையில், தரையினைப் பார்த்த கயிலன் அதிர்ச்சிக்குள்ளானான்.

துரோணரின் பாதத்தின் அருகே குருதி தெறித்து ஒரு கட்டை விரல் துண்டாகக் கிடந்தது. அந்த விரல் கிடக்கும் இடத்திலிருந்து ஏகலைவன் நிற்கும் இடம்வரை குருதி சொட்டுச்சொட்டாகவும் பல துளிகளாகச் சேர்ந்தும் தேங்கியும் கிடந்தது.

கயிலன், மெல்ல ஏகலைவனது பாதத்திலிருந்து அவனை நோக்கியபோது அவனது வலது கையிலிருந்து குருதி சொட்டிக்கொண்டிருந்தது.

அதிர்ந்த கயிலன், ஏகலைவனின் கைவிரல்களைப் பார்த்தான். ஏகலைவனது வலது கையில் கட்டைவிரல் இருக்கும் இடத்தில் குருதி கசிந்துகொண்டிருந்ததைக் கண்டதும், 'என்ன நடந்திருக்கும்?' என்று எண்ணமுடியாமல் திகைத்து நின்றான். ஏகலைவனின் கண்கள் துரோணரையே பார்த்துக்கொண்டு நின்றது.

அதனைக்கண்ட கயிலன் வெளியே வந்தான்.

மலையனும் கயிலனும் வெளியே சென்றதைக் கண்டு மௌனத்துடன் நின்ற ஏகலைவன் வெளியே வந்தான்.

கயிலன் குகையின் வாயிலைவிட்டு விலகிச் சென்றதும் அவன் பின்னே வந்த ஏகலைவன் கவிகையைப் பார்த்தான். கவிகை ஏகலைவனைப் பார்த்தாள். இருவருக்குள்ளும் சொல்லமுடியா சோகம் எழுந்தது.

அவளைக் காண காத்துக்கிடந்த ஏகலைவனின் விழிகளிலிருந்து கண்ணீர் வழிந்து விழுவதும், அவனுக்கென எடுத்துவந்த வில்லானது கவிகையின் கைகளிலிருந்து கீழே விழுவதும் ஒருசேர இருந்தது.